NHỮNG NGÀY CUỐI CỦA THÁNG TƯ

CHO NHỮNG NGƯỜI ĐÃ CHẾT VÌ CHIẾN TRANH, NHỮNG NGƯỜI KÉM MAY MẮN CHẾT HAY MẤT TÍCH TRÊN CON ĐƯỜNG TÌM TỰ DO

ĐỂ TƯỞNG NHỚ ĐẾN MẠ VÀ CHỊ TÔI

TẶNG HAI ANH TÔI, HAI CHỊ DÂU VÀ CÁC CHÁU TÔI

TẶNG NGƯỜI BẠN ĐỜI XUÂN TƯƠI

TẶNG CON GÁI SOPHIA

NHỮNG NGÀY CUỐI CỦA THÁNG TƯ

HOÀNG NGỌC HÒA

Biên tập: Hoàng Ngọc Hòa
Tranh Bìa: Họa sĩ Vũ Khai Cơ – Australia
Phụ bản tranh màu nước: Hoàng Ngọc Hòa
Thiết kế bìa:
Dàn trang: Công Nguyễn

NHÂN ẢNH xuất bản 2023

ISBN: 978-1-0881-4472-5

HOÀNG NGỌC HÒA

NHỮNG NGÀY CUỐI CỦA THÁNG TƯ

Nhân Ảnh 2023

MỤC LỤC

LỜI MỞ ĐẦU

Cuốn sách ra đời do sự khuyến khích từ lâu của một số bạn hữu, Việt cũng như Mỹ, những người trong gia đình và thế hệ thứ hai, muốn biết tại sao tôi lại lưu lạc đến tận Hoa Kỳ, có cuộc sống như hiện nay. Đây có thể nói là ký ức hơn là hồi ký vì tác giả không phải là người nổi tiếng để chỉ nói về riêng mình mà còn liên hệ đến những người chung quanh hay người khác viết về mình.

Cuốn sách là tài liệu cá nhân đã có trước và sau 1975, nhật ký cũng như bản thảo, một số đăng trên báo cũng như gởi dự thi và đã được in thành sách, tuy nhiên vì tính chất độc lập của mỗi bài, khi thâu tóm lại khó tránh được một vài sự trùng hợp. Những nhân vật trong sách đã được xin phép thì dùng tên thật, riêng các cá nhân khác vì vấn đề tế nhị đã được đổi tên hay viết tắt để tôn trọng vấn đề riêng tư.

Cũng khó mường tượng được, sau khi quân đội Mỹ rút đi, nếu không có mặt ngay tại đó như tôi, chương trình Việt Nam hóa (*Vietnamization*) chiến tranh, rồi viện trợ về quân sự cho VNCH bị quốc hội Hoa Kỳ phủ quyết, sự vi phạm Hiệp định Ba Lê 1973 (Paris Peace Accords) của miền Bắc, đã đưa đến sự tan rã của chính thể Việt Nam Cộng Hòa. Tại thủ đô Sài gòn vào những ngày cuối tháng tư năm 1975, tình trạng hỗn độn diễn ra, nhiều tin đồn hơn tin thật, sẽ có ngưng chiến, sẽ có chia cắt đất đai cho phía bên kia, để Sài Gòn vẫn còn là thủ đô của miền Nam, vì chính phủ miền Nam lúc đó đã thay đổi theo những yêu cầu mà phe đối phương đòi hỏi.

Sự thật minh chứng những gì đã xẩy ra, tôi cũng như gia đình trải qua các biến cố và kinh nghiệm với Cộng Sản, nhìn thấy những gì vào những giờ phút cuối cùng đó, may mắn hơn số đông đã bị kẹt lại vì không có các phương tiện di tản hay tin tưởng chính quyền mới sẽ đối xử tử tế với họ.

Ngay cả chính quyền Hoa Kỳ, cũng tin những gì mình *đã được hứa của phe bên kia*, để rồi tình trạng hỗn loạn xảy ra ngay trên Tòa Đại sứ của mình, trong cơ quan DAO, qua Chiến dịch Gió Bấc *"Operation Frequent Wind"*, không di tản hết những người họ đã hứa sẽ đưa đi an toàn. Chiếc máy bay trực thăng *Air America* trên nóc nhà là một minh chứng cho những gì ngoài dự tính của cả người trong hay ngoài cuộc.

Một số các bài được viết ra vào những ngày đầu tiên khi đến được *"bến bờ tự do",* chỉ là những trang *nhật ký...buồn*, nhưng mãi đến gần 50 năm, sau khi về hưu mới có cơ hội thâu gom lại, thêm những gì đã thấy và xảy ra trong cuộc đời mới có được cuốn sách. Phải mất hơn một năm cho phiên bản tiếng Việt. Câu chuyện thật điển hình của một người Việt phải rời bỏ quê hương vào những giờ phút cuối cùng của cuộc chiến để di tản và tị nạn về chiến tranh tại Hoa kỳ.

Mục đích của cuốn sách không để khoe khoang cá nhân hay cho bất cứ một ai, nhưng những sự thật được kể lại, mong các thế hệ người Việt Nam ở ngoại quốc nói chung, hay ở Mỹ nói riêng và ngay tại quê nhà có được một khái niệm về cuộc đời tiêu biểu của một cá nhân đã sinh trưởng và lớn lên tại Việt Nam, sống trong hoàn cảnh chiến tranh, nhân chứng của một cuộc nội chiến mà tự mình hoàn toàn không muốn và cũng không thể thay đổi. Lớn lên trong bối cảnh lịch sử đó đã đưa đẩy sự lựa chọn sống còn để làm một người tị nạn bất đắc dĩ trên đất Mỹ, không một đồng xu dính túi. Thế hệ người Việt tị nạn đầu tiên trên xứ người, không biết tương lai mình và các người có hoàn cảnh tương tự sẽ đi về đâu, rồi vì vấn đề mưu sinh, mỗi người có một tương lai khác nhau, thất bại hay thành công của thế hệ đầu tiên người Việt định cư tại Hoa Kỳ.

Bằng mọi phương tiện di tản vào những ngày cuối tháng tư 1975, những người ở lại, vì sự trả thù dã man, sống ngột ngạt dưới sự cai trị tàn bạo, mất hết mọi tự do căn bản của con người, chà đạp nhân phẩm của chế độ mới đã tìm cách thoát ra khỏi nước, bằng đường biển hay đường bộ sau đó, mà chúng ta có cái tên đặc biệt mới trong tự điển: *Thuyền Nhân*: "*The Boat People*", đi tìm TỰ DO, vì danh dự và nhân phẩm bị chà đạp nhiều hơn kinh tế, chấp nhận cái chết nhiều hơn sự sống. Không có con số thống kê về những người ra đi không đến bến vì có nhiều gia đình không còn ai sống sót. Bao nhiêu oan hồn trên biển Đông cũng như bao nhiêu người qua tay hải tặc Thái Lan, có kẻ phải ăn cả thịt đồng loại để sống còn trên các chiếc thuyền bất khiển dụng, trôi dạt trên biển hay trên các hoang đảo.

Đến Mỹ với một hoàn cảnh đặc biệt như vậy, thế hệ đầu tiên của người Việt đã hòa nhập vào cộng đồng khác văn hóa, ngôn ngữ, để có thể sống sót và thành công nhanh hơn những di dân đến trước họ. Họ đi làm bất cứ ngành nghề gì có thể nuôi sống, một số ít phải sống nhờ quỹ an sinh xã hội lúc đầu, rồi đi học và ra đời để đóng góp cho nơi gọi là quê hương thứ hai nầy.

Xin cám ơn nước Mỹ nói chung đã đón nhận chúng tôi và riêng gia đình người bảo trợ *(Ông Bà Ted và Patricia Srygley, Director of the University of Florida Health Science Center Library từ năm 1966 cho đến 1993)* đã bảo lãnh, giúp đỡ anh em chúng tôi, những người tị nạn vì hoàn cảnh chiến tranh trong giai đoạn đầu tiên, vật chất cũng như tinh thần để có được như ngày hôm nay.

Chỉ còn hai năm là đúng nửa thế kỷ, một thời gian không phải là ngắn kể từ 1975 cho đến 2025. Kể từ ngày đó, nhìn lại, dân chúng Việt Nam có được những gì? Sự hận thù, lòng ganh tỵ vẫn còn trong giới đang có quyền hành, thay vì hợp lực để phục vụ quốc gia thì họ vẫn tiếp tục đưa đất nước trên con đường xuống dốc mà hiểm họa mất nước đang đến gần hơn bao giờ hết. Một tiếng chuông cảnh báo cho những ai vẫn còn ngủ mê say trên chiến thắng sau gần 50 năm.

Một ngàn năm bị giặc Tầu đô hộ, một trăm năm dưới ách thực dân Pháp, người dân Việt vẫn ở trong nước, nhưng chỉ từ tháng tư năm 1975, người dân miền Nam và nay cả ở miền Bắc đã tìm cách bỏ nước ra đi tìm Tự Do trốn tránh chế độ Cộng Sản. Vì sao cái chế độ tàn ác như vậy vẫn còn tồn tại đến ngày nay.

Dù không phải là Họa sĩ, bức tranh sơn dầu (24x42) tựa đề "Hy Vọng" (Hope) nầy được vẽ khi nghe tin 5 đứa cháu bên ngoại gọi bằng Cậu tại Đà Lạt vượt biển trên chiếc tàu không bao giờ đến bến – Vẽ tại Lee Gardens - Arlington, Virginia – 1980.

Năm đứa cháu có tên: Kiều Duyên, Quang Định, Quang Tuấn, Quang Huy và Quang Hoàng (BiBo). Xin tưởng nhớ đến các cháu và tất cả những ai đã bỏ mình trên con đường đi tìm Tự Do.

VÀI HÀNG VỀ TÁC GIẢ

Tác giả tốt nghiệp bậc tiểu học tại trường tiểu học An Cựu, rồi theo bậc trung học tại trường Quốc Học, Huế từ lớp 6 đến lớp 12, đồng thời sinh hoạt Hướng Đạo trong Ấu và Thiếu đoàn thuộc Liên Đoàn Bạch Đằng tại Huế. Vào Sàigòn tiếp tục tại trường Đại học Luật Khoa cho đến ngày 29 tháng 4 năm 1975 thì di tản qua Mỹ cùng với người anh đầu đang phục vụ trong binh chủng Không quân, ngành trực thăng.

Từ trại tị nạn ra, ông định cư tại thành phố Gainesville, tiểu bang Florida vì đang có người anh du học tại đây về ngành Cao Học Công Chánh, ông theo học tại Santa Fe Community College, chuyển qua University of Florida (UF) và tốt nghiệp cử nhân ngành Kiến Trúc 22 tháng 3 năm 1980. Là một trong những người tị nạn đầu tiên tốt nghiệp tại UF, ông rời thành phố nhỏ, định cư tại Arlington, Virginia, rồi về Montgomery Village thuộc thành phố Gaithersburg, Maryland. Làm việc tại đây cho đến năm 1983 thì ông tình nguyện về thành phố Tampa, Florida để mở chi nhánh cho hãng đang có văn phòng chính tại Greenbelt, Maryland, sau đó chuyển về Nam Florida.

Công việc cuối cùng ở Nam Florida là các Dự án/Đồ án Trùng Tu và Tái Thiết Kế Đô thị (Community Redevelopment Agency) cho thành phố Lake Park cũng như thành lập, thiết kế và gìn giữ hệ thống điện toán cho thành phố.

1973-1975 Đại Học Luật Khoa - University of Sài Gòn, Vietnam.

March, 1980 University of Florida-Bachelor of Design in Architecture.

May 5, 1986 American Institute of Architects (AIA) - Associates Member, Florida

1998 International City and County Manager Association (ICMA) – Hội viên

2002 Florida Local Government Information System Association (FLGISA)-Hội viên

2003 Florida City and County Manager Association (FCCMA) – Hội viên

2011-2023 Certified Government Chief Information Officer (CGCIO).

October, 2021 Về hưu – (Retired) – Town of Lake Park, Florida

Về hưu vào cuối tháng 10 năm 2021 sau khi đã làm việc tại đây trên 23 năm với các chức vụ Phụ tá Giám đốc Hành Chánh/ Giám Đốc Hành Chánh tạm thời và cuối cùng là Giám đốc ngành Điện toán và Tin học cho thành phố (Information Technology Director and Chief Information Technology Officer).

CHƯƠNG I

CHIẾN TRANH TẠI VIỆT NAM VÀ CUỘC NỘI CHIẾN NAM BẮC

LỜI GIỚI THIỆU:

Bây giờ là thời đại tin học (Information Technology) nên nhiều người chỉ cần gõ lên Google là thấy ngay nhiều tài liệu về chiến tranh Việt Nam với Thực dân Pháp và cuộc nội chiến hơn 20 năm. Tài liệu thì nhiều nhưng đúng cũng có mà sai cũng có vì đã có ít nhiều sự thật bị bóp méo online. Do đó tùy theo sự nhận định của mỗi người để tìm cho mình một câu trả lời chính xác. Các trung tâm lưu giữ tài liệu tại các nước dân chủ như Pháp hay Hoa kỳ thì tương đối gần đúng với sự thật hơn là trên mạng Web, Wikipedia hay một số sách vở được in trong nước phải qua sự kiểm duyệt của nhà nước. Đã có rất nhiều tài liệu đúng về Việt Nam từ lúc chiến tranh chống thực dân Pháp (1945) cho đến thời kỳ chia đôi đất nước (1954) và sau đó cho đến 1975 nên ở đây không nhắc đến chi tiết, chỉ là sự hiểu biết và chứng kiến một phần của tác giả qua học đường, lời kể lại của thân mẫu qua các biến cố.

CHÍNH SÁCH THUỘC ĐỊA CỦA NGƯỜI PHÁP VÀ THẾ CHIẾN THỨ HAI CHIẾN TRANH XÂM LƯỢC CỦA THỰC DÂN.

Người Pháp trước thế chiến thứ hai đã đi tìm và kiểm soát một số thuộc địa cũng như người Bồ Đào Nha hay người Anh. Quyết định của Napoleon III tháng 7 năm 1857 chiếm VN làm thuộc địa đã đưa đến chiến tranh 100 năm với người Pháp. Khác với người Anh, dùng thuộc địa để bành trướng sức mạnh của mình, người Pháp dùng các thuộc địa để khai khẩn về tài nguyên. Mới đầu chính sách của họ xem như chỉ giúp các quốc gia nghèo có được cuộc sống tân tiến như họ, nhưng nhìn kỹ các chính sách bao giờ cũng có mặt trái của nó. Lợi dụng sự chống đối về tôn giáo của triều đình Huế lúc đó đang theo thể chế quân chủ, cha truyền con nối, họ đưa những người Việt thân Pháp, làm theo sự chỉ bảo của họ để tránh sự chống đối của những người không phục họ. Các phe phái quốc gia hay Cộng sản của người Việt thì tuy cùng mục đích chống đối người Pháp, chống ngoại xâm, muốn dành lại độc lập cho quốc gia, nhưng cũng không cùng chí hướng và luôn chống lại nhau. Lợi dụng sự chia rẽ nầy, người Pháp ngày càng làm cho các phe chống đối yếu đi. Mẹ tôi kể lại, lúc nước Nhật và Đức đang thắng thế, họ đến Việt Nam và lập nên một phe thân Nhật, bài Pháp. Đến khi Nhật thua rút đi thì số thân Pháp trở lại thanh toán các phe nhóm khác, làm ngày càng ít đi số người thật sự yêu tổ quốc, sẵn sàng hy sinh cho quốc gia thay vì bổng lộc cho cá nhân. Các đế quốc thấy không thể giữ mãi các thuộc địa mà không có sự chống đối và chính sách đối ngoại làm họ ngày càng yếu đi, nên dần dần trao trả lại cho thuộc dân. Riêng Việt Nam, lợi dụng tình thế xôi đậu lúc đó, Việt Minh đã dùng chiêu bài chống thực dân, ngoại xâm, yêu tổ quốc và đất nước để dành lại sự độc lập từ người Pháp, nhưng chuyện không dễ dàng như vậy, với sự nhúng tay của Hoa kỳ, nước Việt được chia đôi như Triều tiên hay nước Đức qua hiệp định Geneve tháng 7 năm 1954 lấy Bến Hải, vỹ tuyến 17 làm biên giới hai miền.

SỰ NHÚNG TAY CỦA HOA KỲ

Tưởng rằng đã yên, ai ở nơi đó, người Pháp đã rút đi và miền Nam được hỗ trợ bởi Hoa Kỳ lấy tên nước là Việt Nam Cộng Hòa (Republic of Vietnam) và miền Bắc được hỗ trợ bởi khối Cộng Sản gồm Xô Viết và Trung Hoa gọi tên nước là Việt Nam Dân Chủ Cộng Hòa (Democratic Republic of Vietnam).

Mộng thôn tính luôn miền Nam vẫn còn trong giới cầm quyền miền Bắc nhưng với hiệp ước Geneve có sự chứng kiến của thế giới và chính sách chống Cộng của Tổng thống miền Nam Ngô đình Diệm, nhất là chương trình Ấp chiến lược, họ không làm được gì và phải chờ cho đến khi phe cầm quyền miền Nam tranh dành quyền lực (1963) thì mới nhảy vào để *"ngư ông đắc lợi"*. Họ tạo ra một chính phủ bù nhìn *Mặt Trận Dân tộc Giải Phóng miền*

Nam Việt Nam từ năm 1960 để che mắt thiên hạ, cho là miền Nam tự giải quyết chứ miền Bắc không nhúng tay vào. Sau khi dùng vũ lực chiếm được miền Nam, họ cho giải thể chính phủ nầy năm 1977. Trận Tổng công kích Mậu thân 1968 không những thất bại không lấy được miền Nam, mà còn phản ứng ngược nên họ tạo thêm *"mùa Hè đỏ lửa"* năm 1972 và vẫn không lấy được miền Nam cho đến 1975.

Yếu tố quan trọng sau vụ nầy là Hoa kỳ bị nhóm phản chiến chống lại hổ trợ chiến tranh Việt Nam. Cả phó tổng thống Hoa kỳ Spiro Agnew phải từ chức vì khai gian thuế và Tổng thống Nixon vì vụ nghe lén Watergate, đã làm yếu đi chính sách đối ngoại của đảng Cộng Hòa, thêm vào giới truyền thông cánh tả đã phao tin về những lính Mỹ thiệt mạng tại Việt Nam làm cho dân chúng không còn ủng hộ nữa. Người kế nhiệm Tổng thống, chưa được dân bầu nhưng theo luật là Tổng thống Gerald Ford, đang thuộc đảng Cộng Hòa nắm đa số của Hạ viện lên nắm chức thì chỉ còn tìm giải pháp làm sao để rút khỏi miền Nam trong *"danh dự"*. Ngoại trưởng lúc đó Henry Kissinger là người Do thái đã từng đi đêm với Trung Cộng và rời bỏ miền Nam là *"một viên đạn bắn hai con chim"*, vì không còn hổ trợ miền Nam Việt Nam thì Mỹ sẽ ủng hộ Do Thái mạnh hơn. Số phận nước Việt Nam Cộng Hòa đã được định trước mà chính người dân Việt sống trên đó không có sự lựa chọn. Chính sách tuyên truyền của miền Bắc chống xâm lược Mỹ cũng như thực dân Pháp trước đó đã thành công, dù sự thật đã bị bóp méo và sự nhúng tay của ngoại bang đang hổ trợ miền Bắc.

Tài liệu hiện nay giải mật cho biết, dưới thời TT Nixon, chỉ cần phong tỏa và dội bom ở Hải Phòng thêm 3 ngày nữa thì miền Bắc sẽ đầu hàng vì không chịu nổi áp lực về kinh tế và chính trị, nhưng người Mỹ đã ngưng sớm hơn. Không lẽ họ ngây thơ không biết chuyện đó với tình báo tinh vi? Mà chỉ vì liệu họ có muốn miền Nam dưới sự hổ trợ của họ lấy luôn miền Bắc? Nhìn vào lịch sử thì nước Mỹ chiến thắng thế chiến thứ hai do Nhật đầu hàng sau hai quả bom nguyên tử đã đưa cho họ cái gánh nặng phải lo cho cái quốc gia họ chiến thắng, do đó họ không muốn lịch sử tái diễn.

Hoa Kỳ giúp các quốc gia sau chiến đấu nhưng không còn thắng trận nữa mà cứ rút đi: Cam bốt, Lào, Việt Nam Cộng Hòa, Iraq, A phú Hãn (Afghanistan) và trận chiến đang còn ngang ngữa vào thời gian nầy: Ukraine. Liệu người Mỹ có giúp dân tộc nầy thắng và chống lại xâm lược của Nga sô hay họ cũng sẽ phủi tay và tuyên bố tại người của quốc gia đó không tự họ *"muốn"* chiến đấu và *"tự họ thua trận"*, chứ không phải vì Mỹ không hỗ trợ hay bỏ cuộc trước.

Trở lại thời kỳ nầy, những dấu mốc quan trọng là hiệp định ngưng bắn Geneve tháng 7 năm 1954 và sự chia đôi đất nước, đã dẫn đến cuộc nội chiến cho đến tháng 4 năm 1975 mà định mệnh đã an bài do sự thỏa hiệp của ngoại bang, xóa tên một quốc gia là Việt Nam Cộng Hòa. Dù sự xóa tên nầy đã đưa đến *thống nhất* đất nước, nhưng người dân có được sự Tự Do, Độc Lập và Hạnh Phúc hay không là chuyện khác. Hiệp định Geneve làm một số dân miền Bắc theo tầu há mồm của quân đội Mỹ vào miền Nam tìm tự do năm 1954 và sự thống nhất hai miền năm 1975 đã làm dân miền Nam tìm đủ cách vượt biên cho *Tự Do* lần thứ hai là điều không thể chối cãi và xóa bỏ trong lịch sử nước Việt. Từ đó có thêm danh từ mới trong tự điển *"The Boat People"*. Bao nhiêu người đến được bến bờ tự do, thì cũng bao nhiêu người đã nằm sâu trong lòng đại dương, hay trên đất Thái, Mã Lai, Cam bốt, Phi, Nam Dương… Không một thống kê nào có thể nói đúng con số mất tích vì nhiều gia đình không còn ai sống sót. Vết nhơ của lịch sử là đây, nên *"Bên Thắng Cuộc"* đã tìm cách biện minh, bôi xóa sự thật, một câu hỏi đặt ra: *"Nếu thống nhất đất nước, dân chúng sống an lành không có sự trả thù, chà đạp danh dự, nhân phẩm hay ép buộc những người "thua cuộc" thì dân chúng di tản, tìm cách trốn ra khỏi nước để làm gì?"* Có ngày lịch sử sẽ trả lời vì bây giờ đang còn quá sớm.

Chiến tranh đã chấm dứt 48 năm, từ ngày gọi là thống nhất đất nước, nhưng sự thù hận vẫn còn vưởng vất đâu đây.

Vào những ngày cuối, chính phủ Hoa kỳ chỉ di tản được một số nhỏ người Việt nhân viên của họ. Các phi công VNCH và các tàu hải quân VN đã tự tìm đường thoát qua ngả Thái Lan, Phi Luật Tân, phi trường U-TAPAO hay đáp trên Hạm Đội thứ 7 của Hoa Kỳ đã chờ sẵn ngoài khơi Vũng Tàu. Mục đích của họ chỉ cứu được từng ấy để tránh sự trả thù của "*bên thắng cuộc*". Lấy lại được một số vũ khí đã viện trợ cho miền Nam khỏi lọt vào tay đối phương. Qua đến đảo Guam và trước khi làm thủ tục vào đất liền của Hoa kỳ, vỏn vẹn hơn một trăm ngàn người Việt và khoảng 900 người Cam Bốt di tản trước đó được đưa đến trại lính Thủy quân Lục chiến Camp Pendleton đầu tiên và sau đó mở thêm các trại tị nạn khác để làm thủ tục nhập cư.

Hoa kỳ rút khỏi A phú Hãn (Afghanistan) năm 2021, cũng chỉ một số nhỏ người dân vượt thoát. Số bị ở lại dĩ nhiên không tránh khỏi sự trả thù của phe thắng. Lịch sử lập lại vì người ta muốn như vậy. Nội chiến ở xứ nầy bắt đầu từ ngày 7 tháng 10 năm 2001 vì vụ 9/11 tại Mỹ đi tìm kẻ gây ra khủng bố và chấm dứt vào ngày 30 tháng 8 năm 2021, cũng gần 20 năm.

Riêng Việt Nam, ngoài những người sống sót bị đi học tập cải tạo, những người chết cũng không tránh khỏi sự trả thù. Các nghĩa trang của người lính VNCH bị xóa sổ, họ chỉ tôn trọng những người lính đã chết vì chiến tranh của phe họ gọi là liệt sĩ, nhưng phe kia dù chết vẫn là *kẻ thù*. Nhìn vào cuộc nội chiến của Hoa kỳ, sau khi chấm dứt, phe thắng miền Bắc đã tôn trọng những người còn sống hay đã chết của miền Nam. Sự trả thù không còn là câu trả lời trong thời *hậu chiến tranh*. Nước Việt Nam không được như vậy, bao nhiêu người đã chết trong các trại tập trung vì sự trả thù? Bao nhiêu người ở lại bị chà đạp danh dự và nhân phẩm? Bao nhiêu người đã chết trên đường tìm *tự do*? Bao nhiêu ngôi mộ của những người đã chết trước 1975 bị trả thù? Dù không ai muốn nhắc đến nhưng vẫn phải trả lại sự thật cho lịch sử. Nửa thế kỷ, sự hận thù vẫn còn và lịch sử bị bóp méo thì có lẽ còn lâu lắm mới có được thanh bình.

Phạm nhiều lỗi lầm sau khi chiếm miền Nam, trong đó có sự quan liêu của giới cầm quyền, để thất thoát "*chất xám*" cả trong và ngoài nước, không biết sử dụng nhân tài, kỳ thị phe thua cuộc, đã đưa đến sự "*tham quyền cố vị*", tham nhũng và độc tài, đảng trị có thể đưa tới nguy cơ mất gốc, mất nước.

Trước khi bị Cộng Sản xử tử ngày 14 tháng 8 năm 1975 tại Cần Thơ, lời nói hào hùng cuối cùng của một cựu Thiếu sinh quân, Đại tá Hồ Ngọc Cẩn bắt đầu như sau: *"Nếu tôi thắng trong cuộc chiến, tôi sẽ không kết án các anh như các anh kết án tôi. Tôi cũng không làm nhục các anh như các anh làm nhục tôi. Tôi cũng không hỏi các anh câu mà các anh hỏi tôi. Tôi chiến đấu cho tự do của người dân..."*.

Không chú trọng đến môn Sử và có thể bỏ, chỉ vài chục năm sau, các thế hệ kế tiếp không còn biết nước Việt có 18 đời vua Hùng Vương hay nước Việt Nam thuộc một tỉnh của Trung Hoa? Âm mưu thâm độc của ai đây. Cố GS Lâm Tài và Châu Tăng trong khi dạy môn Quốc văn tại Quốc Học đã dạy chúng tôi rằng: "*Làm văn hóa sai thì các anh sẽ hại cả thế hệ*". Ngày hôm nay hệ lụy đó có thể đến, do nhiều người chủ ý làm văn hóa sai và ngày mai sẽ không còn tiếng Việt hay nước Việt Nam đúng với câu *"Tiếng Việt còn thì người Việt còn"*.

Bài hát phản chiến của TCS (vẫn bị cấm hát tại Việt Nam chỉ vì câu đầu tiên của nó):

"Một ngàn năm đô hộ giặc Tầu, một trăm năm đô hộ giặc Tây, hai mươi năm nội chiến từng ngày...Gia tài của Mẹ để lại cho con là nước Việt buồn..."

CHƯƠNG II

THỜI THƠ ẤU 1953-1963
VÀ THỜI TRUNG HỌC Ở HUẾ 1963-1973

THỜI THƠ ẤU – 1953-1963

Sinh trưởng tại nhà riêng ở đường Tôn Nhơn, Thành Nội Huế thuộc phường Thái Trạch, có Bà Mụ (*midwife*) đến nhà giúp Mạ tôi, chứ không phải lên nhà thương để sinh (*chúng tôi gọi bố là Thầy, Mẹ là Mạ*). Mạ tôi kể lại sau đó là trận lụt kinh hoàng năm Quý Tỵ, nước sông Hương tràn vào thành nội trong đó có nhà tôi, phải lấy bàn ghế để leo lên. Trước khi sinh tôi ra, có ông thầy bói trong làng bảo với mẹ tôi, bà sẽ sinh quý tử, nhất định sẽ là con trai và phải có một cái tật nhỏ, ông phán: *"có tật có tài, sau nầy tiếng tăm lừng lẫy nước ngoài"*, thế nhưng lúc tôi ra đời, mẹ tôi không thấy có tật gì cả, chỉ thấy con mắt trái nhỏ hơn mắt phải tí xíu, nhìn kỹ mới thấy được, nên bà cũng hơi lo, không biết ông thầy bói có đúng không. Bà cũng kể rằng Thầy tôi nói *"thằng bé nầy có mấy ngón tay dài, bàn tay rất đẹp, có khiếu về mỹ thuật, sau nầy cho nó học về Kiến Trúc"*. Câu nói đã ảnh hưởng đến việc chọn ngành học của tôi sau nầy.

Chỉ một năm sau, Thầy tôi, Tiểu đoàn trưởng Tiểu đoàn 255 [1] lúc đưa đoàn công voa từ Huế ra Quảng Trị (nơi đóng quân của ông) sau khi ăn Tết Giáp Ngọ (1954) ở nhà, ngày 24 tháng 2 năm 1954 đi theo quốc lộ 1, đã bị Việt Minh (VM) phục kích và giết

[1] *Theo Tờ Trình (Biên bản) của Tiểu đoàn 255, KBC 4.070 ngày 2 tháng 3 năm 1954 thì có nhiều nghi vấn trong cái chết oan khiên của Thầy tôi. Chiếc xe Dodge 4x4 bị hư và tài xế bị bệnh lúc xe đã rời Huế, đến An Lỗ chờ theo đoàn xe 11 chiếc có cả xe cứu thương, thiết giáp hộ tống rời An Lỗ lúc 3:30 chiều. Nếu tài xế bị bệnh, xe bị hư thì trước đó lẽ ra phải ở lại Huế hay An Lỗ thay vì theo đoàn xe để rồi đến gần điểm hẹn với phía bên kia đã chuẩn bị, phục kích, sẵn sàng tấn công với mục đích để giết Thầy tôi và cướp đi số tư trang mà chắc chắn phải có nội gián sắp đặt từ trước. Ông được truy tặng Bảo Quốc Huân Chương Đệ Ngũ Đẳng nhưng không thấy ai điều tra chi tiết về cái chết của vị Tiểu Đoàn Trưởng Tiểu đoàn 255 cả.*

Bốn chữ *Quốc Gia Lão Tướng* trên ADBT. *Lúc chiếm Huế tháng 3 năm 1975, VC đã trả thù bằng cách chà đạp và xé nát bảng Bảo Quốc Huân Chương treo trên tường, di ảnh trên bàn thờ mặc quân phục của Thầy tôi và các huy chương. Huy chương Anh Dũng Bội Tinh (ADBT) bên trái bị hư hại. Tôi đã sưu tầm lại BQHC đệ ngũ đẳng (hình giữa có bốn chữ Tổ Quốc Tri Ân).*

tại khoảng cây số 17 (Phò Trạch) (sau nầy 1972 là Đại Lộ Kinh Hoàng), con đường vắng, người tài xế xe 4x4 bị cảm sốt (*có thể bị đầu độc bởi phe bên kia, có nội gián và đã có mục đích trước*), ông cho đoàn *công voa* (convoy) đi trước, bảo tài xế xe Jeep của mình tiếp tục còn ông thì lái chiếc Dodge chạy sau. Sau khi chạy được một đoạn, Việt Minh đã phục kích trước hai bên đường nã pháo vào chiếc xe Jeep vì nghĩ rằng ông ngồi trên đó. Thấy chiếc Jeep của mình bị cháy với hai người tài xế phía trước, ông dọt ga lách qua để chạy vì chiếc Jeep đã cản trên Quốc lộ, không may hai bên là các rãnh dốc thoát nước nên xe ông đã bị vấp phải gò đất và tắt máy. Ông ra khỏi xe, bỏ chạy, nhưng VM đã bắn theo, bị trọng thương. Phải hơn ba ngày sau quân đội mới đưa quân vào để lấy xác ra. Tuy ông đã được thăng chức Thiếu tá trước đó ba ngày nhưng lúc mất ông vẫn còn mang lon Đại Úy. Trước đó, người em ruột của ông là chú Hoàng Đại Hải lại tập kết ra Bắc.

Điều càng xui xẻo cho Mạ tôi là trước khi đi, ông đã lấy nơi bà tất cả tiền để dành mua vật liệu xây cất cho căn nhà mới mà ông đã thuê Kiến trúc sư thiết kế, trong đó mỗi đứa con có từng phòng riêng biệt, một điều hiếm có vào thời đó.

Mất gần hết tài sản và chồng, Mạ tôi gần như không còn sức sống, nhưng với một ý chí mãnh liệt nơi bà, vì 4 đứa con thơ, con út gần đầy năm đã vực dậy trong đau khổ, tiếp tục lo cho gia đình, sau đó một năm, ông nội tôi cùng sống với gia đình cũng mất đi, thì Mạ tôi quyết định bán căn nhà ở Thành Nội và dọn về An Cựu để xây căn nhà trên miếng đất đã mua trước đó (1958), nghĩ rằng căn nhà đường Tôn Nhơn xui xẻo.

Hình gia đình tôi chụp khoảng mùa Thu năm 1953. Mạ ngồi ẵm tôi, chị Gái đứng bên trái, sau lưng từ bên phải qua là anh Châu và anh Lập. Di ảnh Thầy tôi.

THỜI TIỂU HỌC 1958-1965

Ở nhà An Cựu, tôi được đi học ở trường tiểu học Ngự Bình, nằm dưới chân núi nhưng chỉ sau một năm, một vài bạn trong lớp uy hiếp, chọc ghẹo (bully) khi đi học, nên tôi được Mạ tôi chuyển xuống học trường Tiểu học An Cựu. Từ nhà tôi đi đến hai trường có khoảng cách gần bằng nhau. Trường An Cựu, mặt trước nhìn ra dòng sông (*nắng đục mưa trong*) gồm từ lớp Năm (lớp 1) cho đến lớp Nhất (lớp 5) bây giờ. Nam nữ học chung nhưng ngồi hai bên khác nhau. Tôi chỉ học trung bình cho đến lớp ba thì nhớ có ông thầy, cô con gái không biết bị bệnh gì cứ hay bị ngất xỉu (seizure) khi đang học, cả lớp phải ngưng vì thầy phải ẵm cô con xoa bóp hay quạt vài cái, khi cô bé hồi tỉnh, cả lớp học tiếp. Tôi thuộc loại viết chữ đều và đẹp nên được Thầy Cô cho lên viết bảng để cả lớp chép lại, riêng chính tả (cô giáo đọc cho cả lớp viết), thì kéo thêm cái màn xanh đậm trước đó che bảng lại cho cả lớp không thấy, chỉ mở ra sau khi đã viết xong. Chính tả của tôi rất khá, it khi sai dấu hỏi ngã nên lúc nào cũng được 10 điểm, các bạn ở dưới viết sai thì nhìn lên bảng để sửa khi cô giáo đã đọc xong và kéo màn ra.

Điều đáng nhớ của lớp nhì niên khóa 1963-1964, cô giáo rất cưng tôi, trong tập vở luôn là những lời khen hiếm có. Còn nhớ năm đó cô có bầu, cô hay mặc thêm chiếc áo khoác màu trắng bên ngoài mà nhiều người hay gọi đùa là *"chiếc áo đình chiến"*. Khi cô có bầu em nầy thì vào lớp thường hay mệt, có khi gục đầu lên bàn phút chốc. Cô đưa bài cho tôi viết trên bảng đen và cả lớp im lặng chép theo. Vì viết trên bảng nên tôi phải đưa tập vở của tôi cho hai cô bé ngồi dãy bên trái chép dùm, một cô có cái tên dài hoàng tộc Công Tằng Tôn Nữ Đoan Trinh, nhà ở kế bên nhà cô giáo gần trường, cô bé thứ nhì thì nhỏ con hơn có cái tên Võ thị Kim Phụng là hai người được nhờ viết bài. Trong tập vở của tôi mỗi ngày, tôi vẽ thêm ở dưới phong cảnh, cây dừa, cây mai hay mấy căn nhà và thường được cô giáo khen là đẹp. Được viết bảng là một vinh dự và có cái lợi, viết xong thì nhớ bài luôn, hơn là ngồi dưới chép trong tập vở.

Cô giáo tôi có cái tên thật đẹp: Mỹ Kỳ, chồng cô người Tôn Thất và thầy dạy anh tôi tại trường trung học Nguyễn Tri Phương với môn Vạn Vật. Học với cô, tháng nào tôi cũng có bảng danh dự *(ban khen dành cho 5 học sinh đứng đầu lớp)*. Thầy và Cô hiện đã về hưu và định cư tại Centreville, Virginia cùng với các con đã thành công và các cháu sau khi cả hai đã làm về ngân hàng với chính phủ Hoa kỳ một thời gian dài.

Lên đến lớp Nhất, có hai lớp A và B, tôi học với cô Chương, cô tự viết trên bảng đen nên tôi không còn cái cơ hội viết cho các bạn trong lớp, nhưng nhờ vậy không còn nhờ Đoan Trinh hay Kim Phụng chép dùm. Chỉ nhớ Cô Chương rất khó tính, khi gặp lại cô Mỹ Kỳ ở Virginia, tôi có hỏi sao hồi đó, cô ấy khó tính với mấy học trò nhỏ như vậy thì Cô bảo, tại cô ấy lúc đó đang còn độc thân, chưa chồng trong lúc các cô giáo khác trong trường đã lập gia đình.

THỜI TRUNG HỌC
TRƯỜNG QUỐC HỌC 1965-1973

Cuối năm lớp Nhất, một số học sinh nộp đơn thi vô trường công lớp đệ thất (lớp 6). Tại Huế lúc bấy giờ bên hữu ngạn (phía Nam của thành phố chia cắt bởi sông Hương). Người ta chia thành phố làm hai phần cho dễ biết. Nếu đứng từ phía Tây (Kim Long hay cầu Bạch Hổ), từ nguồn nhìn ra biển đông hướng Thuận An thì phía tay trái của sông Hương tả ngạn, phía tay phải gọi là hữu ngạn.

Bên hữu ngạn có các trường công lập (học không phải trả tiền nhưng phải thi vào theo thể chế chọn lựa thi tuyển hằng năm *(quota program)*. Trường Quốc Học (National Academy) (lớp 6-12), mỗi năm chọn 200 nam học sinh thi tuyển điểm cao nhất trong số thí sinh. Năm 1965 số thí sinh dự thi là 2000 và được chọn 200. Trường Nguyễn tri Phương (lớp 6-9), số được chọn ít hơn vì trường nhỏ. Nữ sinh thì thi vào đệ thất Đồng Khánh, trường nữ duy nhất phía hữu ngạn. Sau nầy có thêm trường Kiểu Mẫu là trường Công. Còn lại các trường trung học tư thục học phải trả tiền là Bán Công (Hưng Đạo), Bình Linh (Pellerin) và Thiên Hữu (Providence).

Bức hình gia đình chụp khoảng năm 1963 trước nhà riêng ở An Cựu, Huế: từ bên trái qua: anh Châu, Hòa, Mạ tôi, anh Lập, chị Gái và anh Báng (anh em cô cậu, mất năm 2022). Chiến tranh và biến cố 1975, phần nhiều hình ảnh gia đình đã mất hoặc bị thiêu hủy.

Phía tả ngạn thì các trường công lập như Hàm Nghi, Nữ trung học Thành Nội, tư thục thì có Nguyễn Du, Bồ Đề. Không có nhiều lựa chọn cho học sinh ở Huế, nếu thi rớt vào các trường công lập, hoặc về nhà làm ruộng, làm thợ, hay gia đình có lợi tức thì học các trường tư thục rồi có cơ hội thi tuyển vào trường công sau khi họ có chỗ nhận thêm học sinh hằng năm.

Số học sinh được chọn có giới hạn, thi hỏng vào đệ thất lúc đó (hay được gọi dưới cái tên thi *Càng Cua*, có lẽ dùng tiếng Pháp (*Concourse*) thì tương lai mù mịt. Vô đệ thất trường công, không phải trả học phí, chi phí cho việc học không nhiều là ước muốn của nhiều học sinh và gia đình nhưng cũng không dễ. Năm đó tôi đậu hạng thứ 100 trên 200 học sinh được tuyển chọn, đề thi gồm các môn học như Toán, Luận văn và Thường thức (khoa học).

Đề bài luận văn năm đó như sau: *"Em hãy tả lại một giấc mơ của em"*. Tôi cứ nghĩ chắc là một câu ngạn ngữ nào đây, như năm trước đó thì bài thi là giải thích câu: *"Tốt gỗ hơn tốt nước sơn, xấu người đẹp nết còn hơn đẹp người",* ai dè tả giấc mơ. Nhờ có đọc sách, đề tài tự do nên thêm mắm thêm muối cho giấc mơ: *Tôi tả tôi nằm mơ thấy thi đậu…*, có lẽ người ra bài thi muốn thử sức tưởng tượng của mấy đứa bé 11-12 tuổi, mà với tuổi đó, ngủ một lèo, có nằm mơ thì sáng dậy ra chỉ ướt quần chứ có nhớ gì đâu!. Thi về, anh Tín (anh là giáo sư) hỏi bài thi, tôi kể lại thì anh nói chắc thế nào em cũng đậu vì theo anh, *tả nằm mơ* như vậy là trúng tủ đề thi rồi.

Mừng vì thi đậu xong, phải lo làm sao để đi học. Tiểu học, tôi chỉ đi bộ mỗi ngày qua cầu An Cựu quẹo phải, đi ngang chợ phải bịt mũi vì mùi tanh tưởi của tôm cá, sau đó là đến trường, bây giờ phải đi xe đạp, qua nghẹo dàn xay, qua cầu An Cựu là đến Miễu đại càng, rẽ trái theo đường Nguyễn Huệ cho đến Bến Ngự thì rẽ phải là đến trường. Ngôi trường nổi tiếng tại Huế chỉ dành cho Nam sinh mà phần đông sau khi ra trường thành công vì sỉ số đậu Tú Tài rất cao so với học sinh các trường trung học tư thục. Vào Đệ Thất (lớp 6), tôi chọn sinh ngữ chính Pháp văn nên được cho vào lớp thất 1 học ngay dãy lớp một tầng nhìn qua trường Nữ

Đồng Khánh, (*Ban Giám hiệu trường cho lớp nhỏ học phía nầy vì chưa biết quậy như các lớp cao hơn*).

BIẾN CỐ MẬU THÂN 1968
(The Tết Offensive)

Niên khóa 1967-1968 tôi đang học lớp đệ ngũ (lớp 8) trường Quốc Học (QH). Gần cuối năm Đinh Mùi, lớp nào cũng tổ chức tất niên nhỏ rồi ai về nhà nấy lo ăn Tết. Gần Tết, Mạ tôi làm đủ các loại bánh mứt, nào mứt gừng, hạt sen, dừa... rồi bánh hạt sen làm bằng đậu quyên, vo tròn thành từng viên nhỏ, gói trong giấy bóng đủ màu sặc sỡ, có khi là giấy trong, có khi là giấy đục, hai đầu cắt thành tua. Bà cũng làm các loại dưa món, hình các loài hoa được cắt tỉa từ đu đủ, cà rốt hay củ cải, phơi khô, teo lại trong cái mủng nhỏ, nhưng khi bỏ vào chai, với nước mắm thì nó nở ra trông đẹp mắt, sau hăm ba tháng chạp cúng ông Táo chầu trời, Mạ tôi chuẩn bị cho các loại bánh, bánh in đậu xanh, bánh thuẩn, bánh nếp, rồi bánh chưng và bánh tét thường được nấu qua đêm trong một cái vung to.

Năm nay Mạ tôi làm đủ thứ đồ ăn ngon vì anh Châu vừa xong huấn luyện phi công tại Mỹ về, và anh chọn nhiệm sở tại phi trường Đà nẵng cho gần nhà, anh Lập thì đang học tại Sài Gòn, sau khi ra Huế ăn Tết, sẽ về lại Sài Gòn và mồng 7 Tết thì đi du học Hoa kỳ qua học bổng USAID. Chị tôi vừa xong Sư phạm tại Quy Nhơn cũng về, trước khi nhận nhiệm sở tại Quảng Ngãi, thế là cả nhà đầy đủ, anh Tín bà con, anh Luyện con bà O cũng sẽ ghé ăn Tết. Cả nhà rộn rịp hẳn lên hơn các năm trước vì trừ tôi ra, các con ở xa nhà về ăn Tết nên Mạ tôi trông vui vẻ hơn mọi năm.

Ngày 28, cả nhà dẫn nhau đi chợ Tết, đây là một công viên trước đường Trần Hưng Đạo, tả ngạn sông Hương, khu công viên bên trái cầu trường tiền mà người ta đã dẹp ra để bày dưa, bánh mứt và nhất là các loại hoa nở thật đẹp, chợ *"Bông"* năm nay đông đúc nhộn nhịp khác thường, thành phố Huế nhỏ, hầu như người ta biết nhau khá nhiều, nhưng năm nay thấy thật nhiều người lạ, anh Châu mới ở Mỹ về, người trắng bóc, giọng nói còn ngọng nghịu, những người khác thì da hơi ngăm đen, có ai ngờ phần nhiều đặc công đã trà trộn vào Huế sẵn sàng cho cái mà họ gọi là Tổng công kích vào cái giờ trọng đại nhất của các gia đình đang vui vầy sum họp mà trước đó hai bên đã đồng ý ký kết ngưng bắn cho ba ngày Tết.

Tối 28 hay 29 Tết thì nhà láng giềng bên cạnh thấy có nhiều người ra vào, hỏi ra mới biết là thân phụ của chị Nhã Ca vừa từ trần, căn nhà đó kế bên nhà tôi về hướng Bắc hướng chùa Nam An nên từ nhà tôi chỉ thấy phía sau lưng nhà chị, còn những căn nhà khác thì con cháu về ăn Tết nên cũng nhộn nhịp khác thường, xe gắn máy Honda chạy nhộn nhịp trên quốc lộ 1 trước nhà chúng tôi.

Tối 30 Tết, sau khi cúng mời ông bà xong, cả nhà ăn uống. Sau khi Mạ, chị tôi đã dọn dẹp xong là chơi bài, tuy học đệ ngũ nhưng là nhỏ nhất trong nhà, về thể xác tôi cũng nhỏ con, nên chiếu bài đã đông thì con nít chỉ được thèm ngồi nhìn người khác chơi, vả lại chưa là đầu năm nên chưa được lì xì để có tiền xài. Giao thừa đến, tiếng pháo nổ rang nhưng kỳ lạ thay, cũng có tiếng súng đại liên, từ hai cơ quan quân sự ở gần nhà là đồn vận tải Lê Lợi phía Nam và đồn Tràng Bia phía Bắc, xen lẫn với những tiếng nổ ì ầm lớn từ xa vọng lại, điện cúp cho người ta biết những tiếng nổ kia không còn là tiếng vui mừng của pháo nữa…Anh Luyện xin về nhà tại An Lăng bằng chiếc Honda SS50 mầu đỏ, còn lại gia đình chúng tôi ráng lên giường đi ngủ vì lúc đó đâu có thể biết tin tức gì, trong nhà lều thì Mạ tôi có cho làm một căn hầm, nửa dưới đất nửa trên được lấp bằng bao cát để tránh pháo kích.

Sáng mồng một, từ sớm, mọi người ra trước sân xem ngóng cũng không thấy gì nhưng quốc lộ 1 thì vắng hoe không xe cộ hay người qua lại mà đúng ra ngày Tết phải là nhộn nhịp. Quyết định của Mạ và anh tôi là cả nhà chạy về hướng Bắc cho gần thành phố vì cứ nghĩ nếu VC chiếm thì họ phải đi vào từ bên ngoài, phía Nam từ Dạ Lê. Anh tôi chở Mạ tôi trên chiếc *Suzuki* màu đen với cái vali áo quần *Samsonite* mới mang từ Mỹ về, tụi tôi chạy theo sau. Ra đến cầu An Cựu, thì cầu chưa sập nhưng đã bị hư nặng, có nhiều lỗ thủng giữa cầu, xe lớn không thể qua được, chỉ có thể xe hai bánh hay đi bộ mà thôi. Đến Miễu đại càng, thấy ai cũng quẹo trái đi về hướng Nhà thờ Dòng Chúa Cứu thế nằm trên đường Nguyễn Huệ, con đường nầy tôi vẫn đạp xe đi học mỗi ngày, chỉ cách Miễu đại càng một đoạn ngắn về phía Tây, còn hai hướng khác, một đi ngang Đồng đường ngang, một đi về hướng cầu số 7 qua ngã sân vận động, cả hai hướng đó không có nơi trú ẩn, có lẽ lý do đó mọi người hướng về nhà thờ, đâu biết nếu đi thẳng thì cầu Tràng tiền đã bị gẫy một nhịp, không qua tả ngạn được, nhưng trường trung học Kiểu Mẫu bên hữu ngạn thì dân tị nạn đã đến chiếm cứ từ đêm trước. Phần nhiều dân đến từ hướng Phú Vang.

Trong thâm tâm mọi người lúc đó, tìm nơi trú ẩn phải là những tòa nhà xây kiên cố, vừa tránh đạn, vừa tránh pháo kích, nơi thờ phượng tín ngưỡng thì có lẽ an toàn, các phe tránh tấn công. Dòng Chúa Cứu Thế ở Huế hội đủ các điều kiện nầy nên người dân tìm đến tị nạn khá đông [2].

Không vào nhà thờ từ cổng chính mà chúng tôi lại vào cổng Đệ tử viện (ĐTV) phía đường Nguyễn Huệ, xéo trước nhà in Sao Mai và trường Thiên Hữu. Khu vực nầy sinh hoạt của Thiên chúa giáo và gia đình tôi theo đạo Phật không sành sỏi cho lắm, chỉ biết khi sinh hoạt hướng đạo và sưu tầm tem thư, tôi hay ghé nhà in Sao Mai hay trung tâm *Xavier* kế bên nhà thờ, hay bạn bè học tại Thiên hữu nhưng cùng đi học Hội Việt Mỹ buổi tối tại Quốc Học.

Vào cổng bên, sau khi anh tôi dựng chiếc Suzuki bức tường sau của ĐTV, thấy rất nhiều người đã ngồi hay nằm trong hành lang, hành lang khá rộng đủ chỗ cho những người tị nạn ngồi hai bên có tường và cửa sổ, giữa chừa đủ rộng để mọi người qua lại. Mạ tôi đang loay hoay tìm chỗ với đống đồ đạc, thì có 1 người đàn

---

[2] *Tết Mậu Thân ở Huế đã được nữ văn sĩ Nhã Ca viết lại khi chị về chịu tang thân phụ là bác Phú mất trước đó mấy ngày, nhà chị ở ngay sát nhà tôi và cũng như gia đình tôi, chạy tị nạn tại Dòng Chúa Cứu Thế sau ngày đầu năm và chứng kiến những cảnh tang thương xảy ra tại đây vào những ngày nầy. Cuốn sách đã bị chính phủ Cộng Sản lên án sau tháng tư 1975. Xin tìm đọc "Giải khăn sô cho Huế" tiếng Việt và ấn bản tiếng Anh của Olga Dror: "Mourning Headband for Hue" để hiểu rõ hơn chính sách tàn bạo và độc ác của Cộng Sản đối xử với dân Huế nói riêng và người Việt miền Nam nói chung. Chuyện thật và người thật do một nhà văn nổi tiếng kể lại sẽ đầy đủ và chi tiết hơn cho những ai muốn tìm hiểu.*

ông mặc áo thụng đen, cổ viền màu trắng, người ông quắc thước, tôi để ý ông có đôi mắt sáng và nghiêm nghị khi tôi nhìn thẳng vào ông. Ông chỉ cái *vali Samsonite* mới toanh, còn cả cái *tag* tên họ của anh tôi, bảo để Cha cất nó trong phòng cho, rồi ông xách cái vali đi đến cuối hành lang. Sau nầy khi Mạ tôi trở lại vào tháng hai để nhận lại cái vali mà đồ đạc đều còn nguyên vẹn, mới biết đó là đức Tổng Giám mục Nguyễn Kim Điền, người mà VC đã bức tử sau biến cố 1975, lúc đó ông là Tổng Giám mục địa phận Huế. Không biết lúc ông cất dùm cái vali trong phòng của ông có biết chúng tôi là Phật tử hay không, nhưng hành động nầy đã để lại cho chúng tôi những ấn tượng tốt không quên với Ngài.

Mọi người tị nạn trong ĐTV khá đông, ở dọc theo hành lang, chúng tôi cũng không biết trong khu nhà thờ chính, người ta đã cũng đầy hết rồi, gia đình chúng tôi chỉ có 5 người lúc đó, Mạ tôi, hai anh và bà chị tôi, cho đến khoảng mồng 10 Tết, 10 giờ sáng, một người chạy từ ngoài vào, hớt ha hớt hải, vừa chạy vừa la: "*VC, Tụi nó đến, chạy, chạy...đi bà con ơi*", ông chạy theo dọc hành lang và biến mất, hai ông anh tôi cũng chạy theo. Khoảng mấy phút sau, một tên VC còn trẻ mang AK vào lùa hết mọi người ra, chỉ đi theo hàng một, ra sân sau của ĐTV, tôi thấy khá nhiều người đã bị lùa ra ở đây, số đàn ông bị trói tay bằng dây điện ngồi bên kia hàng rào, đàn bà và con nít thì được hướng dẫn qua phía đối diện. Mạ tôi nắm chặt tay tôi như sợ bọn chúng có thể tách tôi ra, chị tôi theo sau, cả ba cùng theo những người đi trước, hai bên là những tên VC, súng đạn đầy mình mặt còn non choẹt, tôi nghĩ là du kích nằm vùng vì thấy có một tên ở gần đường rầy xe lửa, nhờ cái thân nhỏ con, hay nhờ ai che mặt dùm mà tôi thoát chết. Mấy tiếng đồng hồ sau, khi đã lùa hết những người bên kia hàng rào, chúng cho đám đàn bà con nít vào lại trong nhà thờ mà quang cảnh không còn như hồi sáng, hành lang bây giờ trống trải, đồ đạc vất lung tung, tuy Mạ tôi không nói nhưng tôi biết bà đang lo cho hai đứa con trai không biết bây giờ ở đâu, cả nhà đã lạc nhau. Tối đến, anh Lập tôi trở về, trên khuôn mặt vẫn còn nét hãi hùng, anh kể một nhóm nhỏ chạy vào trốn trong nhà in Sao Mai bên cạnh, khi bọn VC vào kêu ra, có mấy người đi ra, bị bắt đi nhưng anh vẫn trốn cho đến tối mới dám trở về lại ĐTV.

Thấy tình hình rối loạn, không biết bọn chúng sẽ trở lại lúc nào, nơi thờ phượng cũng không được yên, Mạ tôi quyết định cả nhà còn lại băng theo quốc lộ 1, qua đồng đường ngang, quá khách sạn Thuận Hóa (MACV), ra trường Kiểu Mẫu. Tại đây, đã có khá đông người tị nạn nhưng bọn VC đã không đến bắt người nên tương đối còn trật tự. Hai ngày sau, người anh cả xuất hiện, anh bảo lúc chúng vào nhà thờ, anh và mấy người nữa chạy về hướng cầu An Cựu thì gặp một nhóm VC bảo mấy anh chạy đi đâu? Buột miệng anh la lên "*Mỹ, tụi Mỹ sau đó nhiều lắm*" nên bọn nó cho đi tiếp về Nghẹo dàn xay mà thật sự là bọn VC bắt người chứ có Mỹ nào lúc đó, nếu mở miệng nói VC là tiêu hết cả đám, chắc có người khuất mặt nào nói dùm anh lúc đó, về đến nhà không có ai, anh ghé nhà anh Luyến thì cũng thấy bất ổn nên hôm sau lò dò ra lại nhà thờ, không còn thấy gia đình ở đó, anh ra tiếp trường Kiểu Mẫu thì gặp lại. Chúng tôi ở lại đây cho đến khoảng 21 tháng giêng thì anh cả tôi ra trước công viên và gặp lại những người trong phi đoàn 213 của anh từ Đà nẵng đáp H-34 trước Tòa Khâm, anh gởi anh Lập tôi vào Sài Gòn vì biết đã trễ ngày du học. May vì biến cố cũng xảy ra tại Sài Gòn nên Nha du học đã cho dời lại ngày đi Mỹ sau đó.

Mạ tôi yên tâm nên cả nhà về lại, bà khám phá những lính Mỹ đã vào ở trong nhà trước đó, họ không xài được cái cầu tiêu ngồi chồm hổm, nên trong mấy thùng đậu xanh và gạo Mạ tôi cất đều bị "*bỏ bom Mỹ*", đành phải dụt đi hết, thật tiếc.

Bà láng giềng đằng trước tên O Đĩu, có người con trai độc nhất tên anh Huế, mới đi cảnh sát dã chiến bị bắt mất tích, sau nầy không kiếm ra xác. Ở khúc nghẹo thì có anh Tốn cũng cảnh sát dã chiến, lúc chúng vào bắt thì anh Tốn trốn trên mái nhà, chúng bảo không có thì bắt hai người em trai và người bạn đi thế, lên đến đường rầy xe lửa thì anh Tốn chạy theo để đổi mạng cho 3 người, chúng bắt đi mất tích, không kiếm ra xác. Còn anh Điều, con trai người cô tôi vừa xong Sư phạm Qui nhơn trốn dưới hầm nhà bà chị ruột gần đường rầy xe lửa, khi lính Mỹ vào giải tỏa, anh nói được tiếng Anh, đưa giấy tờ ra nên lính Mỹ cho đi theo, ra đến gần

Miễu đại càng, Cộng Sản bắn ra vì nghi là chỉ điểm đi theo lính Mỹ, anh và một người Việt nam nữa chết giữa hai lằn đạn, người ta lấp xác tạm trước cổng chùa.

Suốt tháng trời ăn đồ hộp bánh mì cũ, lại không tắm rửa, cả người tôi bắt đầu mọc ghẻ, lúc đi học lại, lớp học người còn kẻ mất, hai giáo sư bị bắt mất tích, một HĐS đội Sấu bị pháo kích chết. Lớp học trở lại nhưng không còn như xưa, những tuần kế tiếp các mồ chôn tập thể lần lượt được khám phá, Bãi dâu, Phú thứ…Khe đá mài…những đám tang tập thể được cử hành đi ngang đường Lê Lợi, những tiếng khóc vang lên quyện lẫn với mùi hương trầm… mỗi lần đám tang tập thể đi ngang là trường cho học sinh ra sắp hai hàng trước cổng chính để chào và tiễn biệt những nạn nhân xấu số, trường nữ ĐK cũng làm như vậy nên dọc đường Lê Lợi dưới các cây Phượng vỹ là đám học sinh quần xanh áo trắng, bên ĐK áo dài trắng đứng nghiêm chỉnh tiễn đưa lần cuối các nạn nhân vô tội.

Ai là người can đảm nhất cũng không khỏi rùng mình, dù lúc đó tôi chỉ mới 14 tuổi, cái tàn nhẫn của người dân vô tội bị giết oan diễn ra, rồi lập lại với mùa Hè 1972 và 1975, dù viết đến bao nhiêu cuốn sách cũng không tả hết được.

Thành phố Huế vốn nhỏ, hầu như mọi người biết nhau, từ tả đến hữu ngạn, xuống đến Gia hội, Phú thứ. Huế sau Tết lẽ ra còn vui chơi cả tháng giêng thì nay ảm đạm một màu tang tóc, cha mẹ khóc con, vợ khóc chồng, con khóc cha mẹ, anh chị em đã bị thảm sát. Trưởng Hướng đạo Gà Hùng Biện Trần Điền [3] dù đã ra nhận là Nghị sĩ cũng không được đối xử hơn những người khác, tại Bến Ngự chúng bắt đi Trưởng Võ thành Minh [4] rồi thủ tiêu. Giáo sư

[3] *Trưởng Hướng Đạo "Gà Hùng Biện" Trần Điền sau ngày Tết Mậu Thân, gia đình ông cũng vào trú trong Dòng Chúa Cứu Thế vì ông ở gần đó và quen thuộc với nhà thờ, ông và hai con trai, Trần Tiễn San (con đầu ở trong binh chủng BĐQ và Trần Tiễn Hà cùng bị bắt vào lúc du kích CS vào lùa hết dân trong nhà thờ ra. Anh San và Hà tự cởi trói và thoát được lúc chúng không để ý. Riêng Trưởng Trần Điền tự nhận là Nghị sĩ của Quốc Hội VNCH và vẫn bị bắt đi. Xác của ông bị chôn sống, được tìm thấy ở Lăng Xá Côn, Quận Hương Thủy, sau khi QLVNCH chiếm lại Huế.*

[4] *Trưởng Hướng Đạo "Hồng Sơn Dã Mã" Võ Thành Minh chính là người căng lều, thổi sáo ở ngoài phòng họp Hội nghị Geneva 1954, mong được hai phái đoàn thương thuyết của QGVN và Việt Minh nhận tiếp kiến. Nhưng chỉ có mấy trưởng HĐ bạn cũ, thuộc phái*

Lê văn Thi (Lý Hóa) và Châu Khắc Túy (Toán) của Quốc Học bị chôn sống. Xóm làng nào cũng có người bị chôn sống, thủ tiêu hay bị bắt đi mất tích mà sau nầy không hề tìm thấy xác.

Trước biến cố ở Huế, nhiều thành phần thiên tả, nay đã sáng mắt trước vụ thảm sát những người vô tội. Một thành phố nhỏ, đã từng là kinh đô của một nước, cái may là quân đội đã chiếm lại sau gần một tháng. Nơi mà tôi đặt cho cái tên *"Thành phố của Địa ngục" (The Hell's City)*. Cái tang chung cho dân tộc Việt và cái tang riêng cho thành phố Huế.

Nay biến cố Mậu thân là 55 năm, gần *lục thập hoa giáp* (60 năm), dù có một số người trong *phe thắng cuộc* cố biện minh cho hành động sai trái của họ hay cố gắng xóa mờ lịch sử chuyện đã xảy ra vì nhân chứng đã ra đi gần hết, giới trẻ tại Huế ít ai biết hay nghe tới việc nầy nhưng đối với tôi, một vết nhơ trong lịch sử không thể xóa mà nên học hỏi để tránh xảy ra lần nữa chuyện giết người vô tội vì thù oán cá nhân. Tôi đã xem chuyện nầy giống như biến cố 9-11 tại Hoa kỳ nhưng khác một điều là những kẻ của 911 trước sau phải đền tội ác của họ, riêng những kẻ gây ra tội ác Mậu thân tại Huế thì vẫn ung dung tránh khỏi luật pháp chỉ vì họ là *kẻ thắng trận*.

Tình hình chính trị tại Hoa Kỳ sau vụ Tết Mậu thân lại càng rối beng, các nhà truyền thông, báo chí thiên tả được dịp đưa tin không đúng sự thật, làm lợi thêm cho phe phản chiến. Tổng thống Lyndon B. Johnson tuyên bố quyết định không ra tái ứng cử vào 31 tháng 3 thì chỉ mấy ngày sau, 4 tháng 4 năm 1968, Mục sư người da đen Dr. Martin Luther King, Jr. bị ám sát chết, đưa tới những ngày bạo loạn trên vài thành phố. Chưa hết, ngày 6 tháng 6 thì ứng cử viên Tổng thống đảng Dân chủ, cựu Tổng trưởng Tư pháp và nghị sĩ tiểu bang New York Robert F. Kennedy bị bắn chết, rồi bạo loạn diễn ra ngay tại hội nghị toàn quốc của đảng

---

đoàn QGVN (Trần Văn Tuyên, Cung Giũ Nguyên) tới thăm mong thuyết phục ông ngưng tuyệt thực, còn ông Tạ Quang Bửu - người kế nhiệm ông giữ trách vụ Tổng Ủy Viên Hội HĐ Trung Kỳ, sau sẽ đại diện cho phía Việt Minh ký hiệp định đình chiến, không thấy động tĩnh (có thể không được phép tiếp xúc). Vài năm sau, ông trở về sống ẩn dật tại nhà thờ cụ Phan ở Huế. Bị bắt hồi Tết Mậu Thân mang ra giam trong rừng; nghe nói vì vượt ngục không thoát, đã bị quản giáo đánh chết. (Theo tài liệu Tr. Nghiêm văn Thạch-Paris Pháp 2007).

dân chủ tại Chicago tháng 8 năm 1968 giữa cảnh sát và người biểu tình đưa đến ứng cử viên Hubert Humphrey cho đảng Dân chủ và đã thua ứng cử viên đảng Cộng Hòa là Richard Nixon trong cuộc bầu cử tháng 11 cùng năm.

Đây là một vụ tàn sát tập thể, chôn sống dân chúng vô tội kể cả các giáo sư người ngoại quốc tại Đại học Y Khoa mà lẽ ra phải đánh thức cả lương tâm của thế giới nhưng tất cả những diễn biến chính trị tại Hoa kỳ đã chiếm hết tin tức của giới truyền thông và biến cố Tết Mậu thân tại Huế và Việt Nam bị quên lãng một cách dễ dàng.

Ước mong sau gần 60 năm, thù hận sẽ không còn, không ai phải nghĩ đến cái tang chung cho đồng bào Huế năm nào của những kẻ gây nên tội ác vì chính họ cũng sẽ chết đi để cho các oan hồn năm nào được yên nghỉ chốn vĩnh hằng. Mong có một lời thú tội, nhận lỗi và trách nhiệm từ những kẻ có quyền hành đã gây ra.

Sau biến cố, một vài bạn trong lớp tự nhiên biến mất, không ai hỏi chi tiết hay lý do tại sao mà sau nầy tôi mới biết, họ xin ra học trường tư để đổi lại năm sinh nhỏ hơn trong học bạ tránh nạn tổng động viên giảm một tuổi bắt buộc nhập ngũ vào năm 1972, sau đó xin vô lại QH. Số 1 thì thêm gạch ngang thành số 4, 52 thì móc thành 55… Làm sao họ đoán biết được trước chuyện nầy thì cũng không ai thắc mắc cho đến bây giờ.

Thi trung học Đíp-Lôm (Diplome) hay bằng Thành chung sau lớp 9 bị hủy bỏ nên các học sinh lên tiếp lớp 10. Mỗi năm có hai kỳ thi sát hạch trong lớp có vị thứ gọi là Đệ Nhất và Đệ Nhị Lục Cá Nguyệt. Học sinh có điểm cao nhất các môn học được giao làm bản chia thứ vị gọi là làm "*sơ-mi*". Ít có học sinh nào đứng đầu hết các môn nên được làm sơ mi là một vinh dự dù môn học ít quan trọng. Môn học quan trọng hay không tùy theo "*hệ số*" của nó, như chọn ban B Toán thì Toán có hệ số 4 (nhân gấp 4 lần số điểm). Hệ số nầy quan trọng vì nếu học sinh nào giỏi môn chính rất có lợi khi đi thi. Học sinh phải chọn một trong 4 ban: (A=Vạn vật, B=Toán, C=Sinh ngữ, D=Hán văn). Từ lớp 10 thì học cả 2 sinh ngữ, Pháp và Anh.

Chương trình học của Quốc Học không dễ vì là trường Nam nổi tiếng tại Huế và các Thầy Cô cũng như Giám thị có tiếng là nghiêm khắc với học sinh. Đồng phục là quần tây màu xanh đậm, áo sơ mi trắng có cổ, huy hiệu thêu tên chỉ xanh mang trên túi áo và lúc nào cũng phải chỉnh tề. Phải mang *săng đan* (sandal) có quai sau hay giày bít, không được mang dép hai quai (gọi là dép Nhật) sẽ bị kỷ luật. Học sinh cũng không được hút thuốc và phải đi học đúng giờ.

Các Giáo sư thường đi vào cổng trước của trường, nhưng học sinh thì ra vào bằng hai cổng bên hông kế tòa Tỉnh trưởng, không có lối vào bên con đường Nguyễn Trường Tộ vì chung với trường Nữ Trung học Đồng khánh (ĐK) để tránh lộn xộn. Hồi trước hai trường vào học và ra về cùng giờ, sau nầy thấy các cô cậu ra khỏi trường là hết sợ ai, trai gái hẹn hò, nên phải cho ĐK bãi trước 15 phút để tránh chuyện các xe cùng lưu thông trên con đường Lê Lợi cùng một lúc. Sau khi *"kẻng"* vào học (QH dùng cái kẻng bằng đồng để báo hiệu và ĐK dùng trống) vì hai trường sát nhau, thì bác cai trường khóa lại các cánh cổng. Bạn nào đi học trễ thì hoặc phải ra về, hoặc ngỗ ngáo hơn thì leo tường vào, nhưng muốn vào lớp nếu đi trễ là chuyện khác vì các Thầy Cô cho điểm danh khi các học sinh đã vào lớp sau khi sắp hàng bên ngoài phòng học, chuyên cần cũng là một kỷ luật của trường được phê vào Học bạ cuối năm.

Từ lúc vào đệ thất, chúng tôi bắt đầu tìm bạn mới để chơi vì các bạn ở tiểu học cùng vào trường rất hiếm, chỉ nhận 200 học sinh chia làm mấy lớp, tôi thấy có 62 học sinh trong lớp tôi lúc đó, chọn sinh ngữ chính Pháp văn.

Các học sinh trong lớp, sau khi qua hai kỳ thi và không bỏ cuộc vì hoàn cảnh gia đình, thì sẽ cùng nhau lên lớp cao hơn, mỗi năm có thêm một vài thành viên mới được nhận vào vì các lý do di chuyển từ các trường công lập trong hay ngoài tỉnh, các vùng không được an ninh vì chiến tranh… hay các lý do chính đáng khác. Mỗi năm mất đi một số bạn cũ, thì cũng có một số mới, cứ thế cho đến cuối năm lớp 11 khi cùng nhau đi thi Tú Tài 1 hay còn gọi là Tú Tài Bán thì các học sinh thi đậu còn lại sẽ cùng nhau lên lớp 12. Sinh ngữ chính Pháp văn ngày càng ít nên dồn lại 2 lớp thành một.

MỐI TÌNH ĐẦU VÀ ÁO DÀI TÍM THUỞ NÀO.

Thời gian nầy, đệ nhị cấp hay từ lớp đệ Tam trở lên, bạn bè hay gặp nhau để học chung hay đi chơi, đến nhà gặp, thăm nhau, hỏi bài… hồi đó chưa có nhà nào có điện thoại, muốn gặp ai thì cứ đến nhà hay hẹn trước cuối tuần. Mấy cô em gái người Huế thì hay mắc cỡ, e thẹn với các bạn của anh mình nên trốn sau nhà chứ ít khi dám ra chường mặt khi bạn anh mình đến chơi. Không dễ tán tỉnh em bạn vì khi đến nhà, gặp bạn thì không gặp được em. Trong một chuyến đến nhà thăm bạn mà bạn lại *vắng nhà* (thật ra đây chỉ là cái cớ để có dịp làm quen sau khi đã để ý đến nhau), bạn không có nhà thì *xáp vô*, liều kiếm cớ quen em gái bạn mình, nhất là nàng nào cũng dân ĐK, có chi xa lạ. Đó cũng là cơ hội ngàn vàng để hỏi chuyện, tán dóc. Nhờ đó tôi quen và vài lần rủ được đi chơi thì trở thành thân mật hơn. Ở Huế, thành phố nhỏ nên hoặc chỉ đi lên Ngự Bình, xuống Vỹ Dạ ăn bánh bèo, ghé chùa Linh Mụ hay xuống Cồn Hến ăn chè, bạo lắm thì vài lần đi coi phim *ciné* ở rạp Tân Tân hay Châu Tinh, đi đâu cũng có người nhìn, người thấy. Nàng hay mặc cái áo dài mầu tím than, quần trắng khi đi chơi, mầu tím của mấy cô gái Huế. Áo dài trắng chỉ để dành khi đi học. Tụi tôi gọi mấy em bên ĐK với cái tên thân thương là "*Con Yêu Bánh Nậm*", viết tắt là CYBN [5].

[5] *Bánh nậm là một loại bánh đặc biệt của người Huế, làm bằng bột gạo và có nhụy (nhân) tôm, thịt heo xay có chút da bằm hay giã nhuyễn, mỏng gói trong lá chuối hay lá dong, ăn với nước mắm ớt, lúc làm bỏ bột và nhân lên trên, xếp lại, vuốt cho thẳng, hấp chín, mở bánh ra có hình chữ nhật, ăn bằng cái thanh tre vuốt mỏng gọi là cái chèo nhọn đầu để chia cái bánh ra thành nhiều mảnh, theo lối của các Vua Chúa thời xưa. Nhiều người không quen ăn lối nầy thì dùng muỗng (thìa) hay đũa gắp lên, hoặc có người ăn mạnh bạo, cuộn tròn cả cái bánh, nhúng vô nước mắm, bỏ vô miệng, nhưng ăn bánh phải ăn từ từ từng miếng vuông nhỏ mới đúng điệu. Không biết có từ bao giờ nhưng cái tiếng lóng dành cho học trò phái nữ* ***Con Yêu Bánh Nậm*** *(CYBN), yêu là yêu tinh, hay còn gọi con tinh, đám con trai chúng tôi ngỗ nghịch gọi mấy người bạn gái hay người mình đang theo đuổi học bên trường nữ tại Huế thời trung học. Danh từ tiếng lóng nầy có lẽ do một nhóm học sinh dùng gọi nhau từ thời trước tôi cho đến 1975. Trong bản nhạc "Một cõi đi về" của nhạc sĩ Trịnh Công Sơn sáng tác khoảng năm 1974 có mấy câu:*
"Mây che trên đầu và nắng trên vai.

Mối tình đầu thật trong sáng, cả hai rất hợp ý nhau, tuy chưa dám hứa hẹn gì. Cái huy hiệu tên trên áo sơ mi trắng (bảng tên) đi học đã bị chị tôi dò hỏi, chị đã thêu cho tôi nhưng khi giặt áo, chị *biết* cái huy hiệu không phải của chị làm, dò hỏi, tôi phải thú thật nên chị là người đầu tiên biết chuyện bí mật nầy[6]. Khi chị tôi trở lại Huế sau tháng 4, 1975, nàng rất thân với chị, hay đến nhà vì cùng trong ngành giáo dục và nhờ đó biết được ông anh cũng đi thoát cùng với tôi vào những giờ phút cuối. Thời đó, chẳng ai dám nghĩ đến chuyện đi xa hơn nếu chưa có công danh, sự nghiệp. *Thượng đế* đã an bài vì nếu tôi ở lại Huế học như các bạn tôi sau lớp 12 hoặc kẹt lại những ngày cuối tháng tư, rồi về lại Huế ở thì chắc cuộc đời đã đổi khác, với cái lý lịch ba đời phải khai ra thì chỉ có đi làm nghề tự do sinh sống, chứ chắc không thể tiếp tục việc học vấn hay đi làm, cũng không ai dám mướn, chỉ có lập gia đình mà người tôi chọn chắc không ai khác hơn nàng.

Một lần, khi tôi và bạn tôi chạy xe Honda ra khỏi nhà thì có một thanh niên trong làng, chặn xe lại đòi hành hung, chắc là cậu ta để ý thấy tôi hay chở CYBN đi chơi nên ganh tị, cũng may hôm đó có bạn tôi nên không có chuyện gì đáng tiếc xảy ra vì xóm làng đó không được an ninh cho lắm nên bạn tôi là con trai tuổi lính phải ở nhà của bà cô trên phố để đi học, riêng cô em thì vẫn ở đó với ông bà Nội. CYBN mà ngày nào tôi thường gọi đùa: "*Tóc mai sợi vắn sợi dài...*" giờ nầy cũng sum vầy bên đàn con cháu [7]. *(Có*

Đôi chân ta đi sông còn ở lại.
Con tinh *yêu thương vô tình chợt gọi.*
Lại thấy trong ta hiện bóng con người".
Nhiều người không phải gốc Huế, hay có ca sĩ không biết nguồn gốc của hai chữ nầy đã đổi lại thành hai chữ con tim, không đúng ý nghĩa cho bài hát.

[6] *Chị tôi khéo về nấu ăn, làm bánh, đan len và thêu thùa, rất giỏi về môn nữ công gia chánh học từ trường nữ Đồng Khánh, mấy cái áo sơ mi đi học của tôi, chị đều thêu tên màu chỉ xanh trên một miếng vải rồi may lên hằng năm. Mạ tôi có cái máy may Singer đạp bằng chân ở nhà nên tụi tôi đi HĐ, dù là con trai, đứa nào cũng tự học để biết may vá, may cờ đội, lên lai quần, kể cả biết thay chỉ thuyền ở dưới là cái khó nhất. Tôi đã tự động thay hết mấy cái bảng tên trên áo vì nàng đã tự tay thêu cho tôi. Chị tôi tinh ý đã thấy không phải của chị làm. Lúc tôi khoảng 10 tuổi, có lần chị đi vắng, thấy cái áo len đan dở dang trên bàn, đã nhìn thấy chị làm trước đó nên tôi bắt chước những hàng lên xuống, khi chị về đan tiếp, tôi nghe chị tự nói: "ủa, sao hôm qua mình đan mấy cái đường nầy xấu mà sai quá vậy nè!", chị tháo mấy đoạn tôi đã tự ý làm, không hỏi vì cũng không nghĩ trong nhà ngoài chị ra, đâu có ai biết đan. Sau nầy Sophia khi học đan len từ chị tôi lúc 8 tuổi, ngạc nhiên thấy ba nó biết đan len mà không học hỏi từ chị hay ai cả, tôi nói: "Ba chỉ nhìn cô đan hay thêu hồi nhỏ rồi "nhập tâm", bây giờ vẫn còn nhớ và biết căn bản cách đan hay thêu".*

[7] *Bản nhạc "Tóc mai sợi vắn sợi dài" của nhạc sĩ Phạm Duy sáng tác năm 1969 mở đầu*

lẽ Thành, bạn tôi cũng không hề biết chuyện nầy cho đến khi đọc được ở đây, một thằng em rể hụt mà chuyện tình đã được dấu kín).

THI TÚ TÀI I VÀ II

Đến cuối năm đệ Nhị (lớp 11) thì đi thi Tú Tài I. Chỉ có một kỳ trong năm nên nếu rớt thì phải chờ năm tới. Tú Tài II sau lớp 12 thì cho thi hai kỳ, rớt kỳ 1 thì phải nộp đơn thi ngay kỳ hai, nếu không cũng phải chờ năm tới, bởi vậy mới có câu: *"Đi thi không ăn ớt thế mà cay"* hay *"học tài thi phận"*, *"Rớt Tú Tài anh đi Trung sĩ"*. Đậu tú tài 1 thì nếu đi lính sẽ được vào huấn luyện tại trường SVSQ Thủ đức, ra trường sẽ có cấp bậc Chuẩn úy, khác với thi rớt thì vào Đồng Đế (cấp bậc Hạ sĩ quan từ binh nhì đến Thượng sĩ). Đến năm 1973 thì Bộ Giáo Dục bỏ luôn kỳ thi Tú Tài I, còn Tú Tài II cho thi bằng trắc nghiệm, máy điện toán chấm điểm, thay vì thi viết (các học sinh gọi đùa là *Tú Tài Ai-Bê-Em*).

Lớp 11B3 QH niên khóa 1970-1971. Hình do GS Hướng dẫn Phan Khắc Tuân (người mang kiếng, caravat hàng đứng, bên trái) chụp. Thầy là Hiệu trưởng của QH thứ 11 từ năm 1973-1975. Thầy cũng là GS về môn Lý Hóa *và nhiếp ảnh của trường.*

---

với hai câu ca dao:
"Tóc mai sợi vắn sợi dài... *Lấy nhau chẳng đặng,* thương hoài ngàn năm*"*.
Bài nầy nổi tiếng với Nữ Danh Ca Thái Thanh, tiếng hát Vượt Thời Gian của ViệtNam
**Trước đó, năm 1956, Nhạc sĩ Phạm Mạnh Cương cũng đã sáng tác bài "Thương Hoài Ngàn Năm" dựa trên hai câu ca dao trên. Hai bản nhạc khác nhau do hai nhạc sĩ nổi tiếng sáng tác, người lấy nửa câu cuối, kẻ lấy câu đầu của câu ca dao làm tựa đề, đều cùng nói về những mối tình lãng mạn thuở học trò, thành hay không cũng tùy duyên số. Ai có tâm sự về tình yêu và mối tình đầu, nghe hai bài nầy thấy thấm thiết lắm.*

NHÂN DÂN TỰ VỆ

Trước năm đi thi, chúng tôi hay cùng nhau học nhóm, Tú Tài quan trọng nếu phải chọn binh nghiệp, dù muốn hay dù bị bắt buộc, nên các học sinh phải cố gắng để ít ra cũng là sĩ quan trong quân đội. Các bạn học khá trong lớp như Liêm hay Chánh thì hay giúp lại các bạn khác yếu Toán hay Lý Hóa hơn mình (hai môn quan trọng của ban B có hệ số cao). Lúc nầy lại đang có chương trình *Nhân Dân Tự Vệ* [8]. Sau đó môn thể dục, vì chiến tranh được thế cho lớp 11 và 12 bằng môn *Quân sự học đường* để làm quen cho học sinh. Môn học nầy có điểm được cộng thêm cho tổng số điểm thi của thí sinh kỳ thi Tú Tài II, tối đa 10 điểm, mục đích để các học sinh đừng *"cúp cua"* bỏ lớp.

MÙA HÈ ĐỎ LỬA 1972

Chiến tranh ngày càng leo thang và đến gần thành phố hơn. Năm nầy, một quả hỏa tiễn 122 ly của Cộng quân pháo kích ban đêm rơi vào góc sau của căn nhà, hư hại, gia đình tôi bình an nhưng có mấy người hàng xóm bị thương. Năm cuối của trung học nên kỳ thi vào mùa hè (5 tháng 7 cho khóa I và 30 tháng 8 cho khóa II) vừa chấm dứt thì lệnh gọi nhập ngũ do Bộ Quốc Phòng, học sinh sinh năm 1953 đang được hoãn dịch vì học vấn, hạn cuối trình diện là 23 tháng 9 năm 1972 trừ các học sinh được hoãn dịch vì sức khỏe, gia cảnh hay các bạn đã khai sụt tuổi. Lúc nầy hòa đàm cho hiệp định Paris bốn bên đang diễn ra nên áp lực về quân sự sẽ có ảnh hưởng rất nhiều cho cuộc đàm phán. Biết vậy nên Cộng sản ồ ạt ra lệnh tổng tấn công bằng biển người trên toàn miền Nam Việt Nam, quyết dứt điểm nhưng chưa được.

---

[8] Đây là chương trình huấn luyện về quân sự trong Thôn Xóm, Phường Xã để các thành viên nam trên 18 tuổi biết đến vũ khí trong trường hợp phải tự vệ nếu bị chiếm đóng bởi phe đối phương. *Biến cố năm Mậu Thân 1968 tại Huế và Sài Gòn, nên tháng 6 năm 1968, chính phủ VNCH cho ra đời chương trình nầy để tránh những cuộc khủng bố và trả thù tại địa phương. Mỗi tối các thanh niên trong xóm gặp nhau, thay phiên canh gác, huấn luyện cách dùng vũ khí nhẹ (Carbine M-2 hay garant) do các quân nhân hướng dẫn để làm quen trong trường hợp cần xử dụng và gặp nhau cũng để nhận dạng ai quen hay lạ trong trường hợp những kẻ lạ mặt xuất hiện trong thôn xóm của mình như trước Tết Mậu Thân. Người Huế đã cảnh giác và học hỏi kinh nghiệm sau vụ nầy để tránh có thể xảy ra lần thứ hai.*

Các bạn sinh cùng 1953 với tôi lần lượt đi trình diện và vào trường SVSQ Thủ đức, vài bạn thi vào trường Võ Bị Quốc Gia Đà Lạt cho ngành binh nghiệp như Lê văn Phúc (c) và Nguyễn Ngọc Thiêng, chỉ có tôi vào Đại Học Sài Gòn mà không biết Liêm cũng vào học tại Đại Học Vạn Hạnh, các bạn khác thì học tiếp tại Đại Học Huế. ĐH Huế chỉ có Sư Phạm, Khoa Học để chọn hay trường Y, Luật hoặc Văn Khoa... không có nhiều ngành như Sài Gòn. Riêng trường Võ Bị thì phải đỗ Tú Tài 2 chuyên ban Toán B, khóa 1, nộp đơn, thi tuyển vào vì chương trình 4 năm sau đó tương đương với Đại học Khoa Học và đây là trường chuyên về binh nghiệp, lãnh đạo như West Point của Mỹ, ra trường là có bằng Cử nhân.

Các bạn tôi từ ngôi trường Quốc Học, hơn nửa thế kỷ, giờ đây có người đã ra đi, có người là Bác sĩ hay Giáo sư, có kẻ làm nghề tự do, người ở hải ngoại, kẻ ở lại trong nước, phần đông đã về hưu, ngôi trường có quá nhiều kỷ niệm với chúng tôi giờ đây nam nữ học chung, trường nữ Đồng Khánh bên cạnh ngày nào chúng tôi tim đập loạn xà ngầu mỗi khi thấy bóng hồng mang bảng tên màu mà tụi tôi nhớ bằng câu thơ: *Nhất tím, Nhị hồng, Tam xanh, Tứ đỏ*, bây giờ cũng không còn như xưa vì trường đã bị đổi tên.

CHƯƠNG III

ĐẠI HỌC TẠI SÀI GÒN 1973-1975

ĐẠI HỌC - GIAI ĐOẠN THỬ THÁCH - VA CHẠM VỚI ĐỜI SỐNG THỰC TẾ.

1973-1975

Khi lên Đệ nhị cấp ở Quốc Học, tôi đã có ý định sau khi xong trung học ở Huế, sẽ vào học tiếp Đại học (ĐH) tại Sài Gòn, người tán đồng chuyện nầy nhiều nhất là anh đầu của tôi, anh Châu, nhưng Mạ tôi thì có vẻ buồn vì sẽ không còn ai ở lại Huế với bà, tuy rằng trước đó lúc tôi xong tiểu học, bà đã có ý định gởi tôi vào Sài Gòn để học tiếp ở trường Quốc Gia Nghĩa Tử, được thành lập năm 1963 theo tiêu chuẩn của Pháp bậc Trung học, đây là trường chỉ có ở Sài gòn và sau này mở thêm các tỉnh dành riêng cho con của các quân nhân đã tử trận vì công vụ, được Bộ Quốc Phòng và chính phủ bảo trợ chứng nhận cho vào học không trả một lệ phí nào, sau đó nếu học giỏi sẽ được ưu tiên xin học bổng USAID để đi du học Mỹ. Nếu có cha ở trong quân đội tử trận, các gia đình đông con chỉ còn người mẹ với số tiền hưu nhỏ nhoi, đời sống khó khăn, họ phải gởi con vào các trường của chính phủ và chỉ có hai trường là Thiếu sinh quân (*Junior Military Academy*), chuyên về quân sự hay Quốc Gia Nghĩa Tử (*School for the Children of the Nation*). Tuy không thi tuyển nhưng phải hội đủ các điều kiện để được nhận và hưởng được các quyền lợi khi đi học.

Cái khó khăn đầu tiên là vào Sài Gòn sẽ học tiếp trường ĐH nào, và sẽ ở đâu, anh Lập đã vào Sài Gòn (1966) và may mắn được Cư xá Đắc Lộ nhận, anh Châu trước đó (1963) thì ở chung với bạn ở Cư xá Minh Mạng. Thời gian tôi vào (1973) có nhiều khó khăn hơn trước, nên việc đầu tiên là xem có ai bà con có nhà để ở tạm. Có chị Dung bà con cô cậu thì ở gần đường Nguyễn Huỳnh Đức có chồng con, nhưng ở đó thì cũng không tiện vì dù ở đâu cũng phải được sự đồng ý trước chứ không thể xách khăn gói tới gõ cửa xin ở. Có anh Luyến đang học Kiến trúc nhưng anh biệt phái về từ quân đội nên ở cư xá An Đông và tôi là dân sự không vào đó được. Anh Châu thì hay đi Sài Gòn do công vụ nên tình cờ gặp được người bà con xa là chị L. đang cùng gia đình ở ngay tại đường Phan thanh Giản (PTG) và khi anh ngỏ ý cho cậu em út ở tạm, chị sốt sắng nhận lời ngay.

Theo máy bay quân sự từ Đà Nẵng, tôi chân ướt chân ráo bay vào Sài Gòn tháng 6, 1973[9], hành lý vỏn vẹn chỉ có cái vali áo quần và mấy cuốn sách, xe Honda thì anh Châu sẽ mang vào sau vì chỉ có thể mang theo máy bay trực thăng của phi đoàn anh chứ không thể gởi theo C-130 được. Thế là tôi chỉ có cách đi xe buýt hay đi bộ tạm thời.

ÚM BA LA...
CON ANH, CON EM VÀ CON CHÚNG TA

Lúc vào đến căn nhà của anh chị L. (*ở đây tôi xin viết tắt các tên trong gia đình anh chị vì vấn đề tế nhị*) tại số 650/20 PTG thì tôi mới thấy, đây là một căn nhà trong ngõ, hai tầng bằng xi măng, mái bằng và trên tầng cao hết có giàn hoa giấy phía trước và cái sân thượng có mái che, dưới mái che là cái đi-*văn (divan),* rộng

[9] *Xin ghi lại ở đây "biến cố" vì sao trễ một năm mà lẽ ra, tôi phải vào Sài Gòn mùa hè năm 1972. Thi Tú Tài I năm 1971, không biết lý do gì, bài làm của tôi có thể bị tráo đổi, thiếu điểm. Khi một giáo sư ở Huế cho biết có vấn đề tại trung tâm thi ở Huế, anh Châu đã bay vào tận Sài Gòn, đến Nha Khảo Thí nộp đơn khiếu nại, yêu cầu họ lấy bài thi để chấm lại và so chữ viết. Họ trả lời không làm được chuyện đó vì không kiếm ra được bài thi của tôi và cũng không có chuyện cho thi lại. Thời đó, tất cả thí sinh phải làm bài thi trên cùng một loại giấy trắng, có kẻ dọc ngang, giống nhau được phát ra trong phòng thi và phải dùng màu mực xanh, tránh cố ý làm dấu cho giám khảo. Trước khi chấm thi, họ cắt phần hồ sơ cá nhân phía trên để các giám khảo không biết tên thí sinh gọi là rọc phách. Sau khi chấm điểm xong, họ ráp lại phần đầu gọi là ráp phách. Tất cả hệ thống làm bằng tay nầy, số thí sinh nhiều, giám khảo và nhân viên ít đã có thể xảy ra nhiều lỗi lầm vô hay cố ý "râu ông nọ chắp cằm bà kia". Sau nầy trắc nghiệm IBM năm 1974 được chấm thi bằng máy, không mất thì giờ nên sớm có kết quả hơn vì không phải cắt tên thí sinh trước khi chấm. Tôi đậu Tú Tài I năm sau 1972 và Tú Tài II, khóa 1 năm 1973. Chánh bạn tôi, trưởng lớp, học giỏi nhất lớp, đi thi Tú Tài II năm 1972 và rớt khóa 1 vì chiến sự, dân chúng di tản vào Huế từ các tỉnh phía Bắc đã chiếm các trường học để ở tạm, học sinh phải ở nhà, chưa học hết chương trình mà đề thi do các giáo sư đưa ra từ Sài Gòn, vùng không bị ảnh hưởng nhiều của chiến tranh, phần cuối của sách học. Cũng may cả Chánh và tôi đã đậu khóa sau, chỉ tức là mình học không đến nỗi nào, thi về, làm bài thi đúng mà bị rớt. Đây là lần đầu tiên và cuối cùng trong đời cả tôi và hắn thi rớt mà chưa chắc là do lỗi của mình.*

ngủ được hai người, dành cho Tú (đang là sinh viên năm thứ tư Đại Học Kiến trúc, người vào học từ Quảng Nam để dạy kèm cho Bu (H.) con trai út đang học lớp 10 trường Kỹ thuật Cao Thắng. Vào cửa trước là phòng khách với tủ rượu và vài chai rượu Tây quý, sau đó là chỗ để mấy chiếc xe gắn máy, rồi cầu thang và dưới cầu thang là phòng ăn nhỏ, tiếp sau đó là nhà bếp và nhà vệ sinh, không có phòng ngủ ở tầng một. Trên lầu hai, phía sau là phòng của ông bà chủ có gắn máy lạnh nhỏ ở cửa sổ. Trước đó là cái bàn thờ nhỏ trên tường, dưới là cái *divan* và cầu thang ngay đó, sau đó là hai cái giường rộng cho 4 cô con gái ngủ chung và cánh cửa để ra ngoài sân thượng. Không còn dư chỗ để tôi lọt vào sân thượng, nên anh chị bảo PH (con gái riêng của anh) nhường cái đi-văn 1 chỗ cho tôi nằm dưới cái bàn thờ Phật ở trên và cô bé phải qua hai cái giường rộng gần đó cùng với ba chị em PN, PA và PL. Đến đây thì phải nói rằng trong cái căn nhà hai tầng nhỏ hẹp chiều ngang nầy rất là chi ly, vì có ba đời con là: *con anh, con em và con chúng ta* ở chung. Anh chồng có hai đứa con riêng, đứa con trai hay quậy nên đã cho vào quân đội, cô em gái PH thì vì nhận thêm tôi nên đã phải nhường cái divan cho người khách quý gọi bằng Cậu. Người con trai riêng của vợ lai Tây thì đã gởi qua Pháp trước đó. Chỉ còn ba cô con gái và cậu con trai út là con chung thì ở cùng trong nhà. Cậu út thì lông bông suốt ngày, tuy cha mẹ đã có thầy dạy kèm bên cạnh nhưng suốt ngày không chịu học hành, nên bị la và bị uýnh nhiều lần. Anh L., theo tôi nhận xét là một người rất tốt bụng, nóng tính và nghiêm khắc với cậu con út nhưng cho dù dùng nhu hay cương vẫn không huấn luyện hay thay đổi được cậu con, như ngựa không cương, hoàn toàn ngoài vòng kiểm soát của giáo dục gia đình và học đường. Cậu con riêng đi lính nhảy dù (kiểng) thì cứ lâu lâu về quậy một lần, có khi bị quân cảnh bắt phải nhờ anh Châu đi lãnh ra nhưng cũng chứng nào tật nấy. Chị thì quá tốt bụng nhưng không thích mấy đứa con riêng của chồng, có lý do của nó. Riêng PH và ba cô con gái chung thì rất dễ thương, học hành đàng hoàng và cũng biết cái ngượng ngùng của tôi, người *cậu* bà con xa khi lọt vào trong căn nhà đầy "*rắc rối*" nầy mà tôi hoàn toàn không hay biết gì trước đó.

Mỗi lần S. (con trai riêng của anh L.) về quậy là nhà lại la lên, mất đồ như tiền bạc, nữ trang, hay lấy đi chai rượu… Có lẽ những người trong nhà đã quen với chuyện nầy, nhưng riêng tôi và Tú thì cảm thấy khó chịu vì dù gì mình cũng là người ngoài. Cháu lớn PN chỉ thua tôi một tuổi đang học Đại học Sư phạm ngành Anh văn thì rất tinh ý nên cũng thấy tự khó chịu dùm cho Tú và tôi [10].

Thấy tình trạng nhà đông rắc rối, khó có thể cho tôi thời gian tĩnh tâm hay học hành, tôi tìm cách liên lạc với anh Luyến, nhờ hỏi xem việc thuê nhà hay có cách nào tạm thời giúp tôi giải quyết chuyện nhà ở. Sau khi đi xem một số chỗ có phòng cho thuê, vừa chật hẹp vừa không hợp với túi tiền, anh chở tôi xuống góc đường số 6 Trần Quý Cáp gần công viên con rùa. Ngay góc đường là Viện Đại Học Sài Gòn, sau lưng trường Luật và Kiến Trúc (trên đường Phan đình Phùng cũ) là ngôi trường Tiểu Học Trần Quý Cáp (TQC), trường dạy từ lớp 1 đến lớp 5, cấp tiểu học, có cổng ra vào cho xe hơi và cổng nhỏ bên cạnh cho xe gắn máy hay người đi bộ. Anh giới thiệu tôi gặp bác Cai trường là bác Thích và sau đó tôi mới biết trước đó bác đã cho các anh Ngân…ở Huế vào ở tạm trong trường để đi học. Bác có 3 gái, hai trai đang còn nhỏ nên khi bác nhận lời thì tôi cũng hứa với bác sẽ giúp kèm cho hai em học khi tôi học buổi tối. Bác cho ở tạm phòng số 5 ngay ở giữa gần cột cờ, cứ sáng phải dẹp đồ ngủ ra để tạm sau nhà bác, đi học cả ngày, chiều khi trường đã về hết học sinh thì tự do tắm rửa gần khu nhà vệ sinh, có cái vòi phông tên gắn trên bức tường, học xong thì tối ngủ trên cái bàn học. Sáng sớm thì tôi dậy, trước khi các thầy cô và học sinh đến, đánh răng súc miệng bằng cái vòi nước, xong lấy xe lên Thư Viện Quốc Gia gần đó nếu ngày không

---

[10] *Khi gặp Tú qua du lịch ở Mỹ, trong một cuộc hội ngộ của dân Kiến Trúc Sài Gòn tại Clearwater, Florida có nhắc lại chuyện xưa. Tú cho biết sau khi tôi đi khỏi, Tú nói: "Hòa hên hơn tôi, tôi vẫn phải ở lại vì không có sự lựa chọn nào khác, tiếp tục học và ra trường, trở thành Kiến Trúc Sư làm tại Sài Gòn". Tú kể, những ngày cuối tháng tư, cả gia đình anh chị L. tìm cách ra bến Bạch Đằng để di tản nhưng không thành. Tú trong lòng rất giận vì họ tìm cách đi mà hoàn toàn không báo cho Tú biết tuy ở chung nhà. Người con trai riêng của anh L. tên S. hay quậy cũng đã chết năm 75. Anh L. mất tại SG. PN và chồng (Đốc sự HC) đi vượt biên và định cư nước ngoài với Bu, các em gái và chị L. qua định cư tại Pháp do sự bảo lãnh của người con riêng tên M. của chị. PH, con riêng của anh, người đã nhường cho tôi cái divan dưới bàn thờ lúc tôi vào Sài Gòn, nghe nói vượt biên từ Phú Quốc, định cư tại tiểu bang Washington và hoàn toàn cắt đứt liên lạc với mọi người trong gia đình.*

có lớp, hoặc có lớp thì để xe ở nhà, đi bộ qua đường Duy Tân, có hàng *cây dài bóng mát*, buổi trưa và tối thì hoặc ăn cơm sinh viên, hoặc cơm bình dân bán ngoài lề đường từ $100 đến $150VND cho mỗi dĩa, trà đá không tính tiền. Về đến trường chỉ tắm rửa, thay áo quần, học xong là đi ngủ, có khi sáng sớm vì học khuya ngủ quên thì cô giáo của lớp đến, cô gõ cửa nhẹ là tôi vùng dậy cuốn khăn gói chạy vào nhà sau, vừa chạy vừa xin lỗi, cám ơn. Có lẽ các giáo viên và hiệu trưởng ở đây đã biết có các sinh viên nghèo ở tạm đi học nên họ cũng không gây khó khăn cho bác Cai trường vì bác cho ở không, không lấy đồng nào (*sau nầy tôi mới biết hiệu trưởng của trường là ông Bùi văn Bảo, người viết nhiều cuốn sách cho trẻ con bậc Tiểu học, không biết lúc đó ông bao nhiêu tuổi nhưng tôi thấy họ hay gọi ông bằng Cụ*).

Tuy tình trạng ăn ở như vậy, nhưng tôi rất thoải mái, nhất là hai ngày cuối tuần, không có học sinh, cả trường vắng, khỏi phải đi thư viện học. Đây là khu vực ít nhà cửa dân cư đông đúc, rất yên tĩnh, chỉ cần đi bộ ra công viên con rùa hay lên khu nhà thờ Đức Bà hoặc Bưu điện chính là có đủ tất cả, thẳng lên là đại lộ Lê Lợi, Nguyễn Huệ, Lê thánh Tôn hay đường Tự Do, bến Bạch Đằng. Tuy nghèo nhưng tôi có cái may mắn được tản bộ trên các con đường và công viên đẹp nhất Sài Gòn lúc đó.

Từ lúc vào học Sài Gòn, Mạ tôi gởi *mandat* (chi phiếu qua thư bảo đảm) mỗi tháng cho tôi là $5,000VND [11]. Số tiền quá nhỏ để có thể gọi là đầy đủ cho một tháng ở đây, nhưng là số tiền hưu lớn của bà nên chỉ hai tháng sau là tôi nói bà ngưng gởi vì có tiền của anh Lập tôi gởi về từ Mỹ, mỗi tháng anh cho tôi USD$50 đô la (đổi được 30 ngàn tiền VN), gởi thành 3 tháng một lần qua *Chase Manhattan* [12] (Việt nam gọi là nhà băng Mã Nhật Tân, có

[11] *Không hiểu sao tôi có thể sống sót ở Sài Gòn với một số tiền quá ít như vậy. Mạ tôi dấu tôi, nhưng lúc tôi vào Sài Gòn, bà gởi riêng cho anh Châu 2 lượng vàng lá Kim Thành 24k, bảo rằng khi nào em con cần thì đưa cho nó. Có lẽ bà tin anh vì sợ đưa cho tôi giữ trực tiếp thì sẽ mang ra xài lúc chưa cần. Hai lượng vàng nầy đã được mang theo qua Mỹ 1975 và được anh đổi ra tiền tại Camp Pendleton, giá lúc đó là $300 một lượng. Người Việt đến đây, có nhiều người giàu mang cả vali vàng và hột xoàn từ Sài Gòn lúc di tản. Vì vấn đề an ninh và tránh trộm cướp trong trại, có thể giết nhau để cướp của, nên họ đưa các xe chở tiền (armored truck) của ngân hàng vào, khuyên ai có vàng hay đô la Mỹ mang ra đổi rồi gởi vào ngân hàng cho an toàn hơn.*

[12] *Nhà băng Chase Manhattan, có trụ sở chính tại New York. Lúc đến Mỹ, tôi gởi cuốn*

chi nhánh Sài Gòn). Số tiền nầy dùng để mua sách vở, ăn uống chi phí hằng tháng tạm đủ nên tôi cũng không cần kiếm thêm việc làm hay dạy kèm. Kèm cho hai đứa con trai của bác Cai thì không tính tiền, nhưng chỉ vài bữa là tụi nó cũng bỏ vì coi bộ qua học buổi tối với tôi cũng không thú vị gì, gia đình cũng không ép *(Hai cậu con trai mà hai bác hay gọi theo tiếng Nam là D(V)inh anh, D(V) inh em vì* cách phát âm của miền Nam*).* Học bổng của anh tôi chỉ $200USD mỗi tháng mà anh cho hết tôi $50USD, lúc đó đổi được khoảng 30 ngàn tiền Việt nên tôi biết cái công khó, không bao giờ xin thêm hay phung phí. Thời đó cuộc sống không đắt đỏ lắm, một đĩa cơm bình dân hay cơm sinh viên giá $100VND, ổ bánh mì kẹp thịt chỉ có giá $50VND, nên có khi không còn tiền nhiều tôi phải ăn bánh mì không và nước lạnh trừ cơm.

Chiếc xe *cady* tôi mua lại của Dược, bạn tiểu học của tôi ở Sài Gòn, đủ di chuyển để ghé lên nhà chị Dung, đi ăn, đi bưu điện gởi thư hay lên Thư viện Đại học. Trường ngay phía sau là trường Luật, và khi rảnh thì tôi vào Đại học Kiến Trúc (KT) để làm "*Ne*" giúp anh Luyến (*Ne*, tiếng Pháp "*Nègre*" là danh từ riêng, tiếng lóng của dân *"Kiến"* dùng để gọi những sinh viên bạn khác giúp mình làm các đồ án trong suốt 7 năm học) người làm đồ án thì gọi là Ba Trông (*Patron, theo truyền thống của trường Kiến Trúc* École des Beaux-Arts ở *Paris).* Các đồ án nầy có thể mất cả tuần, cả tháng hay cả năm và thường là các bản vẽ khổ lớn giấy *croky* để

sổ tiết kiệm và đòi hỏi họ trả lời về số tiền còn lại trong chi nhánh Sài Gòn. Họ trả lời cho biết chính phủ Mỹ đóng cửa vì di tản nên họ không có trách nhiệm để trả lại số tiền đó cho các thân chủ ở Sài Gòn. Thật ra họ đổ lỗi cho chính phủ Việt Nam trên phương diện pháp lý nhưng tôi biết họ đã đóng cửa chi nhánh vào ngày 24 tháng 4, 1975 và di tản nhân viên của họ qua Bangkok-Guam. Những ai có tiền gởi không lấy trước ngày 24 đều xem như mất hết, nhiều thân chủ đã kiện nhà băng ra tòa tại New York nhưng nhà băng/Bộ Ngân Khố đã trả lời cho họ cũng như tôi là cả nhà băng và chính phủ Mỹ không có trách nhiệm gì về vụ nầy, cơ quan có trách nhiệm là chính phủ mới (Ngân Hàng Trung Ương) National Bank of Vietnam lúc tiếp thâu chi nhánh Sài Gòn vào ngày 1 tháng 5, 1975. Số tiền của tôi quá nhỏ, không đủ cho một luật sư đi ăn trưa ở New York nên không dám làm lớn chuyện.
Case #1 năm 1984: 616 F. Supp. 10 (1984) TAT BA, Plaintiff, v. The CHASE MANHATTAN BANK, N.A. and Citibank, N.A., Defendants.No. 83 Civ. 9421 (EW). United States District Court, S.D. New York. (Quan tòa đã hủy bỏ vụ kiện vì quá hạn 6 năm, tuy rằng trước đó họ đã liên lạc nhà băng và Bộ Ngân Khố HK để xin lấy lại số tiền đã gởi).
Case #2 năm 1981: Vishipco Line v. Chase Manhattan Bank, N.A., 660 F.2d 854 (2d Cir. 1981) *Vụ nầy là của ông Trần đình Trường đưa lên Tòa Kháng án, liên quan đến 200 triệu tiền VNCH (Certificate of Deposit CD) đã gởi tại chi nhánh Chase ở Sài Gòn. Tòa trên đã đảo ngược quyết định của tòa dưới và Chase đã thua vụ nầy.*

dùng được các loại màu hay mực *Pelican,* mà tôi gọi là mực KT. *Ne* có thể là các sinh viên lớp dưới cần kinh nghiệm, các bạn biết về vẽ hay họa và món quà thưởng thường là các ly xí muội mua từ bác cai trường KT. Các ly xí muội đá ở đây ngon tuyệt, nhất là sau khi chú tâm vào bản vẽ *a-na-lô*. Các sinh viên KT phần đông cũng nghèo nên món quà nhỏ nầy cũng làm tan đi nỗi nhọc mệt sau thời gian chú tâm trên bản vẽ *(lúc đó lương tháng của bạn tôi, Chánh (thiếu úy KQ) khoảng 26 ngàn VND, tuy eo hẹp nhưng đủ sống vì ở nhà của chính phủ trong cư xá độc thân, xe cộ chính phủ lo, chứ nếu phải lo tiền nhà ở, xe cộ, xăng nhớt thì chắc là không đủ chi tiêu).*

Anh Luyến học năm 4 của KT, được biệt phái từ Công Binh (Army Corps of Engineers), vì anh đã xong bằng Cán sự KT trước đó, anh có tiền lương hàng tháng, ở cư xá An Đông, của chính phủ nên mỗi ngày anh đi xe *Vespa* xuống để tạm trong trường TQC rồi đi bộ qua trường KT, nhìn thấy tôi ở thoải mái tự do nên anh xin bác Thích dọn về luôn sau khi bị mấy cô gái rượt chạy từ TMG.

Từ khi có anh Luyến dọn về, bác cho chúng tôi vô phòng Y tế, có vẻ riêng tư hơn, vì chỉ có cô y tá của trường dùng trong ngày và các học sinh ít khi dùng tới. Ở đây đã có bác Tư, một người bí ẩn mà sau tháng tư năm 75 mới biết là ông nằm vùng cho phía bên kia. Ông là tài xế cho một đại gia nào đó nên cuối ngày ông lái chiếc xe du lịch về trường và ngủ lại trong phòng y tế, chiếc xe du lịch mới có rèm cửa nên tôi đoán người chủ của nó phải có tiền, tuy nhiên sao lại đưa cho tài xế giữ nó mà không để ở nhà mình thì không ai biết và tụi tôi cũng không hỏi. Sáng sớm thức dậy đã thấy ông đi từ hồi nào. Chúng tôi sống cứ như vậy, không ai biết đời sống của ai, tự do đi đi về về và bác Thích cũng không quan tâm đến. Từ hiệu trưởng, nhân viên hay giáo viên của trường không bao giờ bị chúng tôi quấy rầy, bởi vì chúng tôi biết thân phận ăn đậu ở nhờ, sáng sớm ra đi khi trường chưa vào học, tối trở về lúc trường không còn bóng học sinh, có lẽ họ cũng không biết nếu không có một vài lần chúng tôi ngủ trễ hay phải về giữa ngày để đổi sách đi học hay lấy xe đi có chuyện cần thiết, lúc đó ở SG đi đâu cũng phải gởi xe có lệ phí nên để xe sau trường đi bộ là chắc nhất. Tôi hay đi Bưu điện gởi thư về Huế cho Mạ tôi hay cho anh Lập ở Mỹ, mua tem mới phát hành nên đi bộ đến đó cũng không xa lắm. Phải nói rằng lòng tốt của nhiều người thời đó, đã giúp nhau trong khả năng của mình, có khi còn cả ngoài cái khả năng hạn hẹp của họ, mà vẫn làm để giúp những người khác, dù rằng họ ở trong hoàn cảnh cũng không khá hơn gì những người họ giúp. Bác Thích có cậu rể đầu là lính nhảy dù, được đưa về bảo vệ phủ Tổng Thống ở gần đó, tưởng như vậy là hạnh phúc ai dè, anh ta cứ ngày ngày nhậu xỉn, về nhà cứ thế đánh đập vợ con, có khi xách súng ra lăm le làm ai cũng ngán, người rể thứ nhì thì hiền lành, biết làm ăn, cứ đến giờ chơi là cô vợ cùng cô em gái bày hàng kẹo bánh ra bán cho các học sinh.

Nhìn ra ai cũng sống trong cái khuôn khổ của mình, có khó khăn thì tự giải quyết, chẳng ai làm phiền ai, và ít khi vượt ra ngoài cái khung đã dựng sẵn cho mỗi hoàn cảnh. Cuộc sống tuy hạn hẹp, nhưng cái *tự do* không mất đi và đó là điều quan trọng để mọi người thoải mái vì tuy cuộc sống vật chất bị giới hạn, nhưng đời sống tinh thần thì đầy đủ, để thấy rằng mình may mắn hơn nhiều người khác và đủ khả năng để sẵn sàng giúp đỡ những người kém may mắn hơn mình nếu có thể.

Với sự giáo dục gia đình, học đường và Hướng Đạo làm hành trang lên đường, tôi thấy mình có thêm lòng tự tin để hòa nhập vào đời sống trong bất cứ hoàn cảnh nào. Mình chưa đủ điều kiện để giúp ai thì nhận sự giúp đỡ của người khác cũng là tốt thôi.

Khi Mạ và chị tôi vào Sài Gòn cuối tháng 3 lúc mất Huế và Đà Nẵng thì ở tạm nhà chị Dung ở đường Thiệu Trị, sau khi Dinh Độc Lập bị bỏ bom ngày 8 tháng 4 đã làm náo động Sài gòn, nên trường học dù chưa thi cuối năm cũng không còn bao nhiêu sinh viên đến trường, xe cộ tuy vẫn còn chạy ngoài đường nhưng ai nhìn nhau cũng thấy phủ bóng một màu lo ngại, không ai biết số phận của Sài Gòn sẽ như các tỉnh thành khác hay tệ hại hơn, TV thì chỉ toàn chiếu các cảnh dân chúng tản cư, chạy loạn hay thay đổi guồng máy tại Dinh Tổng Thống hàng ngày để làm hài lòng cho phía bên kia. Từ ngày Dinh Độc Lập bị bỏ bom, tôi không trở về chỗ tạm trú tại trường TQC nữa nên không biết tình hình tại đó nhưng sau tháng 4, khi chính quyền mới lên thì họ đuổi gia đình bác Cai ra khỏi khuôn viên trường. Bây giờ bình đẳng, ai cũng như nhau nên hai bác cũng không thể dùng lòng tốt của mình giúp đỡ những người thiếu may mắn hơn. Hai bác sống hiền lành và cũng không liên hệ đến quân sự hay chính trị nên chính quyền mới cũng chỉ buộc hai bác và gia đình dọn ra khỏi trường mà thôi.

TRƯỜNG LUẬT VÀ CON ĐƯỜNG DUY TÂN, CÂY DÀI BÓNG MÁT.

Trong bản nhạc *"Trả lại em yêu"* sáng tác năm 1972 của nhạc sĩ Phạm Duy tả cái khung cảnh của Sài Gòn thơ mộng, hai thứ *cây dài bóng mát* và *khung trời Đại học* tôi đều may mắn được hưởng. Ở ngay sau lưng trường Luật và Kiến Trúc, chỉ phải đi bộ từ Viện Đại học, một đoạn ngắn Duy Tân (Phạm Ngọc Thạch), đến Phan đình Phùng (Nguyễn đình Chiểu bây giờ) thì quẹo trái là trường Luật, đến năm thứ hai mới được học ở đây vì năm thứ nhất sinh viên quá đông, trường phải dạy ở Rạp Thống Nhất nằm trên đường Thống Nhất là nơi để xổ số Kiến Thiết Quốc Gia mỗi thứ ba hằng tuần. Học Luật lúc đó không cần phải đến lớp, nhưng đi học thì những bài giảng của Thầy thường có trong bài thi cuối năm. Chỗ ở gần trường nhất nên tôi có nhiệm vụ đi giữ chỗ ngồi tốt trong lớp cho các bạn năm thứ hai, đi học sớm ngồi ngay hai bàn đầu, bỏ các sách vở ra thì cũng được vài chỗ cho các bạn tôi ở xa như B. Liên, Ngà, Nghĩa, chị Elizabeth…Có lẽ vì cái công đó mà các bạn tổ chức cho tôi cái *sinh nhật đầu tiên, (nhiều gia đình Việt nam lúc đó không có truyền thống ăn mừng sinh nhật)*, đầu tháng 3 năm 75, lúc nầy trường vẫn dạy như thường, các bạn tặng quà, đi picnic ở Thủ Đức, cái sinh nhật đầu tiên trong đời của tôi để rồi không bao giờ còn gặp lại các bạn Luật khoa thưở nào tôi đã đi sớm giữ để có chỗ ngồi tốt trong lớp [13].

[13] Trường Đại học Luật khoa Sài Gòn trước 1975 *thì hai năm đầu học căn bản như nhau, lên năm thứ ba thì phải chọn một trong 3 ngành: Tư Pháp, Công Pháp hay Kinh Tế. Ban Tư Pháp học về Dân Luật, Hình luật, Luật Tố tụng, Luật Đồng bào thiểu số... Ban Công Pháp học về xã hội, chính trị, Công pháp quốc tế, Tự do công cộng... Ban Kinh Tế chuyên*

Nếu không có sự thay đổi lớn vào tháng 4 năm 75, có lẽ tôi vẫn tiếp tục học ở Luật khoa và chắc sẽ học tiếp Cao học Luật và ra trường hành nghề khoảng 1980. Thời gian tôi ở Sài Gòn vỏn vẹn được hai năm, tạm thời ở đó xa nhà chỉ để tiếp tục học vấn và mong có công ăn việc làm ổn định sau khi ra trường, tạo lập và lo cho gia đình. Hai năm bận học và nồng độ chiến tranh ngày càng đến gần thủ đô hơn nên về chuyện tình cảm, tôi chưa có cơ hội nào để có thêm bạn gái tại Sài Gòn, *mối tình đầu đã để lại ở Huế với L. rồi.*

Cuộc sống như vậy, tiếp tục cho đến cuối tháng tư, nếu tôi kẹt lại, không biết tương lai sẽ ra sao, chỉ có bài thơ Tôi Ước Mơ mới nói lên được tâm sự lúc đó [14].

---

về Kinh tế học, luật thương mãi, Kinh tế quốc tế. Cả ba ban học chung các môn Dân Luật, Kinh tế và Công Pháp. Như vậy khi sinh viên xong 4 năm cử nhân, có thể học tiếp Cao học (Master) cấp 1 và 2 hay cao hơn là Tiến sĩ (PhD).
Nếu muốn làm Luật sư thì sau khi có Cử nhân, ghi danh vào Luật sư tập sự đoàn ở một văn phòng Luật sư thực thụ (mỗi luật sư chỉ được nhận hai tập sự viên, muốn nhận hơn phải có sự cho phép của Hội Đồng Luật sư, tối đa 4). Sau 3 năm làm tập sự, phải qua kỳ thi khảo sát, nếu đậu xem như được hành nghề Luật sư và chỉ cho thi ba lần trong vòng ba năm, nếu không đậu xem như hết hy vọng.

[14] Nhạc sĩ Phạm Duy, phổ nhạc bài thơ *"Hòa Bình"* của thầy Thích Nhất Hạnh sáng tác năm 1964 với bài Tâm ca đầu tiên lấy tựa đề *"Tôi Ước Mơ"*:
"Tôi vẫn sống, tôi vẫn ăn và tôi vẫn thở...Nhưng có bao giờ, có bao giờ, tôi mới được nói thẳng những điều tôi ước mơ...".
Ước mơ đây là *khát vọng Hòa Bình thật sự* trên đất nước, biết bao giờ mới có mà cũng không dám nói ra, bị liệt vào thành phần *phản chiến*.

CHƯƠNG IV

SÀI GÒN, NHỮNG NGÀY CUỐI CÙNG CỦA THÁNG TƯ NĂM 1975

DI TẢN... BUỒN – NHỮNG NGÀY CUỐI CÙNG TRÊN QUÊ HƯƠNG TÔI.

(The last days...on my own country).

Đã có nhiều nhân chứng viết về những tháng ngày cuối cùng của Việt Nam Cộng Hòa, những dấu mốc lịch sử quan trọng, về việc Cộng sản Bắc Việt phá bỏ các hiệp ước đã ký kết năm 1973 (*Paris Peace Accords*), vượt biên giới hai miền, tiến chiếm miền Nam từ sông Bến Hải (biên giới từ hiệp định Geneve 1954 – Vỹ tuyến 17) cho đến thành phố Sài Gòn, thủ đô của miền Nam ngày 30 tháng 4 năm 1975. Ở đây tôi chỉ nhắc lại những ngày quan trọng ảnh hưởng đến gia đình, bạn bè tôi trong khoảng thời gian nầy theo tài liệu cá nhân và những trang nhật ký.

27 Tháng 1 năm 1973: Hiệp định Ba Lê được ký kết cho Hòa bình tại Việt Nam [15]

Ngày 20 tháng 3, 1975 Cộng sản chiếm An Lộc.

Quảng Tín mất ngày 24 tháng 3 kể cả phi trường Chu Lai.

Quảng Ngãi ngày 25 tháng 3.

25 Tháng 3 1975: Huế thất thủ. Mạ và chị tôi từ Huế vào Đà nẵng bằng trực thăng theo Đại tá Phước KĐT 51CT rồi theo anh Thành và Th/t Hiếu (PĐP phi đoàn 233) vào Sài Gòn bằng trực thăng ngày 26 tháng 3, không nhà ở Sài Gòn, đành phải dọn tạm vào nhà chị Dung, cháu gọi bằng Cô ở 8/1 đường Thiệu Trị. Anh Thành bạn của gia đình, từ giã về quê vợ sau khi đã kể lại chuyến

[15] *Hiệp định Ba Lê (Paris Peace Accords) hay còn gọi là Hiệp định về chấm dứt chiến tranh, lập lại hòa bình ở Việt Nam (Agreement on Ending the War and Restoring Peace in Viet Nam) được ký kết ngày 27 tháng giêng năm 1973 tại Paris bởi bốn phe nhưng sau khi ký xong, miền Bắc đã cố ý và tiếp tục vi phạm hòa ước. Tình hình chính trị tại Mỹ qua vụ Watergate làm TT Nixon phải từ chức mà trước đó PTT Spiro Agnew đã từ chức vì gian lận thuế và TT Gerald Ford đương nhiệm đang phải dồn nỗ lực cho công việc nội bộ Hoa Kỳ, không ai nghĩ đến chuyện chế tài cho phe vi phạm như TT Nixon đã hứa với miền Nam lúc ký kết.*

đi của gia đình Cậu Gio tôi từ Huế vào Đà Nẵng tị nạn, chiếc xuồng đã chìm vì quá đông khoảng ngang Lăng Cô và mọi người trong gia đình gồm vợ và các con đã chết, chỉ còn mình ông vớ được cái bao *nylon* và sống sót về được nhà dì tôi tại Đà nẵng và lúc anh Thành đến để đưa chiếc xe gắn máy thì ông dặn lúc vào phi trường phải dấu câu chuyện nầy với Mạ tôi vì lúc đó bà đang ở trong phi trường quân sự Đà nẵng, nếu biết chuyện, cậu tôi sợ bà sẽ đổi ý không đi nữa nên lúc đến Sài Gòn trước khi về Mỹ Tho, anh mới kể lại cho chị Dung con ruột của cậu tôi và với Mạ và chị tôi hiện diện. Mọi người bàng hoàng khi biết chuyện nầy nhưng lúc đó không ai dám theo Th/t Hiếu về lại Đà nẵng, Thiếu tá Hiếu từ giã bay trở lại Đà nẵng một mình dù mọi người khuyên can anh nên vào trình diện tại phi trường TSN [16]

Đà Nẵng ngày 29 tháng 3:

Phi trường Đà nẵng vào tối 28 tháng 3, các phi đoàn trực thăng, phần bay vào Nam, phần qua Non nước để tránh pháo kích. Cũng nên ghi lại đây, một yếu tố quan trọng, theo Âm lịch thì đêm nầy (16 tháng 2 Ất Mão) *trăng tròn 16*, sương mù dày đặt tạo thành những ánh sáng ảo và các phi công trực thăng, nếu không quen bay đêm, tạo ra tình trạng chóng mặt *"vertigo"*, nên một số đã bị rớt dọc đường. Số bay thẳng vào hướng Nam, dọc theo bờ biển, trước đây phải ghé đổ xăng tại phi trường Chu Lai, nay đã lọt vào tay bộ đội CS, phần thêm bị bắn từ dưới lên, một số hết xăng phải đáp và bị bắt làm tù binh, một số có đem theo xăng, phải đáp để đổ thêm xăng thì đủ để bay vào Phi trường Phù Cát

---

[16] *Thiếu tá Hiếu, phi đoàn phó Thiên Ứng 233, dù trước đó vào được Sài Gòn bằng chuyến bay đưa gia đình anh, Mạ và chị tôi quá giang, vẫn sợ sẽ bị khiển trách rời nhiệm sở sớm, anh đã một lần bị giáng chức, nên quyết đinh bay về lại phi trường Đà Nẵng, anh kể lại, lúc về đến, quá mệt vì đã bay cả ngày, nên vào phi đoàn ngủ một giấc mê mệt. Anh tỉnh dậy sáng 29 tháng 3, VC pháo kích dữ dội vào phi trường từ tối 28, ngăn cản sự di tản chiến thuật của KQVN. Anh chạy ra phi đạo, trống trơn vì các phi công đã rời tối đêm hôm trước. Chiếc trực thăng anh mang về hôm qua đã không còn ở chỗ đậu, anh may mắn tìm được một chiếc còn nguyên vẹn, đầy đủ xăng và một số nhân viên phi hành đoàn muốn đi vào Nam. Biết phi trường Chu Lai không còn an toàn, anh bay theo hướng đất liền, bị bắn lên nhiều lần nhưng không ai bị thương, chiếc máy bay ghé Phù Cát đổ xăng và đến Nha Trang và TSN sau đó. Anh bảo: "Một chuyến đi nhớ đời". Anh kẹt ở lại và bị tù 13 năm, sau khi ra tù, vượt biên qua định cư tại Hoa kỳ.*

hay Nha Trang. Chiếc trực thăng của Trung tá Lê Ngọc Bình (hiện đang sống tại Louisiana), phi đoàn trưởng Cứu tinh 257 thì bị bắn, rớt sát bờ biển, lật sấp, ngang tỉnh Quảng Ngãi, ông là người duy nhất lội vào bờ sống sót, còn Chuẩn tướng Điềm và Đại tá Toàn cùng những người đi theo trên tàu chết hết. Đang ở trên bờ thì hên, có chiếc đi sau, ghé để đổ thêm xăng từ các thùng phuy mang theo, ông theo vào Nha Trang và sau đó Sài Gòn. Chiếc của Đại Úy Ân, phi đoàn Cứu Tinh 257 thì hết xăng phải đáp trong sân của 1 trường học, chiếc theo sau của Tr/U Hùng còn xăng cũng đáp xuống, nhưng tất cả đều bị VC giữ tại đó. Chuyện hy sinh của Đại úy Ân sẽ kể trong một bài khác với nhân chứng Thiếu Úy Đăng, copilot của anh là nhân chứng sống lúc đó. (Nhật Báo Người Việt, California có đăng về câu chuyện thương tâm nầy, ngày 7 tháng 11 năm 2011, tựa đề: "*Thảm cảnh của chiến tranh*").

Quy Nhơn mất ngày 1 tháng 4.

Nha Trang ngày 3 tháng 4.

Đà Lạt ngày 4 tháng 4.

Ngày 8 tháng 4: Dinh Độc Lập bị thả hai quả bom do KQCS nằm vùng Nguyễn thành Trung bay F5 cất cánh từ phi trường Biên Hòa, phi vụ đi thả bom, nhưng kiếm cớ phi cơ trục trặc vô tuyến, rời hợp đoàn bay về thả bom tại dinh Độc Lập. Lúc đó khoảng 8 giờ rưỡi sáng, tôi đang ngồi trong lớp học của Giáo Sư Vũ văn Mẫu giảng môn Dân Luật tại trường Luật Khoa, góc đường Duy Tân và Phan đình Phùng. Cả lớp chun xuống gầm bàn sau những tiếng nổ lớn vì nơi đây rất gần với chỗ bị thả bom. Ông cho sinh viên giải tán ra về. Tôi lấy xe *cady* chạy thẳng về nhà chị Dung vì lúc đó Mạ và chị tôi đang ở tạm. Đường Công Lý mọi người đi lại khá đông, các ngã tư vẫn còn Cảnh sát công lộ với đèn xanh đỏ. Thành phố Saigòn vẫn còn trong trật tự.

Phan Rang mất ngày 16 tháng 4.

Phan Thiết ngày 19 tháng 4.

Tổng Thống Nguyễn Văn Thiệu từ chức ngày 21-4-1975.

Anh Châu từ phi trường Biên Hòa về, anh làm 2 ngày liên tục nghỉ 1, ngày nghỉ anh về Sài Gòn chơi, lần nầy anh về, thấy tình hình sôi động, sau khi nói chuyện với anh P. lúc đó là SQ tùy viên cho ĐT Tham mưu trưởng CVV, chồng chị Dung, anh P. khuyên mang gia đình vào phi trường TSN. Anh Châu chở Mạ và chị tôi trên Honda, tôi chạy Cady vào đến cổng Phi Long, anh Châu trình giấy tờ cho anh trung sĩ gác cổng, anh bảo gia đình muốn vào cần có giấy bảo lãnh vì Đại Úy Châu không thuộc phi trường TSN mà thuộc về phi trường Biên Hòa, nên chỉ mình anh vào nhưng không đưa thân nhân vào được. Thấy bế tắc vì nếu làm giấy tờ qua an ninh, có thể phải chờ cả tuần hay hơn. Tôi nói với anh gác cổng, anh cho tôi mượn máy cầm tay gọi Chuẩn úy Chánh ở phòng An ninh, hắn bảo *bộ anh quen ổng hả*, tôi nói bạn thân trung học, đi nhậu hoài à. Rất may lúc đó, người nầy biết Chuẩn úy Chánh [17].

Chưa đầy năm phút, thấy Chánh lái chiếc Moto C-90 mầu đen chạy ra, tôi nói nhờ đưa bà cụ, bà chị và mình vào cổng, anh Châu thì KQ muốn ra vào lúc nào tùy ý nhưng không mang theo gia đình được. Tôi thấy Chánh nói nhỏ gì đó với anh trung sĩ, và anh ta mở cổng cho tụi tôi cùng vào, đã cho thấy *thế lực ông chuẩn úy (lúc nầy đã lên Thiếu uý nhưng chưa "rửa lon") ngành an ninh cao hơn ông đại úy ngành bay lúc ở dưới đất*. Vấn đề là anh Châu không phục vụ tại phi trường nầy, bây giờ đi đâu vì không nhà không cửa, tôi nói với Chánh, ghé cư xá mầy được không? Đây là cư xá sĩ quan độc thân hai người một phòng, phòng của Chánh trên lầu, ngay gần cầu thang và *balcon*. Gia đình tôi ở tạm dưới lầu cùng gia đình Thiếu Tá Hiếu lúc đó cả gia đình anh đã

[17] *Chánh học cùng tôi từ đệ thất Quốc Học, lên lớp 12 năm 1972, chính phủ tuột một tuổi hoãn dịch vì học vấn, lớp tôi đi lính hơn phân nửa, Đà Lạt có, Thủ đức có, cả Địa phương quân. Lẽ ra Chánh thi vào Võ Bị, nhưng vì rớt khóa I Tú Tài II, giấy động viên về, phải đi trình diện Thủ đức, ở đây Chánh đỗ thủ khoa, muốn chọn ngành nào cũng được, mộng đi Không quân, lái phản lực, nhưng con một, Chánh ở với ông bà Nội từ nhỏ, nghe Chánh muốn chọn ngành phi hành, ông bà nội đã khóc lóc, năn nỉ chỉ có đứa cháu đích tôn nối dòng nên Chánh chọn KQ, ngành không phi hành, được gởi đi huấn luyện tại trường Cây Mai, ra trường cũng đỗ thủ khoa khóa An Ninh nên chọn phục vụ tại TSN mà lại không chọn Đà Nẵng cho gần gia đình, hệ thống quân giai lúc đó là chọn nhiệm sở hay ngành tùy theo vị thứ lúc thi đỗ, phần nhiều những người đỗ cao hay chọn các binh chủng tác chiến như nhảy dù hay TQLC nhưng với hoàn cảnh gia đình tôi hiểu tại sao Chánh phải có sự chọn lựa đó.*

vô TSN. Chánh ở cùng với Cường trước đó tôi đã có gặp. Chánh nhường phòng lại cho tôi còn Chánh và Cường ở lại phòng trực. Ngày hôm sau, tôi thấy nhiều gia đình tụ tập dưới lầu, họ bắt đầu mang gia đình vào, phần nhiều là nhân viên phi hành của C-130 thuộc hai phi đoàn vận tải 435 và 437 để đi Côn Sơn/Phú Quốc, mục đích để tránh pháo kích vì phi trường sẽ là mục tiêu chính.

Với cái radio Sony của Mạ tôi, bắt đài BBC trên tầng số *shortwave 31m* thì chỉ nghe toàn tin xấu, từ miền trung thất thủ, Quảng trị vào Phan Rang, rồi tin đồn ông Thiệu chỉ chịu cắt đến Ninh thuận, nơi chôn nhau cắt rốn của ông ta, nhiều tin đồn khác nói có thỏa hiệp chia đất với phe bên kia. Tò mò sau giờ phát thanh BBC (7:30 tối mỗi đêm) tôi tìm ra đài làn sóng ngắn của bưu điện, nơi đây những người có bà con hay thân nhân đang ở ngoại quốc nói chuyện với nhau về giá vàng, chuyển tiền và di tản ra ngoại quốc bằng máy bay dân sự một cách thoải mái vì lúc đó chưa có hệ thống điện đàm riêng tư.

Không có chuyện gì làm, tôi rủ Chánh đi nhậu, buổi tối Chánh đi chiếc moto màu đen ghé cư xá đón tôi, hai thằng ra phố, tôi chỉ còn nhớ ghé một tiệm ăn, hai đứa kêu ếch chiên bơ, vài lon bia, ngồi kể chuyện bồ bịch, tôi hỏi Chánh sao không đưa H. vào phi trường, có dịp để di tản, Chánh bảo tau ở đây tử thủ với cây M-16 chứ đi đâu, "*làm sao mà mất Sài Gòn được?*", tôi bảo mình cũng nghĩ vậy, nhưng chỉ một tháng đã mất trọn từ Quảng trị tới Phan Rang, mình cũng hy vọng có ngưng bắn hay hòa đàm nhưng với tình trạng nầy và người Mỹ đã cho máy bay di tản khỏi Sài Gòn thì có lẽ ngoại trừ quân BV tình nguyện ngưng, chỉ tiếp thu đến Phan Rang vì quân VNCH triệt thoái, chắc chúng ta cũng hết đường chạy trong nước như 1954. Tôi khuyên Chánh nên suy nghĩ lại, rồi đề nghị hay là "*mầy đưa tau di tản theo máy bay của Mỹ, nếu được đêm sau ra đưa cô bạn mầy vào đi tiếp*". Nghe đề nghị có lý nên trên đường về lại phi trường, Chánh nói với tôi chuẩn bị *ngày mai khởi hành*.

23 tháng 4, 1975: Gần tối Chánh ghé cư xá, chỉ cho tôi đủ thời gian từ giã Mạ tôi, anh Châu và chị Gái, mấy cái văn bằng có bọc nhựa tôi nhét trong bụng, Chánh bảo tôi lên mặc bộ đồ lính của Cường để dễ ra phi đạo và cho tôi *mật khẩu*. Trời tối, ngồi sau nên lính gác cũng nghĩ tôi là nhân viên ANKQ như Chánh. Ra phi đạo, Chánh bảo tôi chờ sau một cái lô cốt bỏ hoang, ở đây có cậu bé nhỏ hơn tôi, run rẩy vì sợ, hỏi ra là em của Quang làm cùng văn phòng với Chánh, Cường. Ngồi chờ cuối phi đạo tôi nghe từng chiếc phi cơ C-141 của KQ Mỹ cất cánh, tiếng Anh của những nhân viên Hoa kỳ sau máy bay kêu tên (manifest) cho lên máy bay C-141 di tản theo diện DAO (Defense Attache Office). Số tôi không đi máy bay của Mỹ nên tối hôm đó, bỗng nhiên TQLC Mỹ thay phiên gác cho an ninh phi trường và Quân cảnh Việt Nam, không cho ai khác lên ngoại trừ đã có tên trong *manifest* của Mỹ. Thất bại, Quang chở cậu em, Chánh chở tôi trở về *barrack* của Chánh khoảng 6 giờ trước khi trời hừng sáng để khỏi bị lộ.

25 tháng 4: Chánh trở về cư xá cho biết đêm sau Mỹ lại đưa cho an ninh KQ Việt nam xét [18], nhưng cả Chánh và tôi không ai đả động chuyện ra đi lại, vì nếu bại lộ, không những tôi mà cả hắn cũng tiêu tùng vì Quang đã đưa cậu em ra ngoài phố, không còn ý định di tản theo DAO. Chánh cũng lộ cho tôi biết Mỹ có cho mình mấy quả bom hơi ngạt (CBU-55 *Cluster Bomb Unit*) đã được KQVN cho gắn trên AC-130 [19], sẵn sàng thả khi Cộng quân đến Long Thành, ít ra đi nữa cũng làm giảm bước tiến của họ,

---

[18] *Tôi nghĩ nhân viên DAO của Mỹ lấy lại việc xét người lên máy bay di tản của họ thay vì cho ANKQ người Việt xét như những ngày trước vì lý do lúc các người di tản lên máy bay, còn lại số tiền Việt ít nhiều trong túi, biết mình sẽ không cần xử dụng nữa nên đưa lại cho các nhân viên người Việt đằng sau máy bay. Nhìn thấy, người Mỹ tưởng là các nhân viên Việt Nam lấy tiền thù lao. Sau hôm đó, biết được sự hiểu lầm nầy họ đã đưa lại cho KQVN chuyện xét cho người lên máy bay di tản. Âu cũng do là tôi được đi máy bay di tản do KQVN lái và nếu tôi đi hôm đó không biết tình trạng di tản của anh tôi và gia đình như thế nào.*

[19] *C-130 của KQHK được mệnh danh là Hercules (ông thần sức khỏe của Hy Lạp), do hãng Lockheed chế tạo, có 4 động cơ cánh quạt Allison T56-A-7 gắn trên hai cánh là phi cơ vận tải không quân Hoa kỳ viện trợ cho Việt Nam và các phi công được gởi đi huấn luyện tại Hoa Kỳ, lúc về nước phục vụ tại Không đoàn 53 Chiến thuật (53rd Tactical Wing, 5th Air Division, RVNAF) đồn cứ tại phi trường Tân Sơn Nhứt thuộc Sư đoàn 5 KQ có hai phi đoàn vận tải C-130 là 435 và 437 (435th and 437th Squadron). Bốn cánh quạt gắn hai bên cánh thấp nên lúc 4 cánh quạt quay rất nguy hiểm. Các chiếc máy bay nầy được KQVN (RVNAF) dùng làm phương tiện di tản ngày cuối cùng từ TSN đến phi trường U-TAPAO, Thái Lan gồm các quân nhân và gia đình. Người Mỹ đã biết và tính trước đây là cách thâu hồi một số các viện trợ quân sự cho VNCH khỏi để lọt vào tay đối phương. Một số C-130 đến được U-Tapao ngày 29 tháng 4 có các số đuôi: HCC, HCL, GZA, GZM ... Loại máy bay được Hoa Kỳ liệt vào hạng STOL (**S**hort **T**ake-**O**ff and **L**anding), chỉ cần phi đạo ngắn nên mới cất cánh được bằng taxiway vào ngày cuối.*

nhưng sau nầy tôi mới biết, có bom mà họ không cho ngòi nổ thì cũng như không. Loại bom nầy nặng đến 750 cân Anh (pounds) tương đương với 340 kg.

Anh Đại Úy nhảy dù Dược sĩ Nguyễn Mậu Trinh, đang ở Biệt Khu Thủ đô, từ ngoài phố ghé vào thăm anh Châu, thăm anh Hồ Viết Vĩnh (bay cho Tướng Kỳ) và xem xét tình hình, cho biết ngoài phố Sài Gòn vẫn còn trật tự, vẫn còn chưa nghĩ tới chuyện di tản hay phải đáp trực thăng trên nóc nhà anh ở đường Tự Do để đón gia đình di tản như anh Châu đã hoạch định sẵn với anh.

Anh Châu, dặn riêng tôi trong trường hợp cần di tản bằng trực thăng (anh biết tôi rất rõ về mấy chiếc trực thăng, tuy là dân sự), chỉ đủ xăng từ bờ biển Vũng tàu ra khoảng 30 phút, nếu ra khơi, không có tàu để đáp mà bay trên 15 phút thì dù có trở lại bờ cũng không đủ xăng, và anh nói trong trường hợp gặp tàu nhỏ không đủ chỗ cho trực thăng đáp thì anh sẽ kê một càng cho mọi người xuống, rồi anh sẽ là người cuối cùng bay ra để làm "*ditching*". Là người tình nguyện của phi đoàn 257 Cứu tinh đưa trực thăng ra tàu HQ Việt Nam năm 1974 để bảo vệ Hoàng-Trường Sa nên anh kinh nghiệm về chuyện đáp trên biển vì đáp trên tàu đang di chuyển lắc lư không có bãi đáp khó hơn đáp ở một nơi cố định như phi trường, đó là còn tùy thuộc thời tiết tốt hay xấu, biển động hay không.

Chiều ngày 28 tháng 4 năm 1975:

Khoảng 5:20 chiều ngày 28-4-75, trong lúc lễ bàn giao Tổng Thống giữa TT Trần văn Hương và ĐT Dương văn Minh đang xảy ra trong dinh Độc Lập thì bên ngoài, trời bỗng đổ mưa. Bầu trời u ám như báo trước một biến cố trọng đại cho đất nước.

6:20 chiều: Năm chiếc (nhiều tài liệu nói 3 chiếc) A-37 do NTT cất cánh dẫn đầu từ Phan Rang bỏ sáu quả bom tại phi trường TSN, một số phi cơ bị hư hại. Các chiếc A-37 nầy về đáp ở Phan Rang. (*Riêng NTT sau khi bỏ bom Dinh Độc Lập ngày 8 tháng 4 đã phải đáp chiếc F-5 tại sân bay VC làm tạm ở Phước Long vì*

Phan Rang chưa thất thủ). Phi trường vẫn còn trật tự, cấp trên, an ninh phi trường và quân cảnh ra lệnh "*nội bất xuất, ngoại bất nhập*" trừ các quân nhân đang ở ngoài phải vào căn cứ trình diện, lệnh cấm trại 100%.

Ngày 29-4-1975 – Phi trường Tân Sơn Nhứt

Từ 4 giờ sáng đến khoảng 6 giờ sáng ngày 29, phi trường TSN đã bị pháo dữ dội, căn cứ nữ quân nhân bị cháy, phi đạo chính bị đạn pháo kích hư hại, tất cả trừ căn cứ quân sự bốn bên Davis [20] đang hòa đàm vì nơi đây cộng quân biết có các sĩ quan cao cấp Bắc việt (Tướng Trần văn Trà) nên đề lô của họ đã tránh nơi nầy.

Khoảng 6 giờ, trời mờ sáng, tôi thấy Thiếu tá Nguyễn văn Thanh PĐT 233 đi bộ từ cổng Phi Long vào phi trường xem tình hình và báo cho Mạ tôi biết vợ anh vừa sanh con gái ngày hôm trước. Anh biết gia đình tôi đang ở tạm đó vì phi đoàn phó của anh Thiếu tá Hiếu và gia đình cũng đang ở đó.

Khoảng 7 giờ sáng, đang đứng dưới sân, nhìn lên trời, mọi người thấy một chiếc AC-119K đang liên tục nhả đạn xuống vòng đai phi trường, chiếc máy bay đang bay với một tốc độ thật chậm, từng hồi *mini-gun* rú lên, rồi bỗng nhiên một làn khói trắng (SA-7) bay lên từ mặt đất chạm vào chiếc máy bay cắt thành hai mảnh, chiếc đuôi rớt xuống trước, phần đầu quay vòng, tôi nghe mọi người xung quanh la lên: *nhảy ra, nhảy ra*…nhưng phần nửa chiếc máy bay rớt xuống vòng đai phi trường mà không một cánh dù bung ra. Mọi người xung quanh im lặng giải tán. Đó là chiếc máy bay võ trang hy sinh vì quân vụ cuối cùng tại TSN do Tr/U

---

[20] Căn cứ quân sự bốn bên là trại Davis, lấy tên của Thomas Davis, bị CS giết năm 1961, nằm phía Tây Nam căn cứ không quân TSN, thuộc quyền kiểm soát của KQHK, là nơi họp sau Hiệp định Ba Lê 1973 để thi hành hiệp ước đã ký kết của 4 phe: Việt Nam Cộng Hòa, Việt Nam Dân Chủ Cộng Hòa, Mặt Trận Giải Phóng Miền Nam Việt Nam (MTGPMNVN) và Hoa Kỳ.
Miền Bắc đã vi phạm hiệp ước Paris 1973, chiếm trọn miền Nam mà họ đổ lỗi cho là do MTGPMNVN mà ai cũng biết, đã bị khai tử sau khi thanh toán xong miền Nam 1975 vì đây là cơ quan bù nhìn của miền Bắc, được sinh ra để che mắt thiên hạ không hiểu rõ về chiến tranh Việt nam.

Trang văn Thành thuộc phi đoàn Tỉnh Long 821 đồn cứ tại phi trường TSN, cũng nhờ hỏa lực của chiếc nầy trước khi bị bắn rơi có lẽ đã làm chậm bước tiến của Cộng quân vào phi trường.

Thấy tình hình không mấy sáng sủa, nghe gia đình anh PĐP là Th/t Hiếu quyết định không đi đâu, Th/t Thanh bèn nhờ anh Châu chở ra cổng Phi Long để về nhà. Anh Châu lái chiếc Honda Dame, tôi ngồi giữa, anh Thanh ngồi sau, chỉ nghe thoáng Mạ tôi bảo, "*kiếm cách mà đi nghe con*" dù không biết đi đâu, bà là người từng kinh nghiệm chiến tranh với Việt Minh nên dặn dò đi không được thì trốn ở đâu đó chứ đừng về nhà, sẽ dễ dàng bị lộ tông tích và sẽ bị trả thù tại địa phương.

8:30 am: Trực chỉ cổng Phi Long, khoảng còn cách 100 thước, một Quân Cảnh tay cầm M-16 đứng giữa đường, chặn xe lại, hỏi anh Châu: Đại úy đi đâu?, anh Châu bảo tôi đưa Th/t Thanh ra cổng, hắn hét to: *"Không ra cổng được, lệnh nội bất xuất, xin Đại úy trở lại!",* tôi đưa tay chỉ phòng An ninh phía trước, nói cho tôi ra gặp Chuẩn úy Chánh được không?. Không trả lời, tay đưa súng lên trời, người QC bắn một loạt đạn chỉ thiên bảo *không đi đâu hết*. Thấy không thuyết phục được, anh Châu bèn vòng chiếc Honda quay trở lại, hành động của người lính nầy đã cứu Thiếu tá Thanh khỏi mười mấy năm tù cải tạo với Cộng Sản.

Xe chạy thẳng ra phi đạo trực thăng, thấy không còn chiếc nào toàn vẹn, mọi thứ ngổn ngang, phi trường là một cảnh hoang tàn sau đợt pháo kích hồi đêm, một chiếc Chinook CH-47 có khá đông người chung quanh nhưng không còn đủ xăng, khi qua phi đạo DAO (Defense Attaché Office) thì các chiếc trực thăng Mỹ *Air America* đậu đầy, còn trật tự vì hình như pháo kích không rớt vào khu nầy đêm hôm trước do sự dàn dựng có đồng ý trước giữa Mỹ và CS, nhóm quân sự 4 bên còn ở đây, một trung tá Mỹ (Lieutenant Colonel) mặc đồ KQ đi ra bảo cứ tự nhiên lấy đi khi anh Châu hỏi: "*May we have your Huey?*", (vốn liếng tiếng Anh của tôi lúc đó chỉ còn nhớ ông ta nói *Help yourself!*), nhưng sau khi đã lên ngồi, quay máy, xăng đầy và *battery* còn tốt (khi quay máy trực thăng phải dùng bình điện trước khi máy nổ), anh Châu và Thanh đổi ý vì đi chiếc nầy của CIA, *bên nào cũng có thể bắn mình*, phía Mỹ có thể cho là mình ăn cắp, phía VC thì cho là Air America của CIA, tôi ngồi sau lấy tay ném cái *headset* lên ghế nhảy xuống khi hai anh tắt máy ra hiệu không nên đi cách nầy.

Ra khỏi chiếc trực thăng sơn màu xanh trắng còn mới và đầy xăng, ba anh em lái Honda qua lại khu Chinook CH-47, chiếc Chinook với hai pilot và nhiều người ngồi trong cũng như phía sau, lên phía trong rồi, nghe pilot bảo không đủ xăng bay, anh Châu lái tiếp chiếc Honda qua phi đạo của C-130 thuộc phi đoàn vận tải 435, vả lại đi *chinook* không ai nghĩ lúc đó có thể đáp trên tàu mà qua Thái Lan không đủ xăng, Cam bốt thì đã xong rồi. Hoang tàn và đổ nát vì pháo kích trong đêm, xe cộ nằm ngổn ngang vì những người đã ra đi để lại, một chiếc C-130 từ trong *hangar* đang *de* ra, *ramp* sau được từ từ hạ xuống, nhìn từ phía sau, tôi thấy trống trơn bên trong. Còn khoảng 200 thước ba anh em thả xe Honda còn nổ máy xuống đất, cùng nhau chạy tới cuối phi cơ, chiếc phi cơ dừng lại, tôi thấy hai anh pilot, bạn anh tôi vẫy tay ra hiệu. Ngoái đầu nhìn lại đàng sau, tôi thấy khoảng 200 người dân sự có quân sự có từ sau *hangar* cùng chạy đến sau phi cơ, cảng sau của C-130 không xuống hết chạm đất mà nằm ngang cỡ ngực, đang cố gắng leo lên thì tôi bỗng thấy có ai sau mình đẩy lên và cứ thế người sau nâng người trước lọt vào trong thân phi cơ, tiếng động cơ làm át hẳn mọi tiếng động khác, sau nầy tôi mới biết C-130 phải cho nổ động cơ thứ 3 trước (đứng từ sau đuôi nhìn tới, theo thứ tự từ trái 1, 2, 3, 4) vì động cơ nầy cho điện A/C và D/C, sau đó 4 rồi 2 và 1. Vì thời gian cấp bách, đạn pháo kích từ nhà bè còn rớt rải rác trên phi đạo, anh pilot cho nổ luôn không cần theo sách vở của an phi, thứ tự 3, 4, 2, 1.

Chiếc C-130 vừa chạy vừa thắng, đóng cửa đuôi và cửa bên hông sau khi mọi người lên hết, tôi đoán chừng trên hai trăm, mọi người đều ngồi bệt dưới sàn. Từ từ dùng lực của cánh quạt đi lui rồi bỗng nhiên dừng lại, tiếng pilot trên máy hỏi người nào đã để chiếc xe Jeep chặn đường lui của phi cơ vì cánh quạt có thể đụng. Anh cho hai động cơ bên trái tăng tốc độ quay nghĩ có thể đẩy chiếc xe lùi lại, nhưng nó vẫn đứng, cửa bên hông bên trái phía trước mở ra, một người mặc đồ bay, mang lon trung tá bảng tên Châu tình nguyện nhảy xuống, ông dời chiếc xe ra, lúc bám cửa nhảy lên ông bị rớt xuống và một cánh quạt đánh trúng, té chết ngay trên phi đạo, cánh cửa bên hông vì thế không đóng lại được nữa, *(kiểm chứng sau này cho biết ông là Trung tá Châu có biệt danh Châu nháy vì khi nói chuyện hay nhấp nháy con mắt)* và lúc đáp xuống U-Tapao, tôi thấy có vết máu còn sót lại trên bánh đáp bên trái.

Nghe pilot nói trên máy, mọi người dồn lên trước để đuôi nhẹ cho việc cất cánh, phi đạo chính đã bị hư nên sẽ cất cánh bằng *taxiway*...chiếc phi cơ tống hết ga, vọt lên không trong một khoảng ngắn với một góc độ và tốc độ không ghi trong sách chỉ dẫn, hay an phi nhưng lên cao rồi còn bay một vòng để từ giã Sài Gòn, cánh cửa bên hông trái không đóng được, không thể mở hệ thống dưỡng khí oxygen nên chỉ bay thấp dưới 10 ngàn bộ, bay dọc ngang bờ biển Kampuchia (xem bản đồ đính kèm) đã mất vào tay VC trước đó một tháng, may mà lúc đó phòng không không thèm, chứ không đâu còn ngồi đây kể chuyện...có lẽ VC sợ bắn phòng không trúng máy bay của Mỹ vì hai bên đã có thỏa thuận trước.

Trực chỉ Thái Lan nhưng không dùng vô tuyến liên lạc với sân bay U-Tapao được, trưởng phi cơ chiếc C-130 (sau này lúc đáp mới biết là Đại Úy Minh tự Minh điên, phi đoàn 435) dùng dấu hiệu khẩn cấp, bay ngang trên phi đạo lắc cánh, rồi vòng lại đáp xuống, ra đến taxiway, dừng lại, cửa sau được mở ra đến tận mặt đất, tắt máy, mọi người đi xuống, nhiều người lính không quân Mỹ đứng quanh, họ thâu tất cả vũ khí của những người di tản. Đi bộ vào hangar gần đó tôi ngoái cổ nhìn lui, thấy hai chiếc xe cần trục (bucket truck) có hai người lính Mỹ đang sơn xóa hết dấu hiệu không quân và cờ Việt nam sau đuôi chiếc máy bay và sơn lên huy hiệu của Mỹ, họ làm rất nhanh. Hangar đã chứa gần hơn mấy trăm người, kẻ đứng người ngồi, kẻ chạy ra tìm người quen hay thân nhân. Tôi đi một vòng, không tìm thấy Chánh, chỉ thấy Quang, hỏi cũng không biết Chánh đâu, khoảng nửa tiếng sau nhìn ra phi đạo, một chiếc ACK-47 vừa đáp, đoàn người lục tục kéo vào, thấy Chánh và Cường, tôi chạy ra chào mừng, Cường nhìn tôi bảo nhớ trả bộ đồ của tau. (lúc đi tôi mặc bộ đồ Chuẩn úy của Cường). Chánh bảo: *sao mầy tới được trước tau?* Tôi nói: "*vì mầy còn lo tử thủ với cây M-16, tới chậm là phải rồi*".

Chiếc máy bay quân sự do các phi công Việt Nam lái đưa tôi và một số đông quân nhân và gia đình đến bến bờ Tự Do có lẽ là chiếc vận tải cơ lớn cuối cùng rời được phi trường TSN vì sau đó không còn chiếc C-130 nào đáp xuống U-Tapao.

Hôm sau, anh tôi tình cờ gặp lại người bạn phi đoàn trực thăng, Thiếu tá Huỳnh văn Du (c) (*em rể của Tướng nhảy dù Lê Quang Lưỡng)*, hỏi anh đến bằng cách nào thì anh kể, lúc anh đi tìm ở TSN, các máy bay tốt đã đi gần hết, số máy bay trực thăng còn lại, hoặc hư, hoặc hết xăng. Anh kiếm được một chiếc còn tốt, chỉ thiếu bình điện và xăng, anh đi tìm bình điện tốt thay vào [21], còn xăng thì anh lấy cái nón sắt, tháo bình xăng của A-37 đổ qua, xăng A-37 và trực thăng dùng cùng loại JP-4 [22]. Anh cũng không biết ra đường biển gần hơn, vì như anh tôi đã dự tính trước, ra biển mà không có tầu để đáp thì không đủ xăng để về lại bờ, đi dọc bờ biển thì nếu hết xăng, có thể đáp trên bờ. Mất khá nhiều thời gian cho việc nầy nhưng cũng xong, anh còn mang thêm hai thùng phuy dự trữ vì biết không đủ để đến biên giới Thái Lan, anh về đón gia đình vợ con và bay qua Thái Lan, phải đáp đổ thêm xăng dọc bờ biển Cam bốt mà hên không có Khờ-me đỏ xuất hiện, anh cũng đã cho người em (lính nhẩy dù) ngồi phía sau thủ sẵn cây đại liên nếu cần xử dụng đến nó. Anh là *pilot* mang theo chiếc trực thăng độc nhất đến được đất Thái.

---

[21] *Muốn trực thăng Huey UH-1 nổ máy, trước hết phải dùng bình điện ắc-quy 24VDC, mở bơm xăng, bình thủy lực (hydraulics) rồi mới quay cánh quạt (ngược chiều kim đồng hồ), bình điện phải còn tối thiểu 12V thì may ra máy nổ.*

[22] *Jet Propellant 4 (JP-4) là hỗn hợp 50/50 của dầu hỏa (kerosene) và xăng (gasoline) nên có mùi hôi như dầu hỏa, dùng cho máy bay phản lực. Lính không quân VN do nghèo, không có tiền đổ xăng, lấy loại nầy đổ xe gắn máy Honda chạy cũng được nhưng ống bô nổ lớn hơn là dùng 100% xăng 90 octane. Khói ra có mùi dầu hôi. Dung lượng UH-1 đầy 4000lbs xăng trên lý thuyết thì bay được khoảng 450 km với vận tốc 110 knots (127mph), 1 knot = 1.15mph.*

NHỮNG TÍN HIỆU DI TẢN CUỐI CÙNG CỦA NGƯỜI MỸ.

Cũng nên nói thêm về hệ thống truyền thông miền Nam, tình hình căng thẳng sau khi dân tị nạn đổ về vì các tỉnh miền Trung từ vĩ tuyến 17 đã lọt vào tay quân đội miền Bắc. Các đài phát thanh địa phương của miền Nam dùng hệ thống AM (Amplitude Modulation)[23], chỉ có các đài phát thanh của người Mỹ dùng FM (Frequency Modulation) vì chương trình nhạc có thể phát ra "stereo", âm thanh nổi (tức là hai loa âm thanh khác nhau, không phải "mono"). Riêng các đài ở xa nói tiếng Việt như BBC (British Broadcasting Corporation) chỉ phát thanh 30 phút buổi sáng và 60 phút buổi tối, VOA (Voice of America) có nhiều chương trình tiếng Việt hơn kể cả Đài tiếng nói Tự Do Gươm Thiêng Ái Quốc (mục đích nhắm vào người nghe miền Bắc) thì dùng làn sóng ngắn Shortwave (SW) trên các làn sóng 13, 16, 19, 25, 31, 41 và 49m cũng như đài phát thanh chính Sàigòn. Miền Nam không cấm người dân nghe đài phát thanh như miền Bắc. Ngoài người dân nghe còn các binh sĩ tại các địa phương hay mặt trận cũng có thể nghe được nếu có máy phát thanh (Radio). Mạ tôi là người ghiền các chương trình phát thanh nầy nên bà có một cái radio Sony dùng pin đủ hết các băng tần, cái ăn ten (antenna) kéo lên dài cả thước lúc cần bắt các đài xa. Đến giờ phát thanh, nhất là buổi tối của BBC chương trình tiếng Việt 7:30 là trước đó vài phút mở ra, thường là trên làn sóng 31m cho đến khi bản nhạc báo hiệu chương trình thì các nhà hàng xóm cũng có khi họ mở lớn cùng lúc và với sự yên tĩnh vì giờ đó ít có ai đi ngoài đường, có khi cả xóm cùng nghe. Thời đó nghe đài phát thanh đã là một xa xỉ phẩm cho đến khoảng 1966, lúc các đài TiVi (television) đen trắng được quân đội Mỹ xử dụng và các đài địa phương Việt Nam bắt đầu phát sóng thì người ta chuộng TV vì thấy hình hơn các đài phát thanh chỉ nghe tiếng.

---

[23] *Các đài phát thanh tiếng Việt và tiếng Anh tại miền Nam Việt Nam trên các băng tầng:*
AM: Amplitude Modulation phát thanh trên làn sóng từ 535 đến 1605 KiloHertz.
FM: Frequency Modullation phát thanh trên làn sóng từ 88 đến 108 MegaHertz.
SW: Shortwave phát thanh trên làn sóng ngắn 3 đến 30 MegaHertz.

Lúc nầy người dân càng nghe tin tức trên các đài phát thanh hằng ngày, càng mất bình tĩnh, chương trình tiếng Việt dành cho người Việt nghe trong nước thì tin không theo kịp các cuộc rút quân ngoài chiến thuật, tin đồn thất thiệt bên ngoài nhiều hơn tin chính xác. Có hiểu và nghe đài Mỹ thì cũng chỉ có một số ít có phương tiện để di tản. Các hãng thông tấn ngoại quốc thì dù không bị kiểm duyệt tin tức bởi chính phủ miền Nam nhưng tính cách thiên tả và các cuộc biểu tình phản chiến tại Hoa kỳ, họ biết chiến tranh Việt nam sẽ kết thúc một ngày nào đó, không phải định đoạt trên chiến trường mà là trên bàn hội nghị.

Vào những ngày cuối, người Mỹ đã chuẩn bị cho chương trình di tản ra khỏi Sài Gòn nhưng ít ai biết đến. Chương trình lúc đầu có tên *"Talon Vise"*, sau đó đổi thành *"Operation Frequent Wind" (Chiến dịch Gió Bấc)*. Ít có ai để ý vì nghe đài Mỹ trên FM phải biết và hiểu tiếng Anh, tôi thì hay nghe vì các bản nhạc phổ biến thời bấy giờ và cũng hay luyện Anh văn nên thỉnh thoảng mở các đài FM, đâu có biết, để chuẩn bị cho việc di tản, Tòa Đại sứ Mỹ đã phân phát một tập sách dài 15 trang có tên **SAFE** [24], viết tắt của *"Hướng dẫn và lời khuyên tiêu chuẩn cho thường dân trong trường hợp khẩn cấp." ("Standard Instruction and Advice to Civilians in an Emergency.")*. Tập sách bao gồm một bản đồ Sài Gòn xác định chính xác 14 điểm hẹn *"các khu vực tập trung nơi máy bay trực thăng sẽ đón bạn."* Có một trang phụ trang ghi: *"Lưu ý tín hiệu di tản. Không được tiết lộ cho nhân viên khác"*. Khi có lệnh di tản, mật hiệu sẽ được đọc trên Đài phát thanh Quân đội Mỹ FM 99.9 và 90.1. Tín hiệu là: ***"Nhiệt độ ở Sài Gòn là 105 độ và đang tăng"***. Sau đó, bản nhạc sẽ được phát thanh là bài ***"I'm Dreaming of a White Christmas"***. Các nhà báo người Nhật, lo ngại rằng họ sẽ không nhận ra giai điệu của bài hát, đã phải nhờ ai đó hát cho họ nghe. Ít ai là người ngoại quốc nhất là người Việt nghĩ ra rằng, đang là mùa hè, lại chơi bản nhạc mùa Giáng sinh, mà cứ phát đi phát lại mỗi 15 phút trên đài phát thanh.

---

[24] Tài liệu thư viện Tổng Thống Gerald Ford: https://www.fordlibrarymuseum.gov/library/document/0373/1555975.pdf

Sau khi có tín hiệu di tản, xe buýt bắt đầu đón khách và đi đến Khu phối hợp DAO (Defense Attaché Office) trong phi trường TSN. Hệ thống hoạt động hiệu quả đến mức xe buýt có thể thực hiện ba hành trình trở về thay vì một hành trình như dự kiến. Vấn đề lớn nhất xảy ra khi đơn vị quân đội bảo vệ cổng chính tại Tân Sơn Nhứt từ chối cho đoàn xe buýt cuối cùng vào Khu phối hợp DAO vào khoảng 17:45 chiều. Khi chuyện này xảy ra, súng đã nổ và trúng vào những chiếc xe buýt phía sau làm vô hiệu hóa hai chiếc xe. Cuối cùng, cấp chỉ huy kiểm soát các cổng đã đồng ý cho phép những chiếc xe buýt còn lại vào khu vực DAO. Việc Tướng Carey đe dọa sử dụng trực thăng võ trang AH-1J SeaCobra bay trên đầu có thể đã đóng một vai trò nào đó trong quyết định của chỉ huy an ninh phi trường lúc đó.

The Air America facilitated evacuation of a CIA apartment building in Saigon, April 1975. Image: Getty/AFP Forum

Bức hình nổi tiếng vào ngày 30 tháng 4 năm 1975. Trực thăng Air America sơn màu xanh trắng đang đáp trên nóc tòa nhà địa điểm 22 Gia Long, một trong những địa điểm hẹn trước để đón các nhân viên làm việc cho người Mỹ di tản, không phải tòa nhà của CIA hay tòa Đại sứ Mỹ như nhiều người vẫn lầm tưởng.

Bức hình do nhiếp ảnh gia/nhà báo người Hòa Lan Hubert Van Es chụp ngày 30 tháng 4 năm 1975.

Tòa nhà chung cư 22 Gia Long (Lý Tự Trọng bây giờ). Hình bên trái do Paul Blizard chụp 2019 từ khách sạn Rex và trên Web bên phải.

NGƯỜI MỸ CHUẨN BỊ CHO CHUYẾN BAY CUỐI CÙNG TỪ SÀI GÒN

Các tài liệu từ Bộ Quốc Phòng Hoa Kỳ (DoD) và Văn phòng Tùy viên Quốc phòng (DAO) trong tập: "Chuyến bay cuối cùng từ Sài Gòn" (The Last Flight From Sài Gòn) được viết bởi các Trung tá Không quân Thomas G. Tobin, Arthur E. Laehr, John F. Hilgenberg, do hai Trung tá Không quân David R. Mets và A.J.C Lavalle biên tập in năm 1978 đã mô tả chi tiết việc lập kế hoạch và thực hiện chương trình di tản "Talon Vise" (Móng Vuốt) và "Operation Frequent Wind" (Chiến dịch Gió Bấc) để di tản người Mỹ và các nhân viên người Việt Nam trong những ngày cuối cùng tại Sài Gòn.

https://media.defense.gov/2010/Sep/28/2001330140/-1/-1/0/last_flight_from_Sài Gòn2.

(Hình và tài liệu từ căn cứ không quân Little Rock Air Force Base, bang Arkansas)

https://www.littlerock.af.mil/News/Photos/igphoto/2001741050/

Chiếc Herk C-130A 56-0518, được trưng bày ở cổng trước lối vào căn cứ, vào ngày 29 tháng 4 năm 1975, đã thực hiện chuyến bay cuối cùng ra khỏi Việt Nam trong sự sụp đổ của Sài Gòn. Với hơn 100 máy bay bị phá hủy trên đường bay tại Căn cứ Không quân Tân Sơn Nhứt, đây là chiếc C-130 cuối cùng có thể bay được. Trong trạng thái hoảng loạn, hàng trăm người vội vã lên máy bay, vì chiếc máy bay này là tấm vé cuối cùng dẫn đến tự do. Số lượng đông người trên máy bay và đứng ở phía sau bắt buộc phi công (Thiếu tá Phương) phải chạy về phía trước trước khi thắng lại; điều này cho phép phi hành đoàn phía sau đóng được các cánh cửa để cất cánh. Tổng cộng có 452 người trên máy bay, bao gồm cả 32 người trong buồng lái. Người ta ước tính chiếc máy bay đã bị quá tải ít nhất 10,000 pound (5,000 kí lô). Do đó, chiếc Herk đã sử dụng từng đoạn của phi đạo và vượt qua trước khi nó có thể cất cánh. Sau khi bị lạc, phi công đã hạ cánh chiếc C-130A xuống U-Tapao, Thái Lan. Máy bay đã được trưng bày tại cổng trước của Căn cứ Không quân Little Rock, Arkansas kể từ tháng 6 năm 1989 [25].

<u>*Ghi chú:*</u>

U-TAPAO: Phi trường của Hải Không quân Hoàng Gia Thái Lan (Royal Thai Navy Air Force) viết tắt RTNAF, ở phía Đông Nam Bangkok được đồng ý cho Không quân Hoa kỳ xử dụng làm nơi xuất phát máy bay KC-135A, hổ trợ tiếp tế nhiên liệu trên không cho pháo đài bay B-52 và các chiến đấu cơ khác trong chiến tranh Việt Nam.

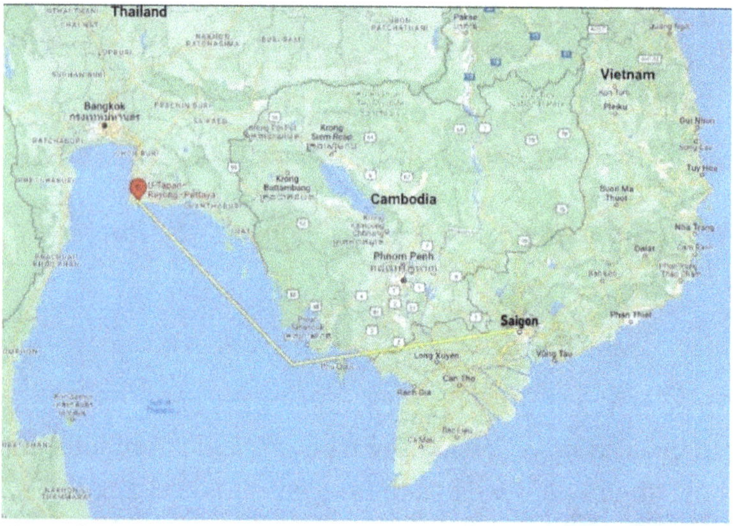

Google Map: Sài Gòn và phi trường U-Tapao, Thái Lan

[25] Không quân Mỹ chọn chiếc nầy để trưng bày có lẽ vì là chiếc C-130A toàn vẹn cuối cùng rời VN. Khi không quân Việt Nam Cộng Hòa được viện trợ C-130A, nguyên thủy động cơ có 3 cánh quạt. Nhưng khi đưa trở về Mỹ vẫn còn tốt được Không-Quân Hoa-kỳ dùng một thời gian, họ đã thay loại mới 4 cánh quạt, vì 4 cánh quạt khó bị hư hỏng hơn 3 cánh quạt. Động cơ 3 cánh quạt điều khiển bằng điện nên dễ hư hỏng, động cơ 4 cánh quạt sau này dùng hệ-thống thủy-điều (Hydraulic) để điều chỉnh góc độ của 4 cánh quạt nên khó bị hư hỏng hơn hệ thống điện.

Chú thích hình đính kèm lấy trên web, không rõ người chụp: Mấy chiếc C-130 của không quân Nam Việt Nam, một chiếc số đuôi GZA đã bị xóa cờ VNCH khi đến phi trường U-TAPAO vì đây là đất của Thái Lan, vấn đề tế nhị về chính trị giữa Thái và Mỹ khi thật sự chính phủ VNCH chưa cáo chung ngày hôm đó. Chiếc khác GZM đang còn cờ VNCH. Chính phủ Thái đòi hỏi phải đưa tất cả các phi cơ của Không quân VNCH đáp tại đây để họ giao trả lại cho chính phủ mới. Không quân Mỹ và chính phủ Hoa kỳ đã khéo léo từ chối bằng cách xóa đi các dấu hiệu RVNAF trên phi cơ. Tất cả dân tị nạn được dồn lại trong cái hangar nầy trước khi C-141 của không quân Hoa Kỳ đưa đến đảo Guam để làm các thủ tục định cư ngày hôm sau.

Các chữ về quân sự được viết tắt và tiếng Anh:

RVNAF or VNAF: *Không quân Việt Nam* - Republic of Vietnam Air Force or VietNam Air Force

USAF: *Không quân Hoa Kỳ* - United States Air Force

D.A.O.: *Defense Attaché Office* – Văn phòng thuộc Bộ Quốc Phòng và Bộ Ngoại giao Mỹ lo về dân sự.

SĐ I KQ: *Sư đoàn I Không Quân* – (First Air Division): Đà Nẵng Air Force Base

SĐ 5 KQ: *Sư đoàn 5 Không quân* (Fifth[th] Air Division): Tân Sơn Nhứt Air Force Base

KĐ 51CT/SĐ I KQ: *Không đoàn 51 Chiến Thuật*, Đà Nẵng (51st Tactical Wing) Đà Nẵng, gồm các phi đoàn trực thăng 213, 233, 239, 247, 253, 257.

KĐ 61CT/SĐ I KQ: *Không đoàn 61 Chiến thuật*, Đà Nẵng, gồm các phi đoàn Khu trục A-37B và phản lực F-5.

QLVNCH: Quân Lực Việt Nam Cộng Hòa.

Đây là tấm bản đồ của Nam Việt Nam (Việt Nam Cộng Hòa) từ vỹ tuyến 17*(DMZ)* có các phi trường quân sự của Không Quân Việt Nam Cộng Hòa *(RVNAF) được nói đến trong cuốn sách nầy. (Central Intelligent Agency Map number 500874-5-72) Courtesy of CIA and The United States of America Vietnam War Commemoration.*

MẤT QUÊ HƯƠNG - BẮT ĐẦU CUỘC ĐỜI LƯU VONG TỊ NẠN

29-4-1975

11:00am Phi trường U-Tapao (US Airbase Thailand).

Trên lý thuyết thì phi trường TSN và Bình Thủy vẫn chưa lọt vào tay CS nhưng số máy bay phản lực F-5, A-37 hay vận tải còn dùng được thì đã cất cánh, mà các loại khác thì không ai nghĩ đến bay qua Thái Lan. Ngồi chờ từ sáng cho đến chiều tối, chỉ còn một chiếc A-37 với một anh pilot mặc thường phục đến từ phi trường Bình Thủy, Cần Thơ, sau đó không còn chiếc phi cơ quân sự của KQVN nào đáp ở U-Tapao nữa. Nhóm KQ Hoa kỳ (U.S.A.F.), tuy đã biết sẽ có một số phi cơ của KQVN sẽ đáp nhưng không chuẩn bị sẵn cho đám dân tị nạn bất đắc dĩ nên chờ đến chiều, họ cho sắp hàng, tưởng phát đồ ăn ai dè thấy họ mang thuốc lá ra phân phát, tôi thấy đủ hiệu, từ Salem đến Winston, Camel, Pall Mall, Marlboro, Lucky Strike…bày ra thật đẹp mắt cho những người không biết hút thuốc như tôi. Tôi và Chánh tính về lại *hangar* thì anh Thanh và anh Châu bảo *"mấy chú không hút thì cứ sắp hàng lấy cho hai anh"*, họ phát nguyên hai "*tút*" (carton) cho mỗi người (20 gói). Tâm trạng buồn, tôi và Chánh mở ra, hút thử, cả hai thằng ho sặc sụa, miệng đắng nghét nên đó là điếu thuốc đầu và cuối, cả nó và tôi không bao giờ đụng đến điếu thứ hai trong đời, *(hắn thì lấy tờ giấy gói thuốc, mặt sau giấy bạc để viết tạm nhật ký).* Sau đó buổi chiều, họ cho sữa tươi trong hộp nhỏ và *cereal*, quá khát và đói nên không ai để ý, khi hai thứ nầy vào bụng trống, không ai trong chúng tôi khỏi đứng sắp hàng chờ ở nhà vệ sinh vì bị Tào Tháo rượt.

Chiều thì có một chiếc xe bán hàng *sandwich* của người Thái chạy đến. Trong túi tôi có 10 đô la do ông anh du học gởi về cho, tôi mua được 2 cái bánh về chia cho mấy người, bây giờ nghĩ lại thời giá đó bọn Thái trong phi trường bán cắt cổ cho những người tị nạn, ai có đô la, trong lúc giá một cái Mc Donald chưa đến 99 xu.

Đến tối thì KQ Mỹ cho xe chở đến cơm chiên và nước uống, ăn uống xong chúng tôi dật dờ người ngủ kẻ thức ngồi trong hangar. Sài Gòn vẫn chưa thất thủ, đó là cái đêm chờ đợi dài nhất trong đời tôi.

30-4-1975 10:00am: Hôm nay thứ tư, Tổng thống DVM ra lệnh đầu hàng trên đài phát thanh Sài Gòn lúc *10:24am*, nghe được tại U-Tapao qua làn sóng ngắn 31m do một quân nhân mang theo cái radio nhỏ, có người khóc thành tiếng, mọi người tuy nhìn nhau, không ai nói gì nhưng thầm nghĩ thế là xong, mình may mắn đã thoát, nhưng những người còn lại thì sao, một cuộc đổi đời bắt đầu từ đây cho cả người đi lẫn kẻ bị kẹt lại, hoàn toàn không biết tương lai sẽ ra sao.

Vì có 13 quân nhân trong nhóm đến từ VN đòi nổi loạn đi về, KQ Mỹ trong căn cứ U-Tapao cho tụi tôi lên hai chiếc C-141 bay qua đảo Guam ngay, nghe nói họ đã chích thuốc ngủ hay trói mấy người nầy lại phía sau phi cơ (tin *tình báo* của Chánh).

ĐẾN ĐẢO GUAM

Không biết sau mấy giờ bay, vì lúc đó vừa buồn và quá mệt, nhưng lúc đến Guam đã là sáng mồng 1 tháng 5. Đây là phi trường quân sự Andersen Air Force Base, một phi trường của người Nhật sau thế chiến sót lại. Họ chở chúng tôi vào khu Orote Point, trong đó đã có những dãy lều trên đất đỏ làm sẵn từ trước mà sau nầy anh tôi nói Công Binh Mỹ (Army Corps of Engineers), đã làm từ đầu tháng giêng năm 1975 để chuẩn bị đón người tị nạn, họ đã biết từ lâu, chỉ có mình ngây thơ không biết. Họ gọi nơi đây là *Thành Phố Lều Vải* "*Tent City*". Đây là đất Mỹ đầu tiên tôi đặt chân đến, sau đó được biết có thêm đảo Wake ở gần đó cũng đón dân tị nạn, không thuộc 50 tiểu bang nhưng dưới quyền kiểm soát của quân đội Mỹ.

Tháng 5, trời ở Guam còn nóng hơn Sài Gòn, đất thì đỏ, bụi bặm, họ làm những phòng tắm ngoài trời có nối mấy ống nước với mấy chiếc xe kéo nước, một ống nước nóng, một ống lạnh, phòng tắm đàn ông, đàn bà riêng nhưng một phòng dưới căn lều vải có thể tắm chung cả mấy chục người với vòi sen trên đầu, nhà vệ sinh dựng tạm cũng trong mấy nhà sàn gỗ, ngồi chồm hổm, đồ ăn thì mấy thùng trái cây trong đồ hộp có *peach, pear* hay *apple* (fruit cocktails), mà phần đông người Việt chưa quen. Lúc đưa người tị nạn đến đây, họ đổi lại chương trình gọi là Đời sống mới (*Operation New Life*) vì chương trình di tản tại Sàigòn ra Hàng Không Mẫu Hạm gọi là Chiến dịch Gió Bấc đã thực sự chấm dứt (*Operation Frequent Wind)* [26].

Người Mỹ cho thiết lập tạm mấy văn phòng trong *trailer* để làm giấy tờ, việc trước nhất là khai lý lịch, rồi họ cho mỗi người số an sinh xã hội, một thẻ I-94. Những ai không mang theo được giấy tờ thì ghi xuống những gì còn nhớ. Những người VN nào đi qua Guam lúc đó đều có 3 số đầu là 586, đó là số an sinh xã hội của đảo Guam.

Hôm sau lúc xếp hàng ăn tôi gặp Bích Liên, học chung lớp Luật khoa, vì mẹ BL làm trong ngân hàng Mỹ tại Sài Gòn, hỏi có thấy ai quen trong lớp như Ngọc Ngà hay Nghĩa đi được không thì cô lắc đầu.

ĐÁNH NGƯỜI CHẠY ĐI, KHÔNG ĐÁNH NGƯỜI CHẠY LẠI.

Vì có một số người di tản đòi trở về nên người Mỹ cho họp lại những người không muốn đi vào đất liền định cư, anh Thanh cũng muốn và đòi về nhưng anh em tôi cản lại, nếu không ít nhất cũng 13 năm tù. Những người nầy (1,652) tự trở về trên chiếc Việt Nam Thương Tín khởi hành từ Guam tháng 10 năm 1975 và ai

[26] *Người Mỹ gọi chuyến di tản người Việt cuối cùng ra khỏi Việt Nam là Operation Frequent Wind (Chiến dịch Gió Bấc), chỉ diễn ra trong mấy ngày cuối tháng tư, theo nghĩa tiếng Việt là "Gió lạnh đến từ phương Bắc". Phải chăng trong mấy tiếng nầy đã có cả hai nghĩa đen và bóng? Người Mỹ nào đặt tên thật thâm thúy.*

cũng biết hậu quả của chuyến trở về nầy mà nhiều người đã phải tìm cách vượt thoát lại sau khi ra khỏi tù vì tin tưởng chính phủ mới sẽ tha thứ cho họ [27].

ĐỊNH CƯ TẠI HOA KỲ ĐỜI SỐNG TRONG TRẠI TỊ NẠN

Người Mỹ bắt đầu chọn, ai có gia đình đứng riêng, độc thân đứng riêng, Chánh tôi anh Thanh và Châu hợp chung một gia đình, nên chỉ ở đây có 7 ngày rồi được đưa vào phi trường Andersen lên đường đi tiếp mà lúc đó cũng không biết đi về đâu.

Lúc xuống phi trường, họ chở chúng tôi đi trên xe buýt quân đội có máy lạnh, xe chạy qua những vườn cam đầy trái, một bên thì bờ biển, rồi sau đó xe chạy lên núi, đến nơi thì mới biết là trại của Thủy Quân Lục Chiến (TQLC) (Marine Corps) Camp Pendleton, California, ở về phía Bắc của San Diego và phía Nam của Los Angeles. Nơi đây như một thung lũng, chung quanh là núi, đầu tháng năm mà lúc xuống xe tụi tôi ai cũng lạnh cóng người. Trại họ đưa chúng tôi đến là số 5. Lều lớn làm bằng vải nhà binh (*Quonset huts*), trong là 2 hàng ghế bố xếp với những tấm mền dạ, họ phát cho chúng tôi những chiếc áo trận trây-di (*treilli)* bằng lông ngỗng mặc vào rất ấm.

Camp Pendleton, California Tháng 5 năm 1975: Mỗi ngày lính TQLC ở đây nấu đồ ăn, họ cho tụi tôi ăn thả cửa, *galleyhall*

[27] *Một số người lúc di tản, quân nhân hay dân sự, giờ chót không mang theo được gia đình hay vợ con, hoặc hoạt động nằm vùng cho CS được lệnh đi theo, hay phụ nữ và trẻ con, qua đến Guam và Mỹ đòi trở về nhưng vì chính phủ Mỹ và Cộng Sản Việt Nam chưa có liên hệ ngoại giao nên không thể để những người nầy về vì chính phủ Mỹ sợ trách nhiệm do chính phủ mới ở VN không nhận. Những người muốn trở về được tập trung tại trại Asan, Guam và sau khi sửa chữa tốn cả triệu đô, họ được cung cấp chiếc tầu để* ***tự trở về*** *ngày 15 tháng 10 năm 1975. Tất cả mọi người trên tầu đã bị cô lập và đi ở tù. Thuyền trưởng tình nguyện Hải Quân Trung Tá Trần đình Trụ bị 13 năm tù và đến Mỹ đoàn tụ với gia đình năm 1991 theo diện HO. Muốn biết chi tiết chuyến đi nầy và chính quyền Cộng Sản đối xử như thế nào với những người trở về cũng như chính phủ Mỹ rộng lòng đón nhận những người tị nạn đến lần thứ hai, xin đọc Hồi ký "Việt Nam Thương Tín, Con Tầu Định Mệnh" của ông. Ông mất tháng 7 năm 2019 tại Dallas, Texas.*
http://www.vnnavydallas.com/tailieu/ConTauDinhMenh-VN-ThuongTin.pdf

mở cửa 24 tiếng, muốn ăn lúc nào cũng được, sau đó vì nhiều người mang đồ ăn về lều, mà ở giữa rừng, các loại thú hoang có thể vào vì thấy mùi đồ ăn, nên họ hạn chế cho mỗi ngày ba bữa, lại kêu trên máy kêu gọi những người biết nấu ăn tình nguyện để nấu các món Việt vì món mà họ hay nấu cho chúng tôi là món *xọp-xủi* (Chop suey), hầu như ai cũng chê, cơm thì *ba tầng* trên sống, giữa nhão, dưới khê.

Ngoài chuyện sắp hàng ăn ba bữa, tụi tôi có thể lên xe bus đi từ trại 1 đến trại 9, rồi đi tìm trong đống đồ cũ họ cho, có cái nào mặc vừa thì lấy, cái nào cũng rộng thùng thình. Nhìn ra, ai cũng có mối tâm sự riêng nên chẳng có ai tha thiết làm chuyện gì, mấy người dân Cambodge (khoảng 900 người) thì ở trại riêng.

Ngày nào ăn uống xong, tôi cũng đi xe bus vòng trại kiếm người quen, chỉ gặp được anh Dược Sĩ Đại úy nhảy dù Nguyễn Mậu Trinh *(anh là bạn Quốc Học thân với anh Châu, sau Tú Tài hai, anh vào Sài Gòn học Dược nhưng vì là con một, họ cho về làm văn phòng ở Cần Thơ, sau nầy anh mở nhà thuốc tây ở Hàng Xanh. Lẽ ra anh không phải đi lính như anh tôi, nhưng Nha Động viên, Bộ Quốc phòng kêu gọi nên anh đi trưng tập khóa 10, không phải theo Quân Y hiện dịch như những người khác. Ra trường anh chọn binh chủng Nhảy dù tuy đậu cao. Lúc đó đặc biệt là trường Nha Y Dược, phải vào quân đội thì lúc xong huấn luyện, ra trường sẽ mang lon Trung úy thay vì Chuẩn/Thiếu úy như các ngành khác, anh ra trường cuối năm 1967 và được cấp phép về thăm gia đình đúng vào dịp hưu chiến Tết Mậu Thân. Rất may, thay vì về nhà ở Vỹ Dạ, qua khỏi Đập đá quận Phú Vang, anh ghé ở chơi với* ông anh bà con và *mấy người bạn ở đường Hàng Me (Phạm ngũ Lão), phía Tây Đập* đá *sau đêm giao thừa và nhờ vậy anh thoát chết khi VC tấn công và chiếm Huế vào ngày mồng một Tết).*

Anh đi từ bến Bạch Đằng giờ chót với vợ con và một cô cháu gái, anh kể lại, sáng 29 tuy giới nghiêm vì pháo kích tối 28 tại phi trường TSN, người ta vẫn di chuyển trong thành phố, nhưng rất lộn xộn, quân nhân, thường dân mang súng ống đi ngoài đường, anh theo nhóm nhảy dù lái xe Jeep qua Khánh Hội xem tình hình, một người cậu của anh chuyên đóng tàu mà lúc đó nói tàu của ông đã bị người ta cướp mất rồi, tình trạng hỗn loạn bắt đầu xảy ra thì cơ hội để di tản càng khó. Trước đó hai tuần, anh đã nộp hồ sơ di tản cho tòa Đại sứ Mỹ và cũng trả tiền ghi danh ở khách sạn đường Bùi thị Xuân vì Mỹ hứa sẽ cho trực thăng đến đón trên nóc tòa nhà. Đến trưa ngày 29, anh ra Bến Bạch Đằng xem tình hình. May anh gặp người bạn nhảy dù, nha sĩ Tùng *(định cư tại Texas* và *là một trong những người đầu tiên lấy lại bằng và hành nghề Nha sĩ tại Nam California)* nói bà cô của anh có chiếc tầu tên Long Hồ, có thể đưa gia đình lên đó để đi. Đến nơi, anh thấy chiếc tầu có căng cái bảng lớn ghi: **TẦU MÁY HƯ, KHÔNG CHẠY ĐƯỢC**, anh Tùng bảo không sao, họ chỉ làm vậy cho người ta đừng lên nhiều quá. Thấy có hy vọng, anh về nhà, lái chiếc xe VW đưa cả nhà ra bến tầu tuy từ chỗ nhà anh, đường Tự Do ra đó không xa. Lên được tầu, mọi người nằm xuống để tránh những người trên bờ thấy. Rất hên, cả gia đình lên được thì họ cũng cắt neo để ra giữa dòng, tránh cướp tàu hay uy hiếp thuyền trưởng vì lúc đó, rất nhiều người có vũ khí trên tay. Một số người trên bờ nhảy xuống, lội ra tầu, ai leo lên được thì cứ lên. Đến chiều tối ngày 29, lúc các tàu Hải quân khởi hành qua Phi Luật Tân thì các chiếc tàu dân sự chạy đi theo, các tầu Hải quân, vì có lính canh giữ, nên tương đối ít lộn xộn, có nhiều chiếc còn chỗ trống *(các chiếc tầu nầy ngày cuối đã đưa được hơn 30 ngàn người Việt di tản theo đường biển)*. Ra đến hải phận quốc tế cũng là lúc nghe tin Sài Gòn thất thủ sáng 30 tháng 4 năm 1975. *(Sau khi ra khỏi trại tị nạn Pendleton, anh về Texas và lấy lại bằng Dược sĩ hành nghề ở Mỹ. Tuy trong quân đội nhưng cái nghề dân sự anh cũng như Nha sĩ Tùng đã có theo anh từ Việt Nam đến Mỹ)*. Anh về hưu và hiện nay định cư tại tiểu bang Maryland cùng vợ con.

Ngày nào tôi cũng ra gọi điện thoại *Call collect* cho anh Lập đang học ở tiểu bang Florida, gọi điện thoại thứ nầy là dễ nhất, chỉ quay số 0 là xong, người nhận trả tiền, tôi cũng không biết sau nầy anh trả hết bao nhiêu cho những cú điện thoại đó.

Ở trong trại, ngày ba bữa ăn do TQLC Mỹ cung cấp, đi xem bảng đăng tin tìm người thân, loan báo bằng tiếng Việt trên loa phóng thanh, đọc báo Việt hằng ngày Chân Trời Mới (*New Horizons*) và chỉ ngồi chờ có người bảo lãnh để ra khỏi trại. Có gia đình phải ở đến 6 tháng, một năm hay đến lúc trại tị nạn đóng cửa.

Phát ngôn viên của trại lúc đó là Trung Tá Arthur Brill cho biết chỉ trong vòng 24 tiếng đồng hồ, họ phải chuẩn bị trại để đủ chứa 4,500 dân tị nạn. Vì thế họ phải mở thêm các trại khác [28]. Họ cô lập dân tị nạn lúc đầu trong các trại lính vì nhiều lý do, trong đó ngoài vấn đề an ninh, chính trị, họ sợ sẽ có các bệnh truyền nhiễm lan truyền ra bên ngoài.

Lều vải (Quonset huts) cho dân tị nạn tại Camp Pendleton. Credit: photo by Don Bartletti-LATimes.

Mộng phi hành của Chánh ít ra cũng đã thành vì ngày nào cũng mượn cái áo bay của Th/t Thanh để mặc, vì mặc vừa y, tuy đã lột cái lon ra (Velcro), nhưng ai cũng biết khác biệt giữa Th/u và Th/t, mấy cô trong trại mê anh Th/t trẻ đẹp trai nên hắn khoái lắm.

[28] *Các trại tị nạn cho người Việt năm 1975 tại Mỹ theo thứ tự mở cửa: Orote Point, Guam; Camp Pendleton, California (open April 29,1975); Fort Chaffee, Arkansas (open May 2,1975); Eglin Air Force Base, Florida (open May 4, 1975); Fort Indiantown Gap, Pennsylvania (open May 28, 1975).*

Một buổi chiều, Chánh lại nói với tôi họ muốn bớt người tại Pendleton nên ai muốn đi họ sẽ cho về trại Eglin Air Force Base mới mở tại Florida, vì là dân KQ, hắn, Cường cùng nhóm ANKQ TSN [29] tình nguyện đi vì biết tôi sẽ về Florida sau nầy sẽ có nhiều cơ hội để gặp lại. Sau nầy Chánh nói trại nầy cho đồ ăn ngon, sang và sạch hơn Camp Pendleton.

Chánh đi rồi, không còn ai làm điệp viên tình báo cho tin tức mỗi ngày, tôi lên xe buýt đi vòng trại để tìm người quen, số người trong trại tăng dần nhưng ngưng lại vì chính phủ đã mở thêm các trại mới đón nhận tị nạn, mục đích của họ không muốn dân tị nạn dồn lại một tiểu bang hay thành phố quá đông.

Đời sống trong trại Pendleton cũng nhàm chán, ngày ba bữa có người nấu cho ăn, khí hậu vùng núi khá lạnh đối với dân từ nhiệt đới, lại buồn chán vì mất nước, không biết tương lai mình sẽ đi về đâu. Tôi lấy 52 cái ly xốp trắng cắt cái đít tròn làm mấy con cờ tướng, một miếng bìa dầy để vẽ bàn cờ chơi cho đỡ nhàm chán. Trong lều chúng tôi, ngoài "gia đình" ba người của chúng tôi, có hai vợ chồng, cô vợ làm cho tòa Đại sứ Hoa kỳ, anh chồng là BS, cả gia đình hai bên kẹt lại, chị có mang cả một hộp *watercolor* cho tôi mượn để vẽ hai quân cờ xanh đỏ, bên cuối lều thì có hai vợ chồng với ba cô con gái, cô nhỏ nhất chừng mười mấy tuổi, ông bố làm cho cơ quan Hoa kỳ nên di tản được cả nhà. Ai cũng có tâm sự buồn nên ít ai nói với ai, chỉ hơn tuần là hai vợ chồng anh chị có người bảo lãnh đi về thủ đô Hoa thịnh đốn, nghe nói là một dân biểu hay nghị sĩ, gia đình tạm của tôi rời trại sau một tháng, cơ quan USCC cho 5 đô la tiền đi đường, sau nầy ra trại mới biết mấy thứ đồ quân sự họ cho dân tị nạn thật là tốt, mà mấy anh em chúng tôi đã sợ đồ lính nên để lại tất cả, đâu biết rằng những thứ đó rất tốt, bền và đắt tiền.

---

[29] *Nhóm sĩ quan An ninh Không quân cùng làm việc tại phi trường Tân Sơn Nhứt với Chánh, qua đến U-Tapao bằng chiếc EC-47 cuối cùng, đã từ Camp Pendleton, California tình nguyện qua trại mới mở Eglin Air Force Base, Florida tháng 5, 1975, có lẽ vì có cảm tình với dân KQ, định cư tại Ft. Walton Beach do một gia đình người Mỹ bảo lãnh nhưng cuối cùng lại trở về California định cư, trừ Chánh, nghe lời tôi, về Gainesville, Florida và tiếp tục Đại học University of Florida năm 1975, ra trường với cấp bằng BS in Computer Science Engineering tháng 8, 1980 rồi làm việc cho IBM Raleigh, N.C. đến khi về hưu năm 2019.*

Từ trại tị nạn, khi có bảo lãnh, họ đưa chúng tôi ra phi trường Los Angeles bằng xe bus. Chuyến bay từ Cali về Florida là chuyến bay dân sự. Từ trước đến nay toàn đi máy bay quân sự, nay thấy các cô chiêu đãi viên tóc vàng, áo quần thật đẹp, mỗi lần di chuyển trên hành lang máy bay là mùi nước hoa quyện lẫn trong không khí tạo một mùi thơm thật hấp dẫn. Đặt chân đến một nước văn minh tôi thấy cái gì cũng lạ. Máy bay đến phi trường Gainesville, Florida, nơi đây đã có anh tôi và gia đình ông *sponsor* đi đón, về đến căn *apartment* khu Glen Springs Manor anh đã thuê sẵn có 3 phòng, trong phòng có mấy tấm nệm để giữa sàn làm giường, có cái bàn ăn nhỏ. Đây là một cư xá cho thuê có nhiều dãy *buildings* hai tầng, mái phẳng, thành phố thì chỉ có sinh viên vì là đại học lớn nhất tiểu bang, anh tôi bảo nghỉ ngơi vài ngày rồi đi kiếm việc làm. Ông *sponsor* cho chúng tôi một chiếc xe Mỹ cũ *station wagon* màu xanh, chiều ra sân *volley* của trường để đánh với những sinh viên Việt nam du học kẹt lại, rồi ba anh em đi khai báo với cơ quan tìm việc (Employment Office), có I-94 là có thể làm việc ở Mỹ, thành phố có hai con đường chính là University Ave. cắt với 13 street, khu vực SW của ngã tư là của trường đại học University of Florida, thành phố rất ngăn nắp, hễ có tên Avenue là thẳng góc với Street, nên việc kiếm đường trong thành phố nhỏ nầy không mấy khó khăn đối với chúng tôi, anh Thanh và anh Châu vì đã qua huấn luyện quân sự và anh văn tại Hoa kỳ nên việc lấy bằng lái trực thăng không mấy khó khăn. Hai anh là những người đã lấy bằng lái xe và bằng bay trực thăng đầu tiên tại Mỹ. Anh Lập cho tôi chiếc Yamaha 250cc hai bánh nên lấy bằng xe *moto* cũng dễ hơn xe hơi, sau nầy khi Chánh theo lời khuyên của tôi dọn về để đi học tiếp thì tôi thi bằng lái xe hơi nhờ chiếc *Opel* nhỏ màu vàng của Chánh.

Xe đầu tiên *Opel*
của Chánh-Gainesville, Florida 1975

CHƯƠNG V

ĐỜI SỐNG MỚI

Gainesville, Florida:
CÔNG VIỆC ĐẦU TIÊN: Tôi đi làm Maid.

Cả anh Châu, anh Thanh và tôi đi kiếm việc làm sau khi định cư tại Gainesville, Florida tháng 5, 1975 và sau khi đã ghé văn phòng xin việc của thành phố (Employment Office) để điền đơn [30], họ chỉ có việc làm cho các hãng xây dựng chuyên về lợp mái nhà mà tụi tôi ai cũng sợ trèo cao, nên họ bảo đến kiếm việc ở khách sạn nếu biết nấu ăn (Cooks), rửa chén (Dishwasher) hay làm phòng (Maids). Khách sạn Holiday Inn nằm ngay trên đường 13 gồm có hai phần, một bên là khách sạn và các phòng họp nối liền với nhà hàng ăn. Lúc vào chúng tôi gặp ngay ông chủ, rể của ông ta là manager của nhà hàng. Sau khi đã điền hồ sơ, ông bảo chúng tôi có việc cho cả hai bên, ai muốn làm nhà hàng hay khách sạn cũng được, nhận ngay. Nghề nấu ăn vốn không phải của tôi, chỉ biết nấu theo kiểu học trong Hướng đạo, còn đây là nhà hàng lớn nên tôi chọn làm khách sạn, anh Thanh nấu ăn rất ngon, chúng tôi gọi anh là "đầu bếp Hongkong", còn anh Châu cũng biết nấu ăn và hai người bạn muốn làm cùng chỗ, nên chọn bên nhà hàng.

Ngày đầu tiên, người *manager* khách sạn cho tôi một chiếc xe đẩy 4 bánh nhiều ngăn trên có đủ vật dụng như dầu gội đầu, xà phòng, máy hút bụi, giấy toilet…trên xe có chữ MAIDS to tổ bố. Hắn dẫn tôi vào 1 phòng rồi chỉ qua loa phải làm gì, với vốn liếng tiếng Anh đang có, tuy chỉ hiểu được một phần hắn nói, tôi cũng biết phải làm gì, khi thấy hắn đưa danh sách những phòng cần làm, tôi thấy 15 phòng, mỗi phòng có phòng ngủ, có phòng 2

---

[30] *Văn phòng tìm việc ở Gainesville nằm tại NW 2nd Street, đến đây, điền đơn và nộp thẻ I-94, cho biết mình muốn tìm kiếm việc làm, lúc đó chưa có hệ thống computer cho mỗi nhân viên, trên mỗi bàn làm việc, họ có một xấp giấy in sẵn ra bằng máy in "computer dot matrix" có đục lỗ hai bên, giấy có hai sọc mầu trắng và xanh nhạt, ghi các công việc cần người, chỉ có địa chỉ nơi cần tuyển và số điện thoại cũng hiếm không như sau này. Đến thẳng các nơi cần người, đi đâu cũng điền đơn và hồ sơ. Thời đó công việc dễ kiếm nên có khi điền đơn xong là phỏng vấn và nhận việc luôn. Lâu quá không có việc hoặc đi học không có lợi tức, họ cho tờ giấy xuống văn phòng xin trợ cấp nộp đơn. Đúng là thời huy hoàng về kinh tế. Lương tối thiểu $2/giờ mà xăng chỉ có $0.20/gallon.*

giường, phòng tắm, chỉ làm cái tính nhẩm là tôi nghỉ chắc làm hết cả ngày tới đêm cũng chưa xong, mà mình chỉ có làm đến 5 giờ chiều vì 3 anh em đi làm một chiếc xe.

Nghĩ tới đó là tôi thấy *mệt* rồi, một tay sinh viên Luật Sài Gòn, chưa hề làm việc nặng, bây giờ phải đối đầu với 15 phòng 1 ngày, nhưng mình đâu thể bỏ cuộc, vả lại nếu sợ, xin đổi làm bên nhà hàng, biết đâu bên đó lại thê thảm hơn (*tránh vỏ dưa, gặp vỏ dừa*), nhìn qua mấy người làm phòng người Mỹ, tôi thấy họ làm xong phòng nào là kéo xe đến phòng kế, tôi nghĩ làm cách đó "*no way*" mình làm xong sau 8 tiếng, nghĩ vậy, tôi để chiếc xe ở đầu hành lang, xem danh sách số những phòng mình phải làm rồi mở cửa từng phòng trên danh sách, lấy hết đồ dơ ra để ngoài hành lang, sau đó tôi lấy đồ sạch vào để từng phòng và bắt đầu ra tay. Chả được "*training*" chút nào, nên tôi phải nghĩ cách của mình, tấm ra bên dưới có dây thun là dễ kéo ra hay bỏ vào, lên đến tấm trên phải xếp thật thẳng và cho nằm dưới nệm, rồi mền, gối và tấm trải giường nằm trên cùng, đến phòng thứ 3 thì tôi đã bắt đầu quen và làm nhanh hơn. Sau khi đã làm xong giường, tôi dùng cái *mop*, lau sạch hết các phòng tắm, việc cuối cùng là hút bụi. Thấy 12 giờ trưa mà chỉ mới xong 7 phòng, buổi chiều vất vả lắm đây, tôi thấy ông manager, bèn hỏi tôi nghỉ trưa được bao lâu, hắn nói 1 tiếng nhưng cậu có thể vào nhà hàng *order* đồ ăn, muốn ăn gì cũng được. Nghe vậy, tôi hớn hở vào nhà hàng vì hồi sáng đi làm đâu có mang gì theo, hai ông anh nghĩ làm nhà hàng sẽ có đồ ăn, còn tôi làm khách sạn, ai dè cũng cho ăn *free*. Ngồi cái bàn 2 người, tôi kêu dĩa đồ ăn, giá không đắt không rẻ vì nghĩ mình mới bữa đầu tiên chơi thứ *sộp* sẽ bị chê là lợi dụng. Một hồi sau đã nhâm nhi hết gần ly trà đá, tôi thấy ông anh bưng dĩa đồ ăn lên, ngạc nhiên là phải *service* cho thằng em làm *maid*, ngồi chễm chệ như khách hàng sang trọng, thấy 1 tiếng đồng hồ hơi lâu, tôi ăn xong chỉ nửa tiếng, không tiền trong túi, tôi nhớ mình chả để lại tiền *tips*, phóng về lại khách sạn, tôi làm tiếp, lần nầy tôi mở TV vừa nghe vừa làm, tốc độ nhanh hơn vì còn đến 8 phòng.

Khoảng 4 giờ rưỡi, tôi tìm manager, bảo tôi đã làm xong, chỉ nhớ hắn nhìn tôi rồi nói: Cái gì? *What?* Tiếng anh Hội Việt Mỹ của tôi là học chữ W gồm các câu hỏi *When, Where, Who*... bây giờ nghe hắn chỉ nói gọn một chữ với cặp mắt trợn trừng, tôi trả lời ngắn gọn với động từ *to be*: "*I am done, Sir*". Chỉ có vậy, hắn cầm lấy tờ giấy tôi đưa trên đó trước số mỗi phòng đã có đánh chữ V (Vacant), bảo tôi đi theo hắn, từ đầu đến cuối hành lang, hắn mở mỗi phòng, xem từ phòng tắm, khăn lông, rồi lật tấm ra giường tôi đã làm ngay ngắn lên để xem, đi từ phòng 1 đến 10 hắn nói good good lia lịa, đến phòng 11 đến 15 thì đổi lại là *excellent!* Nhìn tôi hắn phán một câu xanh rờn: "*OK, You can go home now*".

Bước qua nhà hàng thấy hai ông anh còn làm việc vì họ chuẩn bị cho buổi tối, ông nào cũng mệt nhừ, anh hỏi, *em qua ăn tối hả?*...tôi nói em xong rồi chờ đi về... Trên xe, hai ông anh than làm mệt bở hơi tai, thằng em phây phả, nghĩ chắc ông Thiếu tá và Đại úy mới lần đầu đi làm nên than, chứ biết đâu hai ông phải đứng cả ngày, cắt rau, nấu ăn, rửa chén đủ thứ nên mệt là phải.

Ngày thứ hai khi nhìn danh sách tôi thấy manager đưa 22 phòng, hắn thấy mình làm xong 15 trước giờ lại chơi khăm mình rồi, không chừng ngày mai tới 30 thì khổ thân con, mà cũng phải chịu vì thấy bên nhà hàng quá cực, thằng rể ông chủ chả nể nang gì hai ông sĩ quan KQVN, đã từng có mấy chục quân dưới tay ngày nào, bây giờ thất thế sa cơ, bị xài xể tối đa, lại không được nghỉ trưa ngồi nhà hàng kêu đồ ăn như mình.

Lần này tôi có hệ thống hơn, mang chiếc xe đồ dơ trước mỗi phòng và thảy hết đồ dơ trực tiếp chứ không bỏ dưới đất rồi lượm lên, vì nghĩ như vậy phải thêm động tác đứng lên cúi xuống mất thì giờ, hai cái *drap* giường thì tôi chỉ giật mạnh một cái là kéo xuống ngay, những đồ sạch thì để trên *sofa* vì giường trống làm nhanh hơn. Ăn trưa tôi ăn kiểu HĐ, chỉ 15 phút là xong, về làm tiếp, chứ nghỉ cả tiếng để ngồi chơi cũng phí. Sau nầy tôi mới biết làm như vậy là trái luật Lao động, nhưng vì có trách nhiệm, muốn làm xong công tác mình đã được giao phó. Đến 5 giờ 10 phút, tôi gặp manager nói đã làm xong, lần nầy hắn chỉ lấy danh sách phòng tôi đưa rồi nhỏ nhẹ nói *Thank you, go home*. Qua nhà hàng vẫn thấy 2 ông anh còn làm việc, tôi ra phòng trước xem TV chờ.

Ngày thứ ba, tôi chuẩn bị hôm nay sẽ mệt đây, sẽ không dưới 22 phòng, nhưng manager bảo tôi vào gặp hắn có chuyện, tôi nghĩ thôi rồi… chắc mình được chuyển qua nhà hàng hay bị mất job… Hắn bảo cậu khỏi phải làm, nhưng cầm danh sách đi soát hết tất cả phòng cho tôi, cái nào không xong thì cứ làm. Ai da cái việc nầy mới khổ thân, vì khách sạn có đến mấy trăm phòng, hơn cả chục người làm *maids*, biết đâu mà dò. Tôi lấy danh sách, xem tên những người đã được phân công tác, thì như vậy còn phòng nào dư mà làm? Không có ai trên 12 phòng. Thì ra hắn đã chơi tôi, có lẽ vì cái đơn xin việc, đang học Luật mà xin đi làm *maid*!!! không dè tôi làm được hết nhờ áp dụng phương pháp dây chuyền Taylor, như vậy hắn cũng biết nhìn người.

Bây giờ hắn giao tôi làm *Quality Control hay Inspector*, việc nầy là ngồi chơi xơi nước, công việc nhàn hạ nhưng phải chờ mấy người maids làm xong mới đi xét, rảnh quá, tôi chạy qua nhà hàng chơi, thấy hai ông anh vừa cầm bó xà lách tròn tròn vừa đập rồi tách ra, lấy mấy miếng bánh mì *sandwich* cũ người ta ăn không hết cắt nhỏ thành từng miếng vuông, chiên lên, từ đó tôi hết thích ăn mấy miếng *croutons* nầy, hai anh hỏi bộ rãnh rỗi sao đi ăn sớm, tôi nói em bây giờ chỉ đi *check* phòng, không phải làm maid. Sau buổi trưa, tôi đi vòng gặp từng người maid thì thấy họ có vẻ sẽ làm xong nên chỉ đi khám những phòng đã làm xong rồi vô phòng sạch mở TV coi *cartoon*. Việc sướng mà nhàn, tưởng sẽ làm lâu chắc để dành tiền mua khách sạn, làm chủ, ai dè hai ông anh sĩ quan không chịu được sự phách láo của manager nhà hàng sai, hành đủ thứ nên xin nghỉ và thằng em cũng không có sự lựa chọn vì không có xe đi làm, nên nghỉ việc và lên trường xin đi học tiếp dù chắc rằng chưa có ai làm ba ngày mà lên chức nhanh như tôi. Nghe nói sau đó Maids làm ở khách sạn đó có nhiều người Việt Nam vì Manager thấy người Việt vào xin là nhận ngay, không biết bên nhà hàng thì sao, nếu có người Việt xin vào chắc cũng làm không lâu vì anh con rể ông chủ rất phách lối, khó giữ được nhân viên.

1975 - ĐI GIÚP NÂNG NHÀ LÊN, KHÔNG MAY NHÀ BỊ SẬP

Ông bà bảo trợ của chúng tôi, Pat và Ted S. có căn nhà nhỏ bên bờ biển thuộc thành phố nhỏ Cedar Key, tiểu bang Florida, phía Tây Nam của Gainesville, chừng 60 dặm, cuối tuần để gia đình về nghỉ mát, nhà nằm sát bờ biển nhìn ra vịnh Mễ Tây Cơ, xây bằng gỗ, có chỗ đậu tàu nhỏ, gần biển nên phía dưới nhà được xây hổng lên, tránh bị nước lụt vào nhà, các chân được làm bằng táp lô để giữ các vài ngang cho nền nhà cũng bằng gỗ. Điều nhận xét đặc biệt khi vào căn nhà là các phòng tắm, vệ sinh được gắn bảng chữ Thư viện (Library) vì ông là giám đốc của thư viện trường Y khoa. Bốn anh em chúng tôi được ông bà nhờ về cuối tuần để giúp nâng cao căn nhà vì sau thời gian, căn nhà bị lún. Ông bà dự định sẽ nâng cao thêm lên bằng cách dùng các hệ thống con *đội nhỏ* bằng thủy lực di động ở các điểm chính cấu trúc của căn nhà, xung quanh và các góc cũng như bên dưới *các trục quan trọng* khi cả căn nhà được nhấc lên. Mỗi trục là một người, cái con đội bằng thủy lực có cán quay vòng 360 độ. Theo tiếng hô của ông Ted, mỗi lần là một vòng quay rồi dừng lại vì như vậy thì căn nhà sẽ đi lên từ từ đều nhau. Tôi là người nhỏ con nhất nên được chọn con đội nằm giữa, dưới căn nhà vì phải chun xuống bằng cách nằm ngang, rồi lăn vào vì khoảng cách giữa nền đất và nhà không cao lắm trước khi đội lên.

Sau cả mấy tiếng đồng hồ, nền căn nhà đã lên được cao hơn, cả nhà nghỉ ăn trưa, tiếp tục làm, người láng giềng của ông bà Ted mang những khúc gỗ cưa sẵn chêm vào các chỗ đã được nâng lên. Nền nhà đã cao hơn mặt đất nhiều nên tôi bò xuống giữa cũng không còn khó khăn mấy. sau thêm mấy lần hô, đang sửa soạn tiếp tục thì một tiếng động crack, crack… từ trên, nằm bên dưới, tôi chỉ thấy căn nhà nghiêng qua một bên và sập xuống, khoảng cách giữa nền nhà và mặt đất chỗ tôi nằm ngắn lại nhưng rất may căn nhà được giữ lại và không hạ xuống nữa, có tiếng la bên ngoài, có ai sao không?. Tôi lăn nhanh ra bên ngoài và đã thấy hai ông anh kéo đứng dậy, hỏi em có sao không? Tôi trả lời OK tuy cánh tay hơi bị đau vì lúc tay nắm ở cần quay, cây đà gỗ hạ xuống nên đụng vào cánh tay. Rất hên, không ai bị gì cả. Mọi người biết không thể tiếp tục hạ lên hay đưa xuống bằng phương pháp nầy mà phải thuê công ty chuyên về dịch vụ nâng nhà đến để làm tiếp.

Sau nầy, khi có kinh nghiệm và học hỏi về Kiến tạo, xây dựng và Kiến trúc, tôi mới biết phương pháp đúng để làm là phải dùng các xà ngang bằng gỗ trên cùng một mặt phẳng để cùng đưa lên một lượt chứ không thể chỉ nhắm các điểm trục chính như đã làm, cũng may căn nhà chỉ sụp xuống một khoảng cách ngắn chứ không nghiêng đổ hay các đà ngang gẫy xuống có thể hư hại nhiều hoặc đè lên người mà trong đó tôi bị lãnh đủ vì nằm dưới, phía trong căn nhà. Rất tiếc việc nâng cao căn nhà không thành công để phải tốn tiền thuê công ty chuyên về nâng cao căn nhà gỗ nhưng cũng là một kỷ niệm của anh em chúng tôi, chân ướt chân ráo đến thành phố biển, tưởng có dịp sẽ trở lại chơi ai dè nhà đã bị sập. Chưa có dịp trở lại thăm thành phố nhỏ, có tiếng ngon về các con cá đối thui nướng bằng khói.

1975: TÔI ĐI HỌC

Ngay từ lúc đầu tiên sang định cư tại Hoa kỳ, tôi nghĩ rằng con đường học vấn của mình bị gián đoạn vì chiến tranh, muốn trở lại học không phải là dễ, vì lúc đó không ai biết chắc cho đến bao giờ mới có thể trở về quê hương yêu dấu của mình *mà không bị trả thù hay chà đạp nhân phẩm vì cái lý lịch,* chứ đừng nói chi đến chuyện tiếp tục đại học tại VN. Ở lại Mỹ thì vấn đề đầu tiên là phải vượt qua trở ngại ngôn ngữ và văn hóa để có thể hội nhập vào xã hội mới. Các sinh viên du học như anh tôi đã qua được các thử thách khó khăn nầy nên tôi nghĩ mình cũng sẽ vượt qua được dù *"vạn sự khởi đầu nan"*. Muốn đi học hay làm gì thì cũng phải có tiền, mà tôi đã qua cái khó khăn nầy khi vào Sài Gòn để học tiếp đại học, đời sống sinh viên không đòi hỏi nhiều chi phí, vài cái quần *jeans*, áo sơ mi và chỉ cần đủ tiền mua sách, thiếu thì vào thư viện như lúc ở Sài Gòn. Lý do đó đã đưa tôi là một trong những người tị nạn trở lại đi học bậc đại học sớm nhất và cái lợi thế khác là ở ngay trong thành phố có trường Đại học lớn nhất tiểu bang Florida. Tiếp tục học vấn cũng là một cách để trau dồi Anh văn trước mà chắc chắn sẽ phải sử dụng lâu dài cho suốt cuộc đời của mình.

Bỏ làm Holiday Inn vì hai ông anh, tôi xách xe Yamaha 250cc chạy lên hai trường Đại học xin đơn ghi danh đi học. Thành phố chỉ có hai trường: University of Florida (UF) và Santa Fe Community College (SFCC). UF là trường lớn nhất tiểu bang có đủ các ngành học và đặc biệt ở đây trường về Canh Nông (Agriculture) nổi tiếng có nhiều sinh viên VN qua tu nghiệp trước năm 1975 cấp hậu cử nhân, nhiều loại cây và nông sản ở đây thích hợp với khí hậu của Việt Nam. Santa Fe là trường nhỏ chỉ có 2 năm cấp AA (Asociates of Arts) và AS (Associates of Sciences), sau nầy do nhu cầu tăng lên 4 năm cấp cử nhân BA và BS. Santa Fe ở xa thành phố hơn UF và số sinh viên cũng ít hơn, sinh viên chỉ học hai năm, đi làm hay chuyển qua UF để học tiếp cao hơn. Điều kiện vào UF khó hơn, trong đó có đòi hỏi về Anh văn, phải thi *tốp-phô* (TOEFL) *Test of English as a Foreign Language* và điểm tối thiểu được nhận vào trường là 500. Với UF thì phải thi, có điểm TOEFL rồi mới nộp đơn xin học.

Santa Fe cho vào ngay để học Anh văn, tôi quyết định mình đang cần học Anh văn nên điền đơn. Đến phần nộp hồ sơ bổ túc gồm bằng tốt nghiệp Trung học hay như tôi đã khai học Đại học tại Sài Gòn thì phải có giấy tờ chứng minh. Với số vốn liếng tiếng Anh học được ở Hội Việt Mỹ thời ấy, tôi giải thích thế nào họ cũng đòi giấy tờ chứng minh nếu không phải thi GED (General Educational Development, là bằng tương đương tốt nghiệp trung học nếu chưa xong lớp 12 sau 19 tuổi).

Ngày hôm sau tôi mang ba tấm bằng tôi mang theo được lên cho bà xem, bà *counselor* người Mỹ bảo cái nầy tiếng Việt, phải có bảng tiếng Anh, tôi nói bây giờ biết có ai dịch mà như vậy phải chờ biết bao lâu tôi mới *"đi học"* được? Thấy tôi cứ lập đi lập lại chuyện đi học, bà bảo ít nghe thấy sinh viên nào mà lại mong muốn đi học đến thế *(Really! are you willing to go to school that bad? Most people don't!)*, Tôi nói: *Vâng,* tôi muốn tiếp tục học vấn vì tôi cần đang Anh văn và để đi làm việc sau nầy cũng như tôi mất quê hương, không biết có trở về được không hay ở đây luôn! Nghe có vẻ tội nghiệp nên *bà nói: Vậy thì cậu dịch mấy cái bằng nầy cho tôi xem được không?* Tưởng mình nghe nhầm tôi hỏi lại và bà nói *Yes,* tôi hỏi: *Bà tin vốn liếng tiếng Anh của tôi à?* Bà nói*: Đừng dịch láo là được.* Thế là tôi bắt đầu cái bằng Tú Tài I, qua cái Tú Tài II và đến chứng chỉ Luật, những chữ căn bản tiếng Anh của cái bằng cũng không khó. Bà bảo *Law School?* Tôi trả lời lại: *Yes, Law School, finished second year.* Lúc nầy thì bà trợn mắt lên bảo: *Thế thì qua UF mà học tiếp ra Luật sư!* Tôi giải thích cho bà là tôi trước sau gì cũng sẽ qua UF nhưng phải học ở đây trước đã vì chương trình Luật của VN lên thẳng từ trung học, không phải như ở Mỹ phải có cử nhân (BS or BA) trước và phải thi *LSAT* mới được nhận vào, bà bảo: *Thế mà tôi cứ tưởng trường Luật bên xứ cậu giống ở đây!.*

Sau khi đã mỏi hai cánh tay thông dịch bất đắc dĩ mấy cái bằng của mình, bà cho tôi ghi danh theo học, bằng sẽ được gởi đi dịch sang tiếng Anh và nộp sau, việc kế tiếp là sẽ học môn gì cho khóa đầu tiên, bà ghi cho tôi các khóa anh văn, nào là English Lab, English Composition, English Literature, Understand English... cho đủ 12 tín chỉ để lãnh được học bổng, bà nói như vậy (lúc đó chưa có *English as a Second Language* gọi tắt là ESL). Lúc tôi mang về nhà, anh tôi hỏi ghi danh học ra sao, tôi nói sẽ bắt đầu đi học tuần tới, anh hỏi vậy em sẽ học môn gì? Tôi đưa tờ giấy cho anh xem, anh lướt qua rồi phán tỉnh bơ: *"Em học như thế nầy, khóa đầu tiên không rớt thì cũng tiêu..."*. Anh nói, theo kinh nghiệm, các môn đó mà lấy chung trong lúc Anh văn mình chưa giỏi thì sẽ không những vất vả mà điểm học sẽ thấp vì các *courses đó học dành cho người Mỹ*, học chung với Mỹ đã biết nói tiếng Anh từ nhỏ, không phải cho người ngoại quốc mới chân ướt chân ráo đến Mỹ (ESL sau nầy).

Hôm sau, tôi lên gặp lại bà counselor, diễn tả cho bà biết có thể nào chia các lớp anh văn ra làm nhiều khóa học, bà bảo thế thì cậu muốn học môn gì ngoài Anh văn? Anh tôi đã cố vấn trước nên tôi xin bà cho lấy Toán (Mathematic) và khoa học (Physics and Chemistry) vì các môn nầy không cần Anh văn nhiều, bà lại trợn mắt nhìn tôi như ngày hôm trước nói: *Học mấy môn đó có nước mà chết à? Cậu có biết ở đây các sinh viên sợ mấy môn đó như sợ Cọp không?* Tôi nói xin cho tôi thử, nếu khóa nầy không xong thì sẽ không năn nỉ bà nữa. Bà không dám tin tài của tôi, và tôi là người Việt đầu tiên xin ghi danh đi học lại nên thay vì cho tôi môn Toán Tích phân *Calculus* như tôi yêu cầu, bà cho tôi môn Đại số *Algebra*. Sau nầy mới biết sinh viên ban B như tôi thì các môn đó không khó vì đã học qua ở cấp trung học ở Huế rồi. Khóa sau đó bà cho tôi tự do chọn sau khi tôi đoạt 4.0 (President's List) cho khóa học đầu tiên. Sau nầy khi các bạn tôi như Chánh vào, bà dễ dàng với SVVN khi ghi danh các môn toán và khoa học và cũng không cần các tấm bằng vì nhiều người không mang theo được lúc chạy nạn. Họ đã biết chi tiết câu chuyện chứ không còn khó như trước và thấy các SVVN chăm chỉ học hành, tuy yếu anh văn lúc mới qua, bù lại các môn khác và siêng năng chuyên cần không bỏ lớp, có người còn xin cả thầy cô cho thâu băng *cassettes* để về nghe lại, lúc đó mấy cái máy to đùng chứ không nhỏ như bây giờ.

Tôi thấy các sinh viên Việt nam như tôi học một cách dễ dàng, hai bà giáo chuyên dạy Anh văn cho sinh viên ngoại quốc, bà Carnell (English Lab) và bà Lee Abbott (English Composition), rất thương sinh viên Việt nam (SVVN). Trường có khá nhiều sinh viên đến từ Nam Mỹ, nhưng hai bà này có cảm tình với SVVN vì lễ phép và chăm học, viết chữ đẹp và nắn nót. Nên nhớ vào khoảng 1975, số sinh viên VN nếu không là du học thì thành phần tị nạn cũng đã qua trung học tại quê nhà, hay đang dở dang đại học, hoặc xong đại học tại VN, nên phần nhiều đã qua căn bản tối thiểu về kỷ luật tôn sư, trọng đạo tại quê nhà trong các trường trung, đại học.

Không biết tôi có khiếu luận văn hay không mà hai bà thích nhất chữ viết nắn nót và những bài tôi tả về những *chuyện thật* trong đời dù văn phạm lúc đó viết sai nhiều, hai bà sửa đến đỏ cả trang giấy. Các cô giáo Anh văn rất thích sinh viên viết về chuyện thật của đời mình và những người chung quanh vì phần nhiều đề tài của các bài viết đều để sinh viên lựa chọn thay vì có sẵn, như thế thì khó cho người chấm bài nhưng lại dễ hơn cho các sinh viên mới đến như tôi: Tại sao đến Hoa Kỳ, những vui buồn khi được đi học lại, bài về các đức tính của phụ nữ Việt Nam và về khác biệt giữa hai nền văn hóa Đông Tây: *"Công Dung Ngôn Hạnh"*, các bài khác tôi đã viết về nàng, nhỏ hơn tôi hai tuổi, đi học chung trong khu cư xá, những nét duyên dáng và thầm kín của người phụ nữ Á đông chứ không như phụ nữ Tây Phương. Nàng có đôi mắt rất đẹp nhưng chất chứa nét u uẩn buồn mà tôi gọi đùa là *"đôi mắt buồn muôn thuở"*, chỉ sợ sẽ khổ về đường tình duyên sau nầy. Không *duyên nợ* nên chỉ là *bạn* suốt đời. Một chuyện tình đẹp như bài thơ: *"Tình chỉ đẹp...khi còn dang dở"*...[31]. Đúng là lãng mạn... Nhật ký của tôi nhiều đến độ có thể in thành sách (!).

Đến phần đi xin tiền, lúc đầu phải đến văn phòng lo về tài chánh của trường, khi điền đơn, phần lợi tức cha mẹ làm, tôi ghi hết các con số *zero* to tướng, phần khai lợi tức của mình cũng vậy, chả có đồng nào. Họ gởi về để cho chắc là tôi có bộ đồ mặc trên người chứ sao nghèo đến thế? Sau nầy họ không hỏi nữa vì đã biết sự thật đúng như vậy, nên chính phủ cho tối đa số tiền Pell Grant (B.E.O.G) và Supplemental Education Opportunity Grant (S.E.O.G.) lúc đó. Tôi giúp các bạn vào học sau điền đơn để có được tiền học bổng tối đa. Lúc đó nếu xài không hết thì cuối khóa đứng sắp hàng ở văn phòng Financial Aids lấy số tiền còn dư, bây giờ thì họ lấy lại. Tiền mượn (Federal Student Loan) thì lúc đó 3% tiền lời nhưng ra trường mới phải trả lại nhỏ giọt hàng tháng.

---

[31] *Bài thơ "Ngập Ngừng" của thi sĩ Hồ Dzếnh sáng tác và in trong tập thơ "Quê ngoại", xuất bản năm 1943, 18 câu nhưng có hai câu thơ nguyên văn như sau:*
"...Tình mất vui khi đã vẹn câu thề,
Đời chỉ đẹp những khi còn dang dở..."
Được phổ biến nhất khi được sửa lại:
"...Tình chỉ đẹp khi còn dang dở,
Đời mất vui khi đã vẹn câu thề..."
Lấy ý của bài thơ trên, tìm trên youtube có đến năm bản nhạc nổi tiếng là "Chuyện Hẹn Hò" của nhạc sĩ Trần Thiện Thanh và "Anh Cứ Hẹn" của Nhạc sĩ Anh Bằng, "Tình chỉ đẹp" của Nhạc sĩ Thủy Tiên, "Em cứ hẹn" của Hoàng Thanh Tâm, "Ngập Ngừng" của Minh Duy.

Santa Fe là trường nhỏ nên làm gì cũng nhanh và tiện, hai năm thì xong, qua đến UF thì trường lớn, bãi đậu xe xa tuốt mù khơi, phải đi bộ nhiều từ lớp học nầy đến lớp học khác, cho đến đầu năm thứ tư thì chuyên ngành chỉ ở một nơi. Riêng trường KT của tôi thì mỗi sinh viên có một góc, với cái bàn vẽ to đùng có thể lên xuống góc độ, dưới đó là một miếng ván ép *(plywood)* có gối mền để ngủ. Vì các đồ án (bản vẽ và mô hình) phải tiếp tục làm và sửa đổi trong khóa nên các SV làm ngày đêm, nhất là gần cuối khóa học, còn nhớ lúc đói bụng thì chạy băng qua đường University Avenue để mua kem, café hay bánh mì ở tiệm Supreme Donut.

Thành phố chỉ có SV nên mùa Hè thì trống trơn vì lúc đó học theo 4 khóa (*quarters system*) chưa buộc SV phải học một khóa hè như bây giờ.

Khoa KT của trường nằm trên NW 13th Street, gần Tigert Hall (Administration), nên ít SVVN bén mảng tới, chỉ có 2 SVVN theo ngành nầy nên ít gặp nhau. Riêng về ngành kỹ sư thì các bạn tôi khá đông, không những gặp nhau nhiều mà còn gặp nhau tại thư viện (Library West-University Ave) lầu 6, hay Reitz Union. Có mấy lần chịu khó đi bộ qua chơi, thấy *vui* quá còn bên trường mình chả có ai. Trường tôi có riêng thư viện nên cũng chả phải qua bên thư viện chính làm chi, vừa xa vừa đi bộ mệt. Lúc đó hầu như SV nào cũng chú tâm việc học, học bổng chỉ cho hạn chế 4 năm, nếu không đủ điểm thì họ *cúp*, và không đủ điểm học thì bị *"đá"* ra khỏi trường, tiêu tùng đời trai (gái)... nên ai cũng cố gắng và thành phố thì ngoài các SV đi học và nhân viên hay giáo sư, cũng chẳng có các mục vui như thành phố lớn, tiền học bổng cũng chỉ vừa đủ sống. Nhờ vậy mà số SVVN ra trường tại đây khá nhiều, đủ các ngành.

Ai cũng chăm chú học nên mấy năm đầu, chuyện Lan và Điệp chả xảy ra tại trường tôi, vả lại, lúc đó các cậu chưa về được Việt nam để lấy vợ trẻ đẹp mang qua như bây giờ nên các cô độc thân có giá và làm cao, mấy anh đi du học trước chết ngất ngư với mấy *"em"* tị nạn, mấy em làm giá cao quá, cả mấy chàng học tiến sĩ Canh Nông cũng *"trợt"* vỏ chuối như điên. Chuyện tình một chiều thì nhiều quá không kể hết. Ra trường hầu hết SV khó có việc làm tại đây vì thành phố nhỏ, chỉ có thể làm việc cho trường với số lương không được trả cao như các hãng tư nên ai ai cũng phải định cư các tiểu bang hay các vùng khác.

Cái may mắn của tôi cũng như nhiều người tị nạn khác, được đến một thành phố nhỏ bé mà nơi đây, sự chọn lựa không có nhiều và nhờ vậy số đông đã tiếp tục học vấn làm căn bản sau nầy cho các công việc sau khi học xong.

Lúc đầu mới đến Gainesville, tụi tôi ở khu cư xá Glen Springs Manor 2130 NW 31st Ave. Rất nhiều người tị nạn VN ở khu nầy mà không phải ai cũng có xe hơi lúc đầu nên hay đi học chung vì khoảng cách đến Santa Fe hay UF gần bằng nhau. Sau đó thì dời về Forest Green Village 3101 NE 15th St. B-1. Lúc nầy có 4 đứa chia nhau hai phòng, Kha *(mất 6 tháng 4 năm 2017)*, Quỳnh ở chung, Chánh một phòng và tôi chiếm phòng khách vì tôi hay ở *studio* tại trường nên không cần phòng ở nhà. Bốn đứa mà *sao đào hoa* chỉ chiếu cho Kha và Chánh, Lê Quỳnh và tôi thì cứ hát bài: *"Hai năm tình lận đận..." (Thơ Nguyễn Tất Nhiên, Phạm Duy phổ nhạc).*

Đi học thì làm thêm Work Study trả lương tối thiểu $2 một giờ, học bổng và sau nầy có thêm tiền trợ cấp cho người tị nạn và phiếu thực phẩm qua chương trình người Việt tị nạn là sống đủ. Nhà thì thuộc diện *Section 8* nên không phải trả nhiều. Còn nhớ cô Judie Gold, *social worker* của tụi tôi lúc đến nhà xét để cho trợ cấp, dặn rằng đồ ăn không được ăn chung, ghi trong tủ lạnh tên của từng người vì chính phủ cho riêng [32]. Lúc tụi tôi ra trường có

[32] *Thấy có lỗi trong việc để mất Nam Việt Nam, Lào và Cambodge, ba nước Đông Dương cho cộng sản, nên lúc nhận người tị nạn năm 1975, Quốc hội Hoa kỳ đã thông qua đạo luật ngày 23 tháng 5, 1975 gọi là "Indochina Migration and Refugee Assistance Act of 1962 (76 Stat. 121)", tị nạn để tránh áp bức về chủng tộc, tôn giáo hay chính trị, họ để dành riêng ngân quỹ $405 triệu đô la trong vòng hai năm cho việc "tái định cư" nầy. Người được Tổng Thống Ford chỉ định làm Giám đốc cho chương trình "Inter-Agency Task Force on Indochinese Refugee resettlement" là bà Julia Vadala Taft. Ngoài các chi phí về Y tế, giáo dục, phúc lợi gồm những phần chi phí về ăn uống và nhà cửa kể cả chương trình "Housing Section 8", cái khó khăn đầu tiên để hội nhập đời sống vật chất và khác văn hóa tại Hoa kỳ cho những gia đình cần giúp đỡ. Các sinh viên như tôi, tuy độc thân nhưng đi học, chỉ*

mời cô dự, cô bảo tháng sau sẽ hết trợ cấp, và chúng tôi bảo với cô tụi tôi cũng chỉ nhờ giúp đến đó mà thôi, bây giờ mới thực sự đi làm, đóng thuế trả lại cho chính phủ.

Nhìn lại, những kỷ niệm của thời đi học, cứ sau mỗi lần thi *final*, tụi tôi họp nhau lại chơi *pingpong*, *bowling*, hoặc *pinball*... Tuy nghèo nhưng cuộc sống đi học khá thú vị. Ra trường, đi làm, có tiền nhưng lúc nào cũng nhớ đến thời kỳ còn sinh viên của mình, nghèo, sống giản dị nhưng thời có nhiều kỷ niệm và đẹp lãng mạn nhất trong đời.

TÔI ĐI KHOAN DẦU TRÊN VỊNH MỄ TÂY CƠ

Tôi được học bổng nên mỗi khóa học còn dư chút ít, điều lệ của các loại học bổng Pell Grant hay Supplemental Educational Opportunity Grant dành cho sinh viên nghèo như tôi là phải giữ trung bình điểm học cao hơn 3.0 (B)và lợi tức hằng năm không quá một nghìn đô, cho đến năm 1978 thì tôi quyết định không học mùa hè mà kiếm việc đi làm. Tôi mua được chiếc Mazda RX2 cũ do anh Hiếu bán lại, ông bạn mua xe cũ đã sửa lại, xe còn chạy được nên thỉnh thoảng bạn bè trong khu cư xá đi chung đến trường. Tôi lái xe một mình đến New Orleans, rồi đi tiếp xuống Houma, do người quen giới thiệu, tôi ghé nhà anh Nhân, đây là một căn nhà nhỏ, trong nhà đã để những cái giường đơn sắp thành hàng, tôi được chỉ cho một cái giường với giá $150 mỗi tuần. Chỉ ngủ qua đêm, hôm sau tôi ra chỗ kiếm việc làm, người ta bảo ghé tiệm giày mua một đôi bốt (shoes) *steel toes*, cái nón *hardhat*, mang theo vật dụng cá nhân cần dùng rồi ngày mai đi làm, về lại nhà anh Nhân, tôi trả tiền xong nói ngày mai em đi làm.

---

có học bổng qua chương trình trợ cấp liên bang hay work-study, chưa có lợi tức nên được hưởng các quyền lợi cho đến khi ra trường có công ăn việc làm. Thư viện của Tổng Thống Gerald R. Ford tại Ann Arbor, Michigan hay online còn giữ tất cả các tài liệu liên quan đến người Việt tị nạn năm 1975 nếu ai cần nghiên cứu đúng các chi tiết lịch sử.

Sáng sớm có mặt, tôi đã thấy nhiều người Mỹ đứng chờ, phần đông là Mỹ trắng. Một hồi tôi được xếp vào cùng với 2 anh Mỹ to con, một chiếc trực thăng sơn màu vàng có 3 chữ PHI (Petroléum Helicopter Incorporated) đón chúng tôi, đây là loại máy bay của hãng Bell, chở được 4 hành khách, số phi công có rất nhiều người Việt KQ tị nạn, lúc ở Việt nam trong các phi đoàn trực thăng, nay qua Mỹ lấy lại bằng bay, lương bổng cũng khá và không phải qua huấn luyện, bay khoảng gần tiếng thì đáp xuống một dàn khoan dầu có 3 tầng, tầng trên có bãi đáp trực thăng, 4 cái *trailers* dùng để ăn và ngủ, một cái làm văn phòng, tầng thứ nhì là những ống dầu và hệ thống bơm cùng những đồng hồ đo áp suất, tầng dưới cùng là những *beam* sắt, không được bít kín nên có thể thấy nước biển và sóng đánh vào 4 cây trụ to lớn chính của dàn khoan, có chiếc tàu neo ở một góc, có một chỗ nhỏ để dành ai muốn câu cá.

Lúc đến, họ dặn rằng nếu có nghe tiếng nổ hay lửa cháy, nếu còn *cựa quậy* (chưa chết), vì an toàn, cứ việc ôm cái phao, nhảy đại xuống biển sẽ có tàu cứu. Nghe là thấy *"nhụt chí nam nhi"* liền, nhưng mình ở xứ chiến tranh, không chết vì bom, không lẽ tiêu vì dầu hỏa? Cũng may, trong thời gian làm ở đây, tôi không bao giờ phải nhảy xuống biển cả.

Trong *trailer* dành cho nhân viên, có các giường ngủ hai tầng, và phòng tắm, tôi nhỏ con nhất được nằm giường trên. Sáng hôm sau, người *galleyhand* (phụ bếp) đi hết các giường đánh thức chúng tôi dậy đúng giờ, đánh răng rửa mặt xong là qua căn trailer kế bên ăn sáng, đồ ăn sáng đã được dọn sẵn trên bàn, ai muốn gì cứ lấy. Ăn xong cả toán được họp ngoài trời để phân công tác. Nhóm tôi có 3 người gồm người trưởng nhóm, phụ tá và tôi là thợ phụ có nhiệm vụ mang những ống dầu dài vào vị trí, ống dầu dài khoảng 20 *feet*, tôi đoán làm bằng *kim loại* hay *plastic* đặc biệt hoặc *stainless steel* chống rỉ sét, người phụ nhóm là một người Mỹ cao hơn 6 feet, ống tay và chân có những bắp thịt cuồn cuộn đầy vết xâm (*tatoo*), tôi chỉ đứng ngang bụng hắn, hắn chỉ tôi đứng vào cuối ống dầu, hai tay đã mang *găng* dầy, hắn đứng vào vị trí ra hiệu cho tôi nâng ống dầu lên ngang bụng, tôi cúi xuống tưởng ống nhẹ, ai dè dùng hết sức mình cũng không thể nào nhấc lên khỏi mặt sàn, nín thở làm gì cũng mặc, ống dầu phía tôi vẫn không nhúc nhích, trong lúc đàng kia hắn đã chửi thề, dùng không biết bao nhiêu danh từ tục tĩu, cũng nên biết danh từ, động từ toàn 4 hay 5 chữ như Dirty M. F..ker. Hắn bỏ ống xuống, nhìn người trưởng nhóm như than phiền, ông ta bỏ cuốn sổ, thế vào vị trí của tôi, thấy mình đứng không gì làm, tôi chạy lại cầm cuốn sổ lên, miệng thì kêu *sorry* rối rít, nhìn cuốn sổ, tôi thấy hàng trên ghi những việc làm hôm nay, ngoài ra không có gì hết, thấy mình đi làm việc mà vô dụng, không chừng ngày mai mất việc, nên tôi hỏi người trưởng nhóm để tôi ghi vào sổ được không? Hắn gật đầu, đâu còn lựa chọn nào khác, vì thường thì hai người phụ làm việc, người trưởng nhóm canh chừng và ghi công tác vào sổ, mỗi ống dầu có số khác nhau, *size* và chiều dài phải đúng để khi khoan, mỗi thứ được dùng cho mỗi việc khác. Lúc được đưa lên bằng cần trục từ tàu chuyên chở, họ chỉ để đó rồi nhân viên trên dàn khoan phải làm lấy.

Ngày hôm đó, làm đến 12 giờ thì nghỉ ăn trưa, tôi thấy anh trưởng và phụ nhóm dùng nhiều danh từ giới lao động, nhưng không, hoặc chưa có phản ứng gì về sự yếu ớt của tôi. Sau bữa ăn trưa, chúng tôi lại tiếp tục làm, tôi giữ sổ, hai ông xếp bưng ống dầu, làm cho đến chiều thì nghỉ về tắm, xong đi ăn tối, bữa ăn tối có đầu bếp và galleyhand lo, gồm các thứ thịt, tôm đắt tiền, các món bánh tráng miệng, tôi hỏi có phải trả tiền không thì mọi người đều cười, bảo tất cả đều *free*. Trên dàn khoan không có đàn bà nên sau khi về trailer, mọi người nhảy lên giường đọc sách, tôi thấy cả bọn kể chuyện tục, trên tay mỗi tên đều có tạp chí *playboy* hay *penthouse*, hỏi tôi đọc gì thì tôi bảo học thêm anh ngữ, cả bọn cười ồ nói cậu có thấy chữ tụi tao dùng có trong tự điển hay không? Tôi đã học được tiếng Anh "*tục tĩu*" ở đây vì mỗi lần nói chuyện, mở đầu luôn là các chữ Đan Mạch (ĐM*)* đặc biệt.

Hình như người trưởng và phụ toán chấp nhận cho tôi giữ sổ, còn họ làm việc nặng vì cũng không có chọn lựa nào khác, trừ phi họ xin ông xếp dàn khoan đổi người và phải chờ 7 ngày sau mới có chuyến bay đưa toán khác ra đổi. Có dịp nói chuyện nhiều với những người nầy, tôi thấy họ thật tốt bụng, phần nhiều chỉ học đến tiểu học rồi đi làm kiếm tiền, ở nhà vợ buồn nói điện thoại *long-distance* hay ngoại tình, nên khi lãnh lương về là tiêu hết. Mỗi toán làm 7 ngày nghỉ 7 ngày, riêng toán tôi làm 14 ngày vì ông xếp dàn khoan bảo thời tiết xấu không có người ra thay. Ông xếp dàn khoan là một người ốm, cao mà làm đến ngày thứ 10 tôi mới biết. Trước ngày ra về người trưởng toán bảo tôi đem nộp sổ cho ông chủ, tôi hỏi hắn còn ngày mai thì hắn bảo ghi vào dọn dẹp vì ngày cuối sẽ không làm gì nhiều. Tôi mang vào văn phòng đưa ông chủ. Sáng ngày cuối cùng, sau buổi ăn sáng, ông chủ cho triệu tập mọi người trước sân, phân chia công tác, rồi kêu anh trưởng nhóm bảo: Ai viết báo cáo nầy? "*Who wrote your report?*" Tôi thấy mặt anh trưởng toán tái mét, tay run run chỉ vào tôi, suốt 2 tuần kể từ khi giao cuốn sổ cho tôi, hắn không bao giờ hỏi hay xem gì cả, để mặt tôi làm, mà sau này tôi mới biết anh ta chưa học xong tiểu học, cái sổ và báo cáo công việc là thứ nặng nhất hắn không ưa vì không đủ chữ nghĩa, còn làm việc nặng thì y không sợ, khi tôi cầm cuốn sổ thế hắn làm việc nặng dùm thì hắn mừng húm, nay nếu có gì là hắn lãnh đủ. Ông chủ nhẹ nhàng bảo tao chưa thấy tờ *report* nào đầy đủ như thế nầy, có cả hình vẽ *diagrams* và như một tờ *spreadsheet* (lúc đó chưa có software như Lotus 123 hay Microsoft Excel như bây giờ) nhưng tôi đã kẻ từng ô chia ra công tác, tên người, từng giờ làm việc gì theo hàng dọc và ngang, vẽ luôn biểu đồ và S/N các ống. Ông đưa cuốn sổ cho mọi người xem rồi tuyên bố, hắn là "*college kid*", sẽ không làm được việc nặng nên tao cũng không muốn thấy nó lần tới, và cũng không *expect* mọi người làm tờ *report* như thế nầy vì tau biết tụi mầy không có khả năng làm được có hệ thống như hắn.

Trưởng và phụ nhóm mừng vì được khen, bảo với tôi lần sau cậu muốn làm chung với tụi tau không? Nhưng tôi nói làm đủ rồi, nếu nhiều quá sẽ bị cúp học bổng, sẽ phải đi làm lao động suốt đời như tụi mầy, đó là điều tau không muốn. Bọn hắn dọn dẹp, cho tôi xuống từng dưới câu cá chờ trực thăng ra đón về.

Ngày hôm sau lẽ ra trở về với trực thăng sau khi lãnh lương nhưng thời tiết xấu, hai nhóm về vì không muốn ở lại chờ trên dàn khoan, bọn họ rủ tôi đi tàu thủy. Nghe lời xúi dại, tôi theo nhóm về trên chiếc tàu nhỏ, sóng biển nhồi ngất ngư, tôi thấy mọi người đều có bánh mặn bích quy trên tay, họ ăn để chống say sóng, tôi ngủ li bì cả chuyến đi.

Về đến Houma, tôi cho hai tay trưởng và phụ nhóm quá giang về nhà, chào từ biệt xong, tôi ghé nhà anh Nhân báo anh biết tôi không cần thuê giường nữa vì tôi nghĩ nếu có đi làm thì ra thẳng dàn khoan, cần gì phải ngủ hai đêm mà trả đến trăm rưỡi, hơi bóc lột cho một thằng sinh viên nghèo như tôi.

Lên đường trực chỉ hướng Đông, tôi trở về lại đời sống sinh viên, quên đi hết những công việc nặng nhọc mình vừa chứng kiến hai tuần qua, cùng những ngôn ngữ không có trong tự điển mà nếu có mình cũng không dám xài, nhờ đó tôi biết được ngôn ngữ của các tay bụi đời.

Số tiền làm dưới mức học bổng ấn định và tôi nhớ lời ông *manager* dàn khoan nên không bao giờ trở lại vì biết thể xác mình không thích hợp với những công việc nầy, cái hên không đến hai lần, không gặp được toán làm việc để giữ sổ thì tiêu. Một công việc có nhiều kỷ niệm đáng nhớ đời cho những ngày đầu trên quê hương thứ hai của một sinh viên đại học đi làm lao động chân tay tại Hoa kỳ.

CHƯƠNG VI

VIẾT VỀ NƯỚC MỸ
GIẢI THƯỞNG VIỆT BÁO

Đây là chương dành cho những bài viết được tác giả gởi đăng trên Việt Báo California của nữ văn sĩ Nhã Ca qua chương trình dự thi Viết Về Nước Mỹ (Writing on America) từ năm 2000 trong đó có bài được giải thưởng của Việt Báo năm 2002. Xin giữ nguyên văn. Tác giả và Việt báo giữ bản quyền những bài nầy đã được Việt Báo in thành sách và giữ trên online.

Giải khăn sô cho nước Mỹ* 2001

https://vvnm.vietbao.com/a162382/giai-khan-so-cho-nuoc-my

Bài tham dự số: 02-368-vb81007

*Ghi chú: *Bài nầy được đăng trên Việt báo, mục Viết Về Nước Mỹ và tựa đề được dựa theo cuốn sách của Nữ văn sĩ Nhã Ca khi chị viết cuốn "Giải khăn sô cho Huế" vào dịp Tết Mậu Thân 1968. Bài nầy cũng đã được đăng trên đặc san của nhóm sinh viên đại học University of Florida (UFVSA) Xuân Nhâm Ngọ 2002.*

Tôi có những thứ đồ dùng ít khi xài đến, nên để vào trong một cái rương nhỏ, lúc nào có thì giờ rảnh rỗi lại mang ra xem, coi như những thứ sưu tầm, có khi là các con tem cũ, chiếc bì thư, có khi là mấy huy hiệu Hướng đạo...Nhưng tuần rồi tôi nhớ có một thứ đang cần mang ra xài ngay, là chiếc cờ nhỏ Hoa kỳ có cái cán bằng gỗ, mạ vàng mà vị Chánh án của tiểu bang Maryland đã tặng khi tôi tuyên thệ làm công dân Hoa kỳ năm 1983. Chiếc cờ nhỏ, tôi tưởng sẽ không bao giờ có dịp dùng đến, chỉ cất như một món đồ kỷ niệm của quê hương thứ hai, không ngờ hôm nay nó lại quý phái lộng lẫy hãnh diện phất phơ trước gió trên hộp thơ trước nhà tôi. Những người Mỹ láng giềng hỏi tôi mua lá cờ ở đâu, vì các tiệm bán cờ đã hết sạch tuần sau ngày khủng bố tại New York, Ngũ giác đài và Pennsylvania. Tôi đã hãnh diện trả lời về xuất xứ của nó. Chiếc cờ ấy là một kỷ niệm khó quên trong đời. Nó đến với tôi như một sự tình cờ, như một duyên phận đã sắp đặt từ trước, là ngã rẽ giữa hai con đường, nơi chấp nhận cho mình làm quê hương thứ hai, không còn chọn lựa vì quê hương thứ nhất đã mất, tuy sự mất mát chỉ tạm thời vì có chế độ nào vĩnh viễn trong lịch sử, nhìn lại những thời oanh liệt của tổ tiên ta, Lý Lê Trần, bao anh hùng hào kiệt, bao vua chúa chỉ vì dân, lo cho dân cũng không thoát được sự thay đổi, huống hồ đằng nầy...Dòng tư tưởng chợt ngưng ở đó, có chút nghẹn nghẹn ở cổ...Dù chỉ chấp nhận như quê hương thứ hai, Hoa kỳ đã đối xử với tôi nói riêng và người Việt tị nạn nói chung một cách rộng rãi, tình cảm khó quên.

Cứ tưởng tượng một người xa lạ, áo quần rách bươm, tinh thần hoảng hốt man dại vì chiến tranh, không một đồng xu dính túi, không một bộ áo quần thứ hai, như anh họ Chữ khi xưa, chân ướt chân ráo đến Mỹ vì mất quê hương...chỉ không đầy vài năm sau, đã áo quần tươm tất, giày mũ chỉnh tề, nhà cửa xe cộ, công ăn việc làm, có cả trăm người bản xứ dưới quyền. Sự thành công dù không đến dễ dàng như nhiều người tưởng, nhưng đến được với bất cứ ai nếu chịu khó làm việc hăng say và tin tưởng vào tài năng của mình, một thương gia Việt Nam họ Trần đã tặng Hội Hồng thập tự 2 triệu đô cho nạn nhân vụ khủng bố, người Việt định cư khắp nơi trên nước Mỹ cũng gởi tiền cứu trợ cho quê hương thứ hai của mình. Nói chung có người thành công nhiều cách khác nhau, nhưng tựu trung thì cũng nhờ xứ sở tự do, phương tiện đầy đủ, không phân biệt đối xử.

Sau biến cố 911, dù muốn dù không, người Mỹ có lẽ sẽ nhìn những người ngoại quốc sống trên xứ sở mình bằng một ánh mắt khác, thiện hay ác cảm tùy người đối diện, cũng có những người Mỹ cực đoan nhưng pháp luật nghiêm minh không cho phép họ làm ra ngoài khuôn khổ. Ông xếp cũ người Nhật của tôi sinh ra và lớn lên tại Mỹ lúc nào cũng nhớ những gì xảy ra cho cả gia đình sau trận Trân châu cảng năm 1941 và đã phải sống trong những trại tập trung ở California. Ngày 11 tháng 9 năm nay có lẽ sẽ làm nước Mỹ thay đổi, và dĩ nhiên những cư dân Việt Nam cũng không thoát vòng ảnh hưởng nầy.

Dù chúng ta đã trải qua những biến cố do chiến tranh trên đất nước như 1945, rồi chia cắt đất nước 1954, rồi Mậu thân 1968, mùa Hè đỏ lửa 1972, và biến cố 1975...nhưng chúng ta cũng không khỏi ngậm ngùi cho những nạn nhân của biến cố 911 nầy, không phân biệt ai, trẻ thơ, đàn bà vô tội, cũng có những người đến định cư hay làm việc tại Mỹ vì nghĩ đây là nơi an toàn nhất thế giới, một phần của ngũ giác đài phút chốc đã biến thành tro bụi, và cũng nhờ các hành khách anh hùng trên chuyến bay số 93 dù chết đi nhưng họ đã cứu được một số người vô tội. Mậu thân ở Huế chỉ mấy ngày Tết vì chiến tranh đã mang đi 8 ngàn người vô tội. Ở một xứ sở thanh bình, đây là một điều khó nghĩ đến, nên tôi đã *mượn* tựa đề cuốn sách của Nữ văn sĩ Nhã Ca cho bài nầy, và chị đã cho phép.

Những câu chuyện thương tâm đang được kể lại trên báo chí truyền thanh và truyền hình, một đoàn nhân viên chửa lửa số 6, chỉ suýt chết vì chậm lại trong lúc phải cứu một người đàn bà không xuống được cầu thang. Tình thương đã cứu họ, nhân quả thấy ngay không cần chờ đợi, dù tôn giáo nào cũng tin có sự hộ trì, có kẻ nhờ cứu người mà sống thì cũng có người, vì cứu người mà mất mạng. Người Việt chúng ta đã đến từ một nước chiến tranh, chứng kiến bao cảnh thương tâm, vợ mất chồng con mất cha, gia đình ly tán, nhưng trước cảnh nầy cũng không khỏi ngậm ngùi cho số phận những người vô tội, chỉ vì những kẻ ác nhân có thể làm bất cứ điều gì, bằng phương tiện gì để đạt được mục đích vô nhân tính của họ. Họ tin họ sẽ lên thiên đàng với bao nhiêu gái đẹp hầu hạ, nhưng có thiên đàng nào nhận những người nầy hở bạn?

Số người Việt nam ở Mỹ không nhiều so với dân bản xứ, tôi lục lọi tìm tòi trên báo chí, internet hy vọng không thấy tên người Việt nào trong danh sách nạn nhân, thì nhận được một điện thư từ người bạn đang ở thủ đô Hoa thịnh đốn báo rằng người bạn anh làm cho Ngũ giác đài đã bị thiệt mạng. Nguyễn ngọc Khang là một nhân viên cho nhà thầu Hải quân Hoa kỳ còn khá trẻ, hăng say với những họat động xã hội từ khi anh còn là sinh viên đại học. Khang cũng là một người di dân được xem là thành công tại Hoa kỳ, muốn làm việc tại Pentagon anh đã phải trải qua những điều tra lý lịch cá nhân, quá khứ, gia đình, mà giờ đây anh đã ra đi vĩnh viễn để lại người vợ trẻ và đứa con trai 4 tuổi, có lẽ anh đã không cảm thấy đau đớn gì khi chiếc máy bay do bọn khủng bố lao vào phòng làm việc của anh, nhưng đau đớn thay cho những kẻ ở lại, vợ khóc chồng, cha mẹ khóc con, con anh còn quá nhỏ để cảm nhận cái đau buồn của kẻ mất cha. Tôi đã từng chứng kiến những chuyện đau thương mà chính tôi cũng là nạn nhân mà chiến tranh đã lấy đi người cha lúc vừa tròn một tuổi, mãi cho đến lúc có con, tôi mới thấm thía sự mất mát nầy, mới hiểu được sự hy sinh vô bờ bến của người Mẹ đã ở vậy nuôi con nên người. Trong nước mắt tôi chỉ còn xin cầu nguyện cho gia đình Khang vượt qua được sự mất mát lớn lao nầy.

Nước Mỹ quê hương thứ hai của tôi đã tỉnh giấc sau cơn ác mộng. Sẽ có nhiều thay đổi từ đối nội đối ngoại, kinh tế cho đến chương trình di dân, chiến tranh ý thức hệ đã mờ dần vào thế kỷ thứ 21, nhường chỗ cho chiến tranh chống khủng bố có thể xảy ra bất cứ nơi nào, thời điểm nào chứ không còn là nơi giao tranh trận mạc chỉ có hai phe. Muốn thắng phải có cả ba yếu tố: thiên thời, địa lợi và nhân hòa, những xứ sở mà họ không còn coi trọng mạng người hay quá cuồng tín đến độ đã phá hủy những bức tượng vô giá cả hai nghìn năm chỉ vì của một tôn giáo khác.

Anh tôi thường hay nói sau những chuyến công du các nước Ả rập, tội nghiệp nhất là sinh ra và làm đàn bà các nước đó. Phụ nữ các nước Hồi giáo có khi không được quyền đi học lái xe hay đi ra đường phải có người đàn ông trong gia đình đi theo, mặt mũi chùm kín mít thì có ai thấy mà dám tán tỉnh, không khác gì ở tù. Nhìn người lại ngẫm đến ta, phụ nữ Việt Nam thời xưa, dù không được tự do như các xứ Âu Mỹ, chúng ta cũng đáng tự hào có những nữ anh hùng như Bà Triệu, Hai Bà Trưng. Không hiểu bao giờ quê hương thứ nhất của tôi mới có Tự do và quê hương thứ hai và quê hương chung của nhân loại sống trong thanh bình? khi hận thù không còn rơi trên đầu những kẻ vô tội, khi mà trong lòng chúng chúng ta không còn sợ hãi. Hướng về thanh bình và tự do, ước mong những người phụ nữ Hồi giáo kém may mắn một ngày nào sẽ được hưởng những gì chúng ta đang được hưởng. Ôi cao quý thay hai chữ TỰ DO.

Tháng 10/2001

BẢO TỒN DI TÍCH LỊCH SỬ
HISTORICAL PRESERVATION

Bài tham dự số: 2-615-vb70810

https://vvnm.vietbao.com/p222a162612/5/bao-ton-di-tich-lich-su

Tác giả hiện đang giữ chức Phụ tá Giám đốc Quản trị thành phố (Assistant to City Manager), kiêm quản trị và tái thiết (Community Redevelopment Agency) tại một thành phố phía Nam tiểu bang Florida. Bài viết của ông kể lại công việc và những suy nghĩ của ông trong tiến trình bảo tồn và trùng tu toà thị chính, một công trình kiến trúc cổ của thành phố. Ước mong những bậc thức giả đang lưu tâm tới số phận những di tích lịch sử trong nước Việt Nam có dịp "chia sẻ" tâm sự âu lo của tác giả bài viết đặc biệt này.

*(*Đây là bài đã đoạt giải thưởng Danh dự của Việt Báo năm 2002*).*

Còn nhớ ngày 29 tháng 4 năm 1975, hắn bị "kẹt" trong phi trường Tân Sơn Nhứt cùng với gia đình, đạn pháo kích rơi trong cư xá Nữ quân nhân không xa bao nhiêu khu "bunker" hắn đang tránh đạn. Thế rồi sáng sớm, hắn cùng ông anh cũng bò ra được phi đạo, nhảy lên chiếc phi cơ C-130 cuối cùng rời khỏi phi trường, thẳng tiến Utapao, cất cánh trên "taxiway", phi đạo chính đã hư hại nặng vì đạn pháo kích từ nhà Bè cả đêm hôm trước. Hắn biết cuộc đời hắn đã thay đổi hẳn từ đây...

Định cư tại một thành phố không nhiều người Việt, nhưng lại có một trường Đại học lớn nhất nhì tiểu bang, hắn khăn gói xin đi học với không đầy mấy trăm đô trong túi anh hắn cho, số vốn tiếng Anh ít ỏi thâu thập được từ Hội Việt Mỹ tại Sài Gòn khi hắn còn là sinh viên Luật khoa năm thứ hai, chỉ đủ để nói và nghe bằng tay, nhưng rồi đâu cũng vào đó, trời thương kẻ khù khờ, bà "counselor" của trường giúp hắn gởi dịch văn bằng, giúp điền đơn cho học bổng dành cho sinh viên nghèo, thế là hắn đủ tiền trả tiền nhà, học, còn dư thì giờ thì làm thêm chương trình "work study" có tiền đi đánh bida hay bowling trong khu giải trí của trường.

Ra trường, với mảnh bằng, hắn xách chiếc xe cũ mèm Mazda RX2 định làm một chuyến du lịch vòng quanh nước Mỹ, khởi hành từ phía Đông nam, hắn ghé thành phố New Orleans, rồi Houston, sau đó chuyển lên hướng Bắc, đến cách thành phố nổi tiếng âm nhạc Nashville còn hơn trăm miles thì hắn cảm thấy xe hơi đảo, nhìn về phía trước, một chiếc bánh xe đang lăn song song với xe hắn, đó là cái bánh xe sau bên trái của hắn đã rời ra... Xin đi quá giang là điều hắn sợ, nhưng không còn cách gì khác hơn, hắn tìm đến trạm xăng gần nhất để tìm cách câu chiếc xe cà tàng của hắn về sửa, sau một ngày chờ đợi, kiếm được đồ cũ trong nghĩa địa xe hơi, hắn lên xe, tiếp tục đi về hướng Tây, ngừng lại thành phố Kansas City, miền Trung nước Mỹ.

Ở một tuần, thấy không phải đất lành chim đậu, hắn chuyển về hướng Đông, trực chỉ Thủ đô Hoa kỳ, chứ không tiếp tục hướng tây, vì hắn biết Cali đi dễ khó về... lại phải băng qua sa mạc với con ngựa sắt đã long móng...thế là duyên phận đưa đẩy hắn về hướng thủ đô, vì nghĩ rằng bất cứ quốc gia nào, thủ đô cũng đẹp hơn các thành phố khác.

Đúng như hắn dự đoán, thủ đô Hoa thịnh đốn thật trù phú, chỉ một lần đi trên xa lộ dọc bờ sông Potomac, hắn đã cảm hứng làm được nhiều bài thơ con cóc. Thôi thì đành chọn nơi nầy làm khởi đầu cho cuộc sống tạm cư, mà mấy năm đèn sách hắn chẳng có dịp đi đây đó.

Làm được mấy năm, tạo được căn nhà, chiếc xe, hắn lại thấy đời sống thành phố lớn xô bồ, đi làm và về nhà mất hơn ba tiếng đồng hồ lái xe, mới thấy thấm thía câu thơ: *ta dại ta tìm nơi vắng vẻ...*

Ở Mỹ, làm nhiều thì tiêu càng nhiều, muốn được yên tĩnh tạo dựng mái ấm gia đình, hắn tình nguyện chuyển về chi nhánh của hãng vừa mở tại Florida, nơi đây không xa lạ với hắn, thầm nghĩ chuyển đi chuyển lại công việc ở Mỹ đâu cũng thế, đời sống tại đây nhàn hạ hơn, gần anh chị em, khí hậu tương đối giống Việt Nam làm hắn đỡ cảm thấy nỗi nhớ xa quê hương. Hoài bão của hắn là vẫn làm sao một ngày thanh bình, với kinh nghiệm học hỏi được, về đóng góp xây dựng lại phần nào quê hương đổ nát điêu tàn, quê hương vẫn là những gì đẹp nhất trong lòng hắn từ ngày hắn ra đi, nên khi thấy có một thành phố cần người lo về Kiến thiết và thiết kế đô thị, hắn nộp đơn ngay, nghĩ rằng học hỏi nghề nầy một ngày thanh bình về giúp nước thì *hết sẩy*. Thế là hắn đổi "job", vào làm chương trình chỉnh trang, tái kiến thiết đô thị. Ba năm sau, với số vốn kinh nghiệm, hắn được thăng chức làm phụ tá Giám đốc Quản trị thành phố lo về chỉnh trang.

Cũng nên biết qua, đây chỉ là một thành phố nhỏ dưới 20 ngàn dân, phân nửa là thiểu số đến từ các quốc gia Nam Mỹ, có cả người Việt, nằm ven bờ biển phía Đông. Cả thành phố không quá 3 dặm vuông, thành phố hắn ở có được một bến tàu, 2 công viên, một trường học, và khu thị tứ mà mọi người gọi là "downtown", một tòa thị chánh đã được xây từ năm 1920, vì vậy được gọi là thành phố lịch sử cổ kính ký danh qua tiểu và liên bang. Tiền của chính phủ trợ cấp cho thành phố để bảo tồn, cải thiện các di tích lịch sử nầy rất nhiều.

Nhìn người lại nghĩ đến ta, hắn buồn cho thành phố Huế cổ kính nghìn năm của hắn, ngày càng tàn tạ, quỹ quốc tế có trợ cấp thì cũng chẳng có cơ quan chính quyền nào bỏ thì giờ nghiên cứu các công trình lịch sử nầy, để bảo trì và gìn giữ cho các thế hệ sau.

Với người ta, xây lại tòa thị chánh mới chỉ tốn chừng hơn một triệu rưỡi, mà họ chịu khó bỏ ra hơn gấp đôi số tiền đó để bảo tồn. Muốn sửa chữa các di tích lịch sử nầy, họ bỏ ra hằng năm nghiên cứu, xin phép xây cất phải qua hội đồng quản trị thành phố, dẫn đầu là vị thị trưởng, rồi cơ quan bảo trì di tích lịch sử của tiểu bang, liên bang chưa kể phải hoàn thành đồ án dưới sự giám sát của một hội đồng bảo quản di tích lịch sử, phải có lối ra vào và phòng vệ sinh cho người tàn tật sử dụng, vì các kiến trúc thời xưa thường không có nhiều phương tiện như ngày nay, điện, nước, hệ thống thoát nước, nhà vệ sinh, cửa sổ chịu được gió bão và nhất là hệ thống máy điều hòa không khí.

Rất nhiều thử thách trong giai đoạn hoàn thành dự án. Theo đồ án mà gỡ ra, nào ai biết mấy cụ xưa, xây nhà không cần sắt hay *béton* làm sườn. Thời xưa dùng toàn gỗ và gạch, bọn con cháu khi dỡ ra, sợ hết hồn. Kỹ sư tạo tác phải lo cho nhà đừng sập, lại không được làm hư hại những viên gạch cũ, vì thế công trình tu bổ tốn rất nhiều thời giờ.

Cách đây hai mươi mấy năm, họ đã chỉnh trang lại tòa thị chánh nhiều lần, nhưng chỉ có thể gắn thêm hệ thống quạt trần cho mát chứ không dám làm thêm hệ thống điều hòa không khí. Với kỹ thuật tân tiến ngày nay, các kỹ sư về hệ thống lạnh đã có thể chạy những ống dẫn nhiệt và lạnh nhỏ trên trần nhà. Nhưng vì trần nhà các cụ xưa xây không có chỗ hở nhiều, thế là họ phải tạo ra hệ thống trần nhà giả để có thể mang hệ thống lạnh và sưởi cho toàn khu.

Với một đồ án về bảo tồn di tích lịch sử, sẽ có nhiều câu hỏi, mà sự trả lời chỉ xảy ra khi nhìn thấy, không đoán trước được trên giấy tờ như các đồ án mới. Chỉ mới hơn hai trăm năm lập quốc nên người Mỹ không có các di tích lịch sử lâu đời như Á châu, Âu châu, tuy nhiên việc bảo tồn văn hóa qua các di tích lịch sử cho chúng ta thấy họ biết quý trọng các di tích do cha ông để lại, một phần của văn hóa mà ngày càng bị kỹ thuật tiến bộ làm lu mờ và dần dần mất đi. Trong khi đó lại có kẻ ngông cuồng ở A Phú Hãn tàn phá di tích lịch sử đã tồn tại hơn hai ngàn năm, những di tích mà ta có thể cho là di tích lịch sử kỳ quan của thế giới, quốc gia nào may mắn mới có được.

Từ ngạc nhiên nầy đến ngạc nhiên khác, hắn không ngờ mình phải đối đầu với những sự kiện trước mắt. Sau 80 năm tòa thị chánh được cấu tạo, thế hệ trước hắn đã không thể bảo trì nền nhà bằng gỗ "*maple*" vì khí hậu, nên họ dùng nhựa đường trải lên một lớp *vinyl*. Sau đó khoảng thập niên 70, họ lại trải lên một lớp thảm dầy, đục xuyên qua các bức tường bên ngoài để gắn các máy lạnh nhỏ. Ngày hôm nay, hắn, đại diện cho thế hệ mới, phải lột bỏ lớp thảm, rồi gỡ lớp vinyl cùng với lớp keo *asbestos* mà với kỹ thuật tân tiến không chấp nhận vì sự ô nhiễm do các hóa chất bị cấm sử dụng ngoài thị trường.

Ấy thế là lớp sàn gỗ được đánh bóng cẩn thận, 3 lớp sơn không mầu được phủ lên để bảo trì mà với kỹ thuật tối tân ngày nay, các phụ nữ đi guốc cao gót cũng không làm trầy được lớp bóng nầy. Bây giờ cả tòa nhà đã được máy điều hòa không khí chạy ngày đêm, nên vấn đề bảo trì lớp sàn gỗ không còn khó khăn như trước. Các vị tiền bối trước hắn đã phải trải thảm để giải quyết tình trạng khí hậu ẩm ướt của tiểu bang.

Vì là tòa thị chánh, với thế kỷ 21 và tình trạng dân chủ tại Mỹ, con cháu trong làng ngồi nhà cũng có thể xem trực tiếp truyền hình các buổi họp hàng tháng của Hội đồng quản trị thành phố chứ không như các cụ xưa, phải lễ mễ khăn gói đi họp làng. Hội Đồng Quản Trị Thành Phố thường gồm có thị trưởng, phó thị trưởng, ba vị nghị viên được dân bầu. Một luật sư và Giám đốc thành phố được mướn để làm con thoi giữa dân và năm vị dân cử. Chính vì hệ thống trực tiếp truyền hình nầy làm hắn đổ mồ hôi hột. Không những không có chỗ cho dây cáp chạy, dây cáp lại phải nằm riêng ngoài hệ thống dây dẫn điện và điện thoại. Tất cả phải chạy vào một phòng nhỏ có máy lạnh, nơi tất cả hệ thống máy móc chuyển về đài truyền hình. Phòng nầy được bảo quản an ninh để phòng ngừa kẻ phá hoại. Hắn ngẫm nghĩ xa vời thế hệ trẻ trong tương lai khi trùng tu lại phải làm một màn chửi rủa mấy ông già chạy dây nhợ tùm lum. Bây giờ không cần dùng "dây" nữa, mà là thời đại của "không dây" (wireless). Tuy nhiên nhờ vào kỹ thuật tân tiến mà sự trùng tu và bảo tồn di tích có phần nào dễ dàng hơn.

Việc trùng tu các cánh cửa bằng gỗ lim cũng gây nhức đầu không ít. Với thời gian, trị giá đã tăng nhiều, còn chưa kể những người thợ mộc xưa, tỉ mỉ chi tiết vì có thì giờ và giá lao động rẻ, đã làm một cách rất công phu. Hắn nghĩ ra cách đúc nguyên cánh cửa bằng kim loại, bỏ chất cách nhiệt bên trong, bên ngoài trông y hệt như cánh cửa gỗ, lại lâu hư, nhưng văn phòng phụ trách bảo tồn di tích của tiểu bang lại không chấp nhận ý kiến đó, vì nét sơn sẽ không giống như thời xưa... Nước sơn thì họ dùng máy điện toán, cho "scan" lên lớp sơn cũ, được tính bằng máy để giống gần như nước sơn lúc tòa nhà mới xây.

Mái ngói sau 80 năm đã bị hư hại, các tiền bối trước hắn vì muốn khỏe, lại ít tiền nên cho thay thế bằng lớp mái nhà gọi là "shingles". Bây giờ trùng tu cho giống thời xưa, hắn phải cho thợ lật ra, khám phá mới là vài nhà không chịu được sức nặng của lớp ngói mới. Thế là lại thêm một màn tính toán của các kỹ sư công chánh, thêm sắt chỗ này, nối gỗ nơi kia, rồi cũng xong, lớp mái ngói đỏ thay thế mái cũ đã làm tòa thị chánh trở thành hùng vĩ thêm, cây phượng vỹ rũ bóng trước sân làm hắn chợt nhớ đến ngôi trường trung học một thời oai hùng nơi chôn nhau cắt rốn, giờ đây đã tàn tạ theo tháng ngày. Liệu có ngày nào họ trùng tu lại các di tích ấy như hắn đang làm, suy nghĩ lại càng làm hắn buồn thêm.

Thành phố hắn ở, muốn có thêm tiền để trùng tu bên ngoài tòa thị chánh, chính phủ không trợ cấp ngân khoản nầy. Tại sao không nghĩ cách vận động để cư dân đóng góp. Sau cùng, thành phố đã tổ chức bán gạch, mỗi viên gạch trị giá tùy theo người tặng, tên cá nhân, đoàn thể hay gia đình, sẽ được khắc lên và lót ở hai bên lối vào cổng chính, chuyện nầy có lợi cho cả đôi bên, người có tiền, kẻ có danh, tên khắc bảng vàng theo lối Mỹ, hắn thâu thập ý kiến nầy khi đi thăm ngôi chùa Tây Lai tại Cali, và nơi du lịch Disney World nổi tiếng của Hoa kỳ tại Orlando, có người không ngần ngại đặt mua cả mấy chục viên gạch, khắc tên ông bà cha mẹ...Thế là có tiền hoàn tất dự án khỏi phải ngửa tay xin hay cầu viện ai.

Tóc đã muối tiêu, ngày về hưu không xa, nhưng hắn vẫn thấy rằng như mình còn trẻ lắm, hắn vẫn ước ao một ngày kia, chính mắt hắn thấy, tai hắn nghe, tay hắn sờ sẫm được trên các miếng gạch rêu phong, nơi hắn sinh trưởng, mà các di tích nầy sẽ được bảo tồn, trùng tu một cách đứng đắn, đúng theo tiêu chuẩn mà hắn nghĩ bất cứ một hội bảo tồn và trùng tu di tích lịch sử nào cũng có thể chấp nhận được, chứ không phải có tiền, thay vì trùng tu đúng sự thật, lại mang làm cổ kim hòa điệu, trông chẳng giống ai.

Mong rằng ngày ấy không xa, bỗng hắn nghe có người nói bên tai: *Thưa ông, cánh cửa đã gắn xong...* Hắn chợt bừng tỉnh, thì ra hắn đã nằm mơ... một giấc mơ mà hắn bỗng ao ước trở thành sự thực hơn bao giờ hết.

Mùa Hè 2002

CON MẮT LƯỜI BIẾNG

Bài tham dự số: 3234-832-vb80622

https://vvnm.vietbao.com/a162858/con-mat-luoi-bieng

"Hữu Duyên Thiên Lý Năng Tương Ngộ, Vô Duyên Đối Diện Bất Tương Phùng"

Hắn sinh trưởng và lớn lên trong một đất nước chiến tranh, loạn lạc. Thành phố nhỏ nơi hắn sinh ra, không biết bao nhiêu bạn bè của hắn đã nằm xuống, vì những viên đạn vô tình, thành phố mà hắn có khá nhiều kỷ niệm vui buồn về con mắt của hắn. Trước khi sinh hắn ra, có ông thầy bói trong làng bảo với mẹ hắn, bà sẽ sinh quý tử, nhất định sẽ là con trai và phải có một cái tật nhỏ, ông nói: *"có tật có tài, sau nầy tiếng tăm lừng lẫy nước ngoài"*, thế nhưng lúc hắn ra đời, mẹ hắn không thấy có tật gì cả, chỉ thấy con mắt trái nhỏ hơn mắt phải tí xíu, nhìn kỹ mới thấy được, nên bà cũng hơi lo, không biết ông thầy bói có đúng không.

Thời đó phần nhiều dân sống trong làng ai có con cháu sinh ra cũng đều đi xem bói hay chấm một lá số tử vi, xem sau này vinh hoa phú quý hay không. Trong một đất nước nghèo nàn, chiến tranh đang lan tràn, tin tưởng vào tướng số và bói toán hay mê tín dị đoan phần nào làm cho người dân cảm thấy có được sự tự tin, dù họ vẫn biết rằng "phúc đức thắng số".

Vào lớp tiểu học vỡ lòng trong làng, con mắt trái của hắn hơi bị lệch đi chút xíu. Những đứa trẻ cùng lớp của hắn hay chọc càng làm hắn bực mình thêm, lúc đầu hắn cảm thấy khó chịu, sau trở thành quen, không còn để ý những lời chọc ghẹo từ chúng nữa, cứ chăm chú học. Bù lại, hắn được các thầy cô thương mến vì học giỏi và viết chữ đẹp nhất lớp, thường được chọn lên bảng viết để các học trò bên dưới chép lại. Hắn thi đỗ "càng cua"(concourse), cuộc thi tuyển chọn chỉ nhận 200 học sinh trên số dự thi hơn 3000 để vào lớp đệ thất trường trung học công lập lớn nhất thành phố. Đây không những là vinh dự, mà còn bớt nỗi lo về tài chánh cho phụ huynh. Các học sinh kém may mắn hơn, nếu cha mẹ có tiền gởi học các trường tư thục, còn không đành về quê làm ruộng hay đi lính. Mấy đứa trẻ hay châm chọc hắn, thường ngày ít lo học nên "trượt" cũng khá nhiều. Bớt được một số "kẻ thù", lên trung học hắn lại gặp một đám ngỗ nghịch mới, nhưng rồi hắn đỗ "primere", tú tài phần nhất rồi phần hai thứ hạng cao nên được tiếp tục đại học, không phải thu xếp vào quân trường như đám bạn của hắn, (định nghĩa "bạn" của hắn là những người không trêu chọc cái tật nhỏ của hắn). Thời đó, trẻ con trong làng, trong lớp lúc chơi hay đánh lộn nhau thường mang tên ông bà cha mẹ ra chửi, hay những tật xấu của người khác làm trò đùa. Thế hệ nào, thời gian nào cũng có những đứa trẻ ngỗ nghịch. Nơi hắn sinh ra và lớn lên cũng không tránh khỏi tình trạng nầy, hắn buồn nhưng để trong lòng ít khi nói ra. Mẹ hắn đưa đến bác sĩ chuyên khoa về mắt thì họ cũng bảo không có gì. Thời đó giải phẫu là một điều hiếm thấy, bác sĩ về chuyên môn không có nhiều, phương tiện y khoa còn hạn chế, nên hắn đành bó tay dù biết có tốn bao nhiêu chăng nữa, mẹ hắn cũng dành dụm, kiếm cho được để chữa cho hắn. Lúc lên một tuổi, cha hắn hy sinh cho Tổ quốc khi ông đưa đoàn quân từ Huế ra Quảng Trị và bị địch quân phục kích ngay tại Đại lộ Kinh hoàng, một mất mát lớn cho hắn và gia đình không những về vật chất mà cả tinh thần, hắn nghĩ không chừng ông còn sống, có lẽ ông sẽ kiếm cách đưa hắn đi ngoại quốc chữa bệnh.

Bốn cái xấu mà bọn trẻ con trong làng, trong lớp hay mang ra đùa giỡn là nhất lé, nhì lùn, tam hô tứ sún. Với y khoa và tình trạng tài chánh thời đó, những tật nầy thường không được chữa trị, ai nhỡ sinh ra, có tật, đành chấp nhận.

Tại Mỹ bây giờ sún là điều dễ chữa nhất, nha sĩ cũng có thể làm cho hết hô. Hắn có người quen can đảm chịu ăn chất lỏng 6 tháng để làm lại nguyên hàm răng. Chỉ còn riêng tật lùn vì khi lớn lên cơ thể thiếu dinh dưỡng, các chất bổ xương, là chưa thấy có cách chữa. Trẻ con Việt nam sinh ra trên đất Mỹ cao hơn cha anh sinh trưởng từ Việt nam rất nhiều.

Trở lại căn bệnh của hắn, y khoa ngày nay gọi là *strabismus* (lazy's eye), một con mắt lúc sinh ra yếu hơn con mắt kia, nên nếu không chữa trước 6 tuổi, con mắt đó sẽ không còn thấy. Vì để tránh nạn nhìn 2 ảnh (double vision), bắp thịt để kiểm soát sự di động của mắt cũng dần yếu đi, có người bị một, có kẻ bị cả hai, thống kê cho biết 4 phần trăm trẻ em sinh ra bị bệnh nầy.

Từ lúc qua Mỹ, trừ thời gian còn nghèo khi mài đũng quần trên ghế nhà trường, sau khi ra trường, có công ăn việc làm, hắn tìm gặp các bác sĩ chuyên khoa về mắt tại các khá nhiều trung tâm nhãn khoa. Ở Mỹ có 2 loại bác sĩ về mắt, một về mắt kính gọi là Optometric doctor (O.D.) chỉ có thể khám và làm mắt kiếng, nhưng các bác sĩ Việt nam về ngành này ngoài cửa tiệm cũng treo bốn chữ bác sĩ nhãn khoa! Hai là Opthamology doctor (M.D.) chuyên khoa mắt, có thể chữa hay giải phẫu các bệnh về mắt. Đầu tiên hắn đi tìm các bác sĩ chuyên khoa mắt của Mỹ, vì các thành phố hắn ở không có bác sĩ Việt Nam. Lời khuyên của các vị này gần giống nhau là không đau chữa làm gì, cũng không thể trả lời là mắt hắn bị bệnh gì, sau khi chẩn bệnh đoán rằng tại lúc nhỏ bị ánh sáng mặt trời chiếu vào nên mắt bị mờ và lệch đi! Sau hơn mười lăm năm tìm kiếm, nhân dịp hãng chuyển hắn về làm việc tại Cali, hắn tìm đến các bác sĩ chuyên khoa mắt người Việt tại đây, mong rằng giải thích bằng tiếng Việt khả dĩ họ có thể tìm cho hắn lối thoát chăng, hay họ có thể giới thiệu hắn đến các bác sĩ khác. Bỏ công tìm kiếm, lấy hẹn, khám xong, kết quả vẫn như cũ không gì khác hơn ngoài câu trả lời, y khoa chưa có phương tiện ghép mắt.. v.. v và v.. v.. có khi hắn nghĩ hình như phần đông các bác sĩ ở đây ít có ai để ý nhiều đến bệnh nhân. Đến phòng mạch bác sĩ có khi mất cả ngày ngồi chờ dù đã có hẹn trước, lỡ vào bệnh viện tâm trí gặp mấy ông bác sĩ tâm lý thì không bệnh cũng trở thành bệnh.

Hắn có người bạn, cô vợ hơi bị tâm thần, bác sĩ cho uống thuốc tâm thần đâm ra điên luôn, anh ta giận quá dọn về một thành phố nhà quê, không cho vợ thuốc anti-depression nữa. Sau một thời gian ngưng thuốc, cô ta trở lại bình thường.

Vợ một người bạn khác, cứ bệnh như tâm thần, nhưng không biết bệnh gì, đi bác sĩ nội thương tại thành phố hắn ở, kiếm không ra bệnh, ông cho thuốc tâm thần, người chồng giận lắm nghĩ vợ mình không bị bệnh đó, không cho uống thuốc, tình cờ quen được một gia đình Việt nam có người con trai ra trường y khoa, anh này gởi bà vợ đến bệnh viện thuộc trường đại học tại thành phố Miami để chẩn nghiệm biopsy, sau đó khám phá ra bà vợ bị viêm gan loại C (hepatitis C) hiện nay chưa có thuốc chữa. Từ lúc khám phá ra được bệnh, hai vợ chồng tuy biết chưa có thuốc chữa, nhưng như trút được gánh nặng, từ nay chỉ lo chữa bệnh chứ không đi tìm bệnh như trước. Còn ông bác sĩ cho thuốc tâm thần kia có bà vợ chả học hành gì, ra ngồi phòng mạch lo lấy hẹn và để giữ chồng, cứ mỗi lần gọi đến xin hẹn, bà trả lời, để tôi xem có thể *"nhét"* ông hay bà... vào gặp bác sĩ không. Giận quá ông bạn của hắn có lần to tiếng với bả rằng: "tôi là con người chứ nào phải con vật, con mắm gì mà lúc nào bà cũng đòi nhét, đòi chêm *"Tôi đi bác sĩ trả tiền đàng hoàng chứ có ăn xin ai mà đối xử với tôi như vậy"*. Sau khi ngưng được một thời gian, chứng nào tật ấy, người ta vẫn thấy bà tiếp tục "nhét" tên bệnh nhân vào sổ hẹn của ông chồng bà.

Nhất định không bỏ cuộc, hắn vẫn đi tìm kiếm, cho đến một hôm, con gái của hắn bị bệnh đỏ về mắt (pink eyes) lây từ trường học. Vợ hắn phải khẩn cấp dẫn con đi gặp bà bác sĩ nhi khoa gia đình. Bà bác sĩ giới thiệu đến một người bạn bác sĩ chuyên khoa mắt về nhi khoa (pediatric opthamology), ông này sau khi có sự giới thiệu đã nhận, khám và chữa trị cho cô bé ngay, nhưng ông bảo sau khi lành bệnh trở lại để ông thử nghiệm mắt, vì ông nghi có một con mắt yếu.

Cả tháng sau đó, tình cờ hắn cùng vợ dẫn con đi gặp bác sĩ, lúc ông nhìn hắn trong phòng khám bệnh, ông nói vỏn vẹn một câu ngắn: "Tôi có thể chữa cho ông luôn đấy". Hắn không ngờ là ông bác sĩ chuyên khoa về mắt dành cho con nít nầy lại là người hắn đi tìm kiếm gần cả 50 năm nay. Lúc dẫn con ra xin lấy hẹn, cô thư ký bảo ông bác sĩ nầy cũng chữa bệnh mắt người lớn nữa! Hắn còn nhớ mười lăm năm trước lúc ông nha sĩ của hắn nhổ hai cái răng khôn (wisdom teeth) đã hỏi hắn lý do nào mà để đến giờ nầy, trên 40 tuổi ông mới nhổ hai cái răng nầy, người Mỹ có cơ hội khám phá và thường chữa ngay lúc còn nhỏ.

Lần gặp đầu tiên tại phòng mạch, sau khi đã lấy các lăng kính ra đo, ông bảo với cô y tá lấy hẹn cho hắn đi mổ. Hắn ngỡ ngàng trả lời: "Ước gì tôi gặp ông 45 năm trước" bây giờ tuy có trễ, không chữa được để thị giác con mắt trái khá hơn, nhưng ông sẽ sửa và điều chỉnh lại, nếu làm chuyện nầy trước khi hắn lên 6, không những hai mắt hắn được bình thường, mà thị giác cũng được điều chỉnh lại.

Hắn nhận thấy tại Mỹ, ít có người lớn bị tật về mắt như hắn, hay bệnh sứt môi, chỉ vì họ đã có cơ hội chữa lúc còn nhỏ, đó cũng là lý do tại sao cứ đi tìm mãi các bác sĩ chuyên khoa mắt về người lớn, họ chỉ chữa các bệnh như võng mô bị rách, cataract, lasik.. . Còn nhớ lúc vợ hắn sinh con tại nhà thương, chỉ mấy ngày đầu đã có nhiều bác sĩ nhi khoa vào khám cho em bé, về cơ thể, da, tai, mắt, mũi... xem thử có bệnh gì là họ gởi đi chữa ngay, sau đó cứ việc mang con đi bác sĩ dài dài, nào là chủng ngừa, khám thường niên, dinh dưỡng.

Tại Hoa kỳ cũng nhờ phương tiện y khoa dồi dào và tân tiến, những cha mẹ ít lợi tức thì chính phủ cho bông sữa WIC để giúp về vấn đề dinh dưỡng cho các em bé vì thiếu dinh dưỡng cũng ảnh hưởng đến trí thông minh sau nầy, các em bé lúc đến tuổi vào trường phải nộp đủ hồ sơ, thiếu chích ngừa là trễ học ngay, trường không nhận, các bệnh như tê liệt, đậu mùa đã dần dần biến mất, các tật bẩm sinh khác thường được các bác sĩ tìm cách chữa trị.

Kết quả cuộc giải phẫu tđúng như những gì hắn chờ đợi. Quê hương thứ hai đã cho hắn cơ hội có một cặp mắt nhìn ngay thẳng, bình thường như mọi người, hết còn ai dám châm chọc cái tật nhỏ của hắn. Kết quả chữa mắt tuy trễ gần 50 năm, nhưng hắn thấy vững lòng và tự tin hơn bao giờ hết.

Từ ngày xưa, ước vọng của hắn chỉ là mong được làm một con người bình thường như mọi người khác, luôn vui vẻ và hài lòng với những gì mình đang có, không câu nệ chấp nhất, và luôn luôn hy vọng, đừng bao giờ bỏ cuộc, nếu cái duyên chưa hay không đến, hắn nghĩ. Nếu cô con gái của hắn không bị bệnh đỏ mắt, bà bác sĩ không giới thiệu người bạn, và hắn không theo con đến phòng mạch, vào gặp bác sĩ thì có lẽ hắn vẫn cứ đi tìm đâu đó xa vời. Hắn cũng hy vọng những người có thứ bệnh như hắn, hãy hy vọng lên vì đã có thuốc chữa, cách chữa. Những người có con, trước 5 tuổi, dù thấy hai mắt bình thường chăng nữa, nên đưa con đến thử nghiệm với các bác sĩ chuyên khoa mắt nhi khoa, nếu có bệnh hay cần mang kiếng, chữa ngay từ nhỏ sẽ có cơ hội trở lại bình thường hơn là chờ đến lớn tuổi.

Lúc hai vợ chồng hắn dẫn cô con gái ghé phòng mạch để tặng quà cho ông bác sĩ chuyên khoa mắt sau khi mổ xong, ông dịu dàng bảo: "Ông bà không cần phải làm vậy, đó là trách nhiệm và là công việc làm của tôi."

Ông ta nói vậy nhưng hắn biết trong lòng ông bác sĩ Mỹ nầy rất cảm động, có bệnh nhân đã cám ơn sau khi chữa lành bệnh, dù trễ hơn 45 năm. Hơn bốn mươi lăm năm về trước, nếu có duyên phận gặp ông, hắn nghĩ, lúc đó ông vẫn chưa ra đời!

2003

HỒI KÝ MỘT CHUYẾN ĐI

Bài tham dự số: 393-702-vb70104

https://vvnm.vietbao.com/a162730/hoi-ky-mot-chuyen-di

Ông Hoàng Ngọc Hoà, một trong những tác giả được trao tặng giải thưởng danh dự Viết Về Nước Mỹ 2002, với bài viết "Bảo Tồn Di Tích Cổ". Công việc của ông Hoà là Phụ tá giám đốc Quản trị thành phố (Assistant to City Manager), kiêm quản trị và tái thiết (Community Redevelopment Agency-CRA) tại một thành phố phía Nam tiểu bang Florida. Sống xa Cali, công việc bận rộn, nhưng ông Hoà vẫn không ngại bỏ công sức vất vả để bay về Cali họp mặt Viết Về Nước Mỹ.

Không phải chỉ để nhận một giải thưởng mà hiện kim không đủ chi cho một cuộc hành trình, mà chỉ vì muốn "góp sức để gìn giữ ngọn lửa chung..."

Sau đây là hồi ký về chuyến đi của ông:

Tôi đã không dự định đi Cali tham dự lễ phát giải thưởng Việt báo ngày 27 tháng 12 năm 2002 vì nhiều lý do. Chi phí của chuyến đi cao hơn giải thưởng nhận được, và là mùa lễ nên vé máy bay không còn nhiều chỗ trống, lại không có thời gian mua vé trước. Đắn đo suy nghĩ mãi, trong lòng tôi, vẫn thấy có điều gì không ổn.

Đi tham dự buổi họp mặt phát giải thưởng Viết Về Nước Mỹ không phải để khoe khoang hay vì một buổi ăn tối ở nhà hàng, mà là để góp phần mình vào một việc đáng làm. Với giải thưởng Viết Về nước Mỹ, các anh chị Việt báo đã thắp sáng ngọn đuốc thì có lẽ chúng ta, những người tham dự cuộc chơi, phải góp sức để gìn giữ ngọn lửa chung đừng tàn. Nghĩ vậy, tôi thấy nếu vì ngại tốn kém thì giờ và tiền bạc mà bỏ cuộc họp mặt, lòng mình khó yên.

Tuần trước, cô Quyên của văn phòng Việt báo liên lạc với tôi qua điện thoại, nhưng không gặp, chỉ nhắn gọi cho cô Ngọc để biết thêm chi tiết nhận và tham dự lễ phát giải. Lúc về lại văn phòng, tôi gọi lại gặp Ngọc, cho biết chỉ có thể tham dự một người, vì không mua được vé máy bay cho cả gia đình cùng đi Cali, nhà tôi lại không thể nghỉ phép vì cuối năm, ngân hàng rất bận. Lên Internet để kiếm vé, tôi tìm được một "package" khá rẻ, gồm cả vé máy bay, khách sạn, và xe. Cuối năm, không muốn làm phiền ai, đưa đón, ở trọ, nên theo tôi, tự túc là hay nhất. Mình đang ở Mỹ mà, chuyện gì cũng có thể làm được nếu mình muốn và có chuẩn bị.

ĐƯỜNG BAY ĐI CALI

Tôi rời Florida vào buổi chiều thứ năm, ngày sau lễ Giáng sinh, trời nắng ấm. Theo dự định, sau khi đổi chuyến bay tại Newark, máy bay sẽ đến phi trường Santa Ana vào buổi tối hôm đó, thế là tôi có được một ngày thứ sáu, dạo phố Bolsa trước khi đi tham dự buổi tiệc. Nhưng hãng máy bay, tính cũng không bằng trời tính. Chuyến bay từ thành phố nắng ấm Florida đến phi trường Newark tại tiểu bang New Jersey đúng lúc đợt bão tuyết mùa Giáng sinh chưa yên. làm nhiều chuyến bay bị đình hoãn. Khi máy bay còn cách phi trường 45 phút, đài kiểm báo ra lệnh bay vòng vòng trên trời chờ thu xếp bãi đáp. Sau cả tiếng đồng hồ bay vòng vòng trên trời, phi công cho biết dự đoán lúc đến nơi, đó cũng là giờ chuyến bay chuyển tiếp của tôi cất cánh! Tôi ra hiệu cho cô chiêu đãi viên hàng không, là tôi cần cô báo cho phi công để họ có thể gọi cho chuyến bay kia "*chờ*" tôi năm phút, cô trả lời cho tôi là lúc đáp, sẽ có xe điện chở tôi đến cổng kia, đừng lo. Lúc chuyến bay đáp, ra được đến cổng, tôi thấy đã quá năm phút cho chuyến bay chuyển tiếp đi Cali. Gặp nhân viên hãng hàng không tại cổng, anh ta cho tôi biết chuyến bay đã cất cánh. Hai vợ chồng người Mỹ ngồi kế bên tôi đi San Diego cũng cùng chung số phận. Khi đến quầy dành cho khách hàng bị "lỡ chuyến tàu", chúng tôi được biết đó là chuyến cuối cùng trong ngày đi Cali, kể cả đến phi trường Los Angeles. Tôi cho họ biết tôi cần đến Cali ngày thứ sáu hôm sau, trước 5 giờ chiều. Các chuyến bay hầu như đã hết chỗ, nhưng cuối cùng cũng kiếm được một chỗ cho tôi ngày hôm sau, một chỗ ngồi ở hàng ghế giữa và sau đuôi của chiếc Boeing 737-700. Đây là loại ghế ngồi hẹp tới nỗi một người Á đông nhỏ con như tôi cũng đừng mong có chỗ cựa quậy. Nhờ giờ miền đông đi trước miền tây 3 tiếng đồng hồ, chuyến bay đến Cali của tôi ngày hôm sau sẽ phải đến phi trường John Wayne trước 2 giờ chiều. Họ cũng cho tôi biết, máy bay trễ vì lỗi của đài kiểm báo, chứ không phải do hãng hàng không, nên họ không trả chi phí khách sạn ở qua đêm cho tôi, dù tôi đã mất công xin gặp hết mấy vị "supervisor" tại đó để than phiền. Thế là đành lấy metro, đón xe bus về khách sạn. Hai khách sạn kế gần phi trường đã hết chỗ, tôi đành phải chọn chỗ xa hơn. Đúng là thương mãi ở Mỹ, khách sạn cho giá sao đành chịu vậy, khách "nhỡ" chuyến tàu như tôi đâu còn lựa chọn nào khác. Hành lý của tôi chẳng biết thất lạc nơi nào, chỉ với một bộ áo quần và chiếc xách tay nhỏ, vào được khách sạn tắm rửa, mặc lại bộ đồ cũ, ăn tối rồi về phòng, tôi thấy mình còn ngon lành hơn anh Chữ đồng Tử khi xưa. Khách sạn Mỹ đầy đủ tiện nghi, tiện tay, tôi giặt luôn đôi vớ, treo ngay lên trên máy sưởi, sáng hôm sau là khô, không sợ làm phiền khứu giác của hành khách trên chuyến bay ngày hôm sau. Mệt quá, thiếp đi lúc nào không biết, tôi bừng tỉnh lúc 3 giờ sáng, vì có tiếng cãi nhau từ phòng bên cạnh. Không biết hai vợ chồng có lẽ cãi nhau vì trễ chuyến bay, vì tốn tiền khách sạn hay vì nhiều lý do nào khác. Nghe họ lớn tiếng, tôi mong sắp tới mình sẽ không đi cùng chuyến bay với họ. Cố dỗ lại giấc ngủ không xong, tôi đành thức dậy, pha một ly trà nóng, rồi quyết định trả phòng vào phi trường sớm. Nhỡ lại thêm một cơn bão tuyết, kẹt luôn ở khách sạn thì khổ. Lúc chiếc xe bus của khách sạn vào phi trường, tôi ngạc nhiên thấy xe cộ và người thật đông, có lẽ cũng cùng chung số phận như tôi đêm hôm trước, rồi cũng không ngủ được, sợ trễ chuyến bay hôm sau, nên phi trường, chỉ mới 5 giờ sáng, đã tấp nập những người.

Chuyến bay đi Cali cất cánh trễ hơn nửa giờ cũng vì đài kiểm báo, nhưng viên phi công cho biết ông sẽ rút ngắn giờ bay. Sau hơn năm tiếng đồng hồ xuyên bang, phi cơ đáp xuống phi trường đúng giờ, trừ thêm một tiếng chờ lấy hành lý và xe mướn, lúc tôi về khách sạn, trước khu South Coast Plaza, thấy còn hai tiếng để chuẩn bị. May mắn thay, hành lý của tôi đã không bị thất lạc, khách sạn còn phòng và kế bên không có cặp tình nhân tối hôm trước.

LỄ PHÁT GIẢI

Như đã hứa với cô Ngọc ở Việt báo là sẽ đến 5 giờ, lúc đậu xe trước nhà hàng Seafood World, nhìn đồng hồ, tôi đã đến sớm hơn 15 phút. Các anh trong ban tổ chức đang sửa soạn tấm banner trước cửa tiệm, các cô tiếp tân đang đứng trước số sách mới in. Sau khi hỏi chuyện qua loa, mua mấy cuốn sách và "cassettes", đi trở lại để bỏ vào xe, lúc vào lại nhà hàng, tôi gặp ngay một phụ nữ tay cầm xấp hồ sơ. Thì ra đây là cô Quyên của Việt báo đang lo tìm kiếm các tác giả trúng giải để điền hồ sơ sở thuế vụ.

Tôi được Quyên và Ngọc sắp ngồi chung với các anh chị trúng giải khác, mọi người tự giới thiệu, gồm cô Phong Lan, tác giả bài "Người Mỹ di động", anh Tống minh Châu và hai người con, anh chị Hoàng ngọc Hiền, anh Lê Hiền và một cô còn trẻ là Faith Linh Ngô, đang học đại học và được biết cô ăn chay trường. Riêng cô Phong Lan đã có nhã ý mang theo một chai "Remy" còn nguyên trong hộp, nói để gặp Bồ Tùng Ma, tác giả bài "Ông Ba Đau Khổ" để cùng "nhậu". Một đại diện của Giải thưởng Việt Báo là anh Nguyễn Minh đã tới ngồi cùng bàn, vui vẻ "cổ võ" làm chúng tôi cùng «xỉn» trước khi nhận giải thưởng. Sau này, tôi được biết chính anh Minh là một trong hai chữ ký trên các chi phiếu của "Giải thưởng Việt Báo" trao tặng các tác giả trúng giải. Xin cám ơn Phong Lan, cám ơn anh Minh và các bạn cùng bàn về kỷ niệm khó quên này.

Tôi không đếm hết được số người tham dự, nhưng nhà hàng đã chật hết chỗ. Các tác giả trúng giải và thân nhân chiếm gần trọn phía bên trái nhà hàng, nơi có treo các bong bóng màu xanh. Quan khách cả Mỹ lẫn Việt thì ngồi phía đối diện sân khấu. Chị Nhã (tôi nghe mấy anh chị trong Việt báo gọi như vậy với chị Nhã Ca), thì đi chào hỏi từng bàn. Hỏi anh Trần dạ Từ đâu thì chị cho biết đang còn ở tòa soạn, lo cho tờ báo ngày hôm sau. Anh Phan tấn Hải cũng vậy. Chỉ tiếc ai cũng bận nên tôi không có dịp nói chuyện về căn nhà kế bên nhà tôi của chị Nhã ở Huế.

Buổi lễ phát giải diễn ra trong khung cảnh thật ấm cúng. Các món ăn cũng thật ngon, toàn đồ biển trừ món tầu hủ ky được cô bé

Linh Ngô chiếu cố vì ăn chay. Có nhiều người như tôi, dù không quen ai trong buổi tiệc, nhưng cũng cảm thấy được sợi dây vô hình gắn bó với mọi người. Không khí thật cảm động khi ban tổ chức giới thiệu cụ bà Trùng Quang, một tác giả dù đã 92 tuổi, vẫn có bài Viết Về Nước Mỹ và cũng lặn lội từ San Jose bay về dự họp mặt. Cô sinh viên Faith Linh Ngô 20 tuổi ngồi cùng bàn với chúng tôi cũng bay về từ San Jose. Hai tác giả tuổi tác cách nhau tới... 70 năm cho tôi thấy thêm sợi dây vô hình của giải thưởng Viết Về Nước Mỹ quả là có sức gắn bó, nối kết nhiều thế hệ người Việt tại Mỹ. Tôi còn cảm thấy sợi dây gắn bó thân ái này đang được nối dài hơn nữa, khi nghe ban tổ chức loan báo sẽ có thêm Giải Thưởng Viết Về Nước Mỹ bằng tiếng Anh. Như vậy, các em được sinh ra và lớn lên trên quê hương thứ hai này sẽ có cơ hội viết và đọc, chia xẻ những kinh nghiệm, thất bại và thành công để các thế hệ cha anh, cùng được nhìn và thấy để bổ túc cho nhau.

Anh Từ đã giới thiệu khi trao giải cho các tác giả, anh tóm tắt các chi tiết về bài viết và tiểu sử tác giả thật ngắn gọn và cảm động. Nhà thơ Du tử Lê cũng như anh Đỗ ngọc Yến của nhật báo Người Việt đã phát biểu những ý kiến thật phấn khởi về người viết, người đọc. Trừ tác giả Nguyễn Hà giải chính thức chung kết không tham dự được vì tai nạn lưu thông tuần trước, nhờ người anh ruột là nhạc sĩ Trung Nghĩa lãnh thay, hầu hết các tác giả được lãnh giải ở Cali đều tham dự. Tôi thấy được cái công lao khó nhọc về tinh thần và vật chất của các anh chị trong Việt báo cho chương trình Viết về nước Mỹ. Là một người Việt "lưu lạc" tại quê hương đa văn hóa này, tôi vẫn thường mơ ước người Việt mình có cơ hội tạo dựng được một trung tâm văn hóa, không những bảo tồn văn hóa cổ truyền mà còn phát triển về văn hóa đa diện tại xứ sở tự do này. Đất nước Việt nam dù có trải qua bao sóng gió đổi đời, cấm đoán, thì xứ sở tự do này sẽ cho chúng ta cơ hội để tạo dựng, gìn giữ và bảo tồn những gì chúng ta có. Tự do ngôn luận sẽ cho chúng ta lối nhìn, lối nói khách quan mà điều đó chưa có được trên quê hương thứ nhất của chúng ta cho đến ngày nào tự do thực sự đến.

Buổi tiệc tàn lúc đồng hồ của tôi, vẫn còn giờ Florida, chỉ hơn một giờ sáng. Tôi về lại khách sạn, ngủ một giấc thật ngon. Lúc thức dậy, thấy đồng hồ Cali đang còn 6 giờ sáng, bèn lấy xe ra phố Bolsa, để mua mấy món quà về lại Florida. Sớm tinh sương, dù là thứ bảy, chưa có tiệm bán hàng nào mở cửa, tôi đành vào... tiệm Phở.

Tiệm mới sáng sớm đã đông khách. Ăn xong tô phở nóng, thấy không những rẻ mà còn ngon hơn phở thường ăn ở mấy tiệm bên Florida.

ĐƯỜNG BAY VỀ

Phi cơ cất cánh rời phi đạo của phi trường John Wayne lúc 6:45 sáng. Tôi đã đổi lại chuyến bay về sớm hơn. Tối hôm trước tôi đi ngủ theo giờ Cali sau khi nghe radio hội luận về sửa sắc đẹp của cô Thái Hà trên đài Little Sài Gòn, nhưng sáng thức dậy theo giờ Florida, bò ra phi trường quá sớm. Đã có tô phở ngon lót bụng, lên máy bay, tôi chả thèm ăn sáng mà ngủ gà ngủ gật.

Lúc máy bay đáp tại phi trường George Bush thuộc thành phố Houston, Texas để đổi chuyến bay về Florida, cô nhân viên hãng máy bay đã làm khó dễ, nhất định không cho tôi lấy chuyến bay sớm hơn về Florida dù còn dư chỗ. Cô ta viện cớ hành lý phải đi cùng người. Biết năn nỉ cũng không được vì luật mới về giao thông, tôi đành kiếm một góc, điện thoại tán dóc với mấy người bạn tại Houston chờ 7 tiếng đồng hồ sau cho chuyến bay. Lúc máy bay ra phi đạo, lại được lệnh chờ vì thời tiết xấu, gió mạnh, mưa lớn. Cuối cùng sau khi chờ thêm 1 tiếng, máy bay cũng cất cánh được nhưng tôi cứ tưởng 10 phút sau khi cất cánh mình đang đu dây như *Tarzan*, vì phi cơ lắc dữ dội.

Phi công loan báo phi trường đã quyết định đóng cửa vì thời tiết sau khi cho phép ông cất cánh. Thế là suýt chút xíu nữa, tôi phải kẹt lại. Hồi tưởng lại tháng tư 75, tôi nhớ là mình cũng đã rời bỏ quê hương bằng chuyến bay cuối cùng.

Máy bay tuy trễ hơn một giờ và phải bay trong thời tiết xấu, cũng đến được Florida trước giờ "giới nghiêm phi trường". Lúc chờ nhận lại hành lý, tôi không thấy hai cái vali của mình đâu cả. Mọi người trên chuyến bay đã ra về hết, máy chuyền hành lý đã ngưng chạy, tôi lại quầy mất hành lý để khiếu nại, nản lòng nhìn thấy người ta xếp hàng cả dọc dài. Đồng hồ đã quá nửa đêm, cuối cùng tôi cũng lọt vào được để gặp nhân viên, thì bên góc phòng, đã thấy hai cái vali của mình đang nằm đó. Cô nhân viên cho biết, nó đã đến từ hồi sáng không ai nhận, chắc là ông *"trễ"* chuyến bay! Tôi cũng chẳng mất thì giờ giải thích dài dòng với cô ta. Kéo hai cái vali ra chỗ đậu xe, nhớ cô nhân viên hãng máy bay ở Houston nhất định buộc mình phải tôn trọng luật lệ đi cùng với hành lý. Hoá ra chính hãng máy bay của cô ta lại là kẻ vi phạm.

Chuyến đi tuy ngắn, nhưng thực sự tôi đã học hỏi được thật nhiều từ mắt thấy tai nghe. Là một viên chức xây dựng của một thành phố, từng làm nhiều đồ án, tôi biết cái khó khăn không phải lúc ban đầu, mà phải làm sao cho đồ án thành tựu hay đến đích và gìn giữ nó.

Vợ tôi ra đón ở phi trường, xe về đến nhà, khu xóm đã tắt đèn, mọi người đã an giấc. Mở cửa vào nhà, con gái chạy ra ôm chầm lấy ba. Dù đêm đã khuya, cô bé nhất định thức chờ ba về. Vòng tay thương yêu của con bé đã làm tan biến hết nhọc mệt của tôi trong những ngày xa nhà.

Ngày đầu năm dương lịch 2003

Giải thưởng Việt Báo Viết Về Nước Mỹ năm 2002 - California

CHƯƠNG VII

HỌC VÀ HÀNH
CUỘC ĐỜI HƯỚNG ĐẠO

HƯỚNG ĐẠO MỘT NGÀY...

(Once a Scout, always a Scout) [33]

ẤU ĐOÀN - LIÊN ĐOÀN BẠCH ĐẰNG

Ấu đoàn gồm các Sói con còn nhỏ (tuổi từ 6-12) chưa tự đi xe đạp được nên thường theo các anh chị hay phụ huynh đến nơi họp. Nơi họp của Ấu đoàn là Vườn Đoát, sau lưng BVTƯ Huế hay có khi là khuôn viên trong trường ĐK Huế. Riêng tôi được anh tôi nhờ chị Akéla đón tôi đi họp mỗi sáng Chủ nhật cuối tuần và đưa về nhà sau buổi họp. Chị Akéla ở khu Lăng Vạn Vạn nên chị chỉ đi thêm một đoạn là đến nhà tôi. Chị đi chiếc Velo-Solex nắp trắng, thời đó là thuộc loại sang, chị làm cho Thư viện Đại Học Huế (TVĐH) nên các Sói được vào thư viện mượn sách về đọc. Đây cũng là ưu đãi mà nó đã giúp tôi khá nhiều sau nầy vì thời đó muốn có sách hay tiểu thuyết lành mạnh để đọc của Nhất Linh, Khái Hưng hay Thạch Lam trong nhóm Tự Lực Văn Đoàn không phải là dễ. Vì vậy bài văn tôi thi vào đệ Thất QH trúng tủ cũng nhờ mấy cuốn sách TVĐH Huế, nó giúp tôi không ít về môn Văn chương. Mấy cuốn truyện tranh *Tintin* với mái tóc chởm cũng được đám sói con thích vì xem hình và nguyên bản tiếng Pháp cũng dễ hiểu nhưng tụi tôi mê vì cuốn nào cũng đóng bìa cứng và màu in rất đẹp. Xem truyện tranh cũng giúp cho số vốn ngoại ngữ và ở đây sách về dịch thuật cũng không thiếu. Sách ở đây rất nhiều và lành mạnh kể cả tiểu thuyết võ hiệp của Kim Dung.

[33] *Trưởng P. Jacques Sevin, Tổng Thư Ký Văn Phòng Quốc Tế của Hội Hướng Đạo Công Giáo Pháp, đã viết trên trang 158 trong quyển "Le Scoutisme" xuất bản năm 1933 rằng tác giả của câu nói trên là Lord Kitchener. Trong cuộc họp mặt của các Hướng Đạo Sinh tại Leicestershire vào tháng 4 năm 1911, Lord Kitchener đã đề xướng khẩu hiệu trên. Lord Kitchener là Thống Chế trong quân đội Anh quốc, người từng giữ chức vụ Tổng Trưởng Chiến Tranh của nước Anh vào giai đoạn đầu của Đệ Nhất Thế Chiến; ngoài ra có lúc ông giữ nhiệm vụ Chủ Tịch Hướng Đạo Miền Bắc Luân Đôn. (Theo tài liệu của Trưởng Nguyễn Văn Thuất – Australia).*

Sói con phải viết mỗi ngày công việc *"thiện"* mình làm trên một cuốn sổ nhỏ gọi là *"Sổ việc thiện"*, cuối tuần nộp cho các trưởng xem và có lời phê, có Sói không viết gì cả, có Sói thì ngay cả những việc bình thường như thấy cái vỏ chuối giữa đường, sợ có người dẫm lên, trượt té, lượm bỏ đi, giúp cha mẹ, anh em những việc nhỏ trong nhà, mục đích của các trưởng là tập cho các em ngoài châm ngôn: *Gắng sức* và*"giúp mình, giúp đời",* còn làm quen với những lời nói chân thật, và để làm quen môn luận văn, hôm nào không có chuyện gì để ghi vào thì viết: *hôm nay em không có việc thiện để làm*, chứ không "bịa" ra để nói dối (ngăn cấm trong HĐ) và cái thông lệ đó tập cho tôi bắt đầu viết.

Tội nghiệp cho xứ Huế thiếu thốn, lẽ ra những phương tiện về mượn và đọc sách phải được khuyến khích sớm cho học sinh để giúp ích sau nầy như cá nhân tôi đã thấy, tiểu học thì không có thư viện và bậc trung học thì thư viện thiếu thốn khá nhiều. Khi vào Sài Gòn tôi ngạc nhiên lúc học tiếp tại Hội Việt Mỹ (HVM), học sinh và sinh viên ở đây có khá nhiều ưu đãi về sách vở và văn hóa, nhất là về ngoại ngữ. Họ đã có những nhóm thảo luận về văn chương sau khi đã đọc sách (Discussion Club). Tuy căn bản về ngoại ngữ của tôi không đến nỗi tệ vì có học thêm HVM ở Huế, nhưng so sánh với trình độ của các sinh viên ở ngay tại Thủ đô thì khác xa, một phần Sài Gòn ít bị ảnh hưởng vì chiến tranh, phần khác có được nhiều ưu đãi và phương tiện hơn.

Còn nhớ ngày nhóm tụi tôi lên đoàn, mấy chị trưởng đứng bên hữu ngạn sông Hương đưa tiễn, chị nào cũng khóc, nhóm lên Thiếu của tụi tôi là đông nhất, khoảng 7 hay 8 gồm có Nguyễn viết Hùng và tôi đàn Trắng, mấy đàn Xám, Nâu, Đen mỗi đàn có 1 hoặc 2, mấy chị vừa mất đầu đàn, thứ đàn, toàn là con cưng, nhóm nầy phần nhiều đều có anh đang sinh hoạt ngành Thiếu. Lúc đó Akéla là chị Trần thị Bích Hường. Baloo là chị Nhuận [34]. Baghéra là chị Mùi (*mất vào mùa hè đỏ lửa 1972*).

[34] *Khi sinh hoạt Hướng Đạo, chị giữ chức Baloo (Gấu), các Sói tuy còn nhỏ nhưng biết chị yêu một sĩ quan QLVNCH, không biết vì lý do gì mà gia đình bên anh không chấp thuận, lúc đó chị khi tỉnh khi không, chị rất thương các sói con nên chị hay chụp hình lúc họp, mở máy ra mới biết không có phim. Một thời gian ngắn sau, nhận thấy hai người khắng khít nhau quá, anh chị yêu nhau thật lòng nên gia đình phải cho làm đám cưới và tôi thấy tinh thần của chị trở lại bình thường. Tôi không nhớ sau đó bao lâu thì tin anh tử trận và lúc nầy chị trở thành điên loạn thực sự. Cả Ấu đoàn đi dự đám tang của anh mà không hề thấy chị khóc. Sau đó tôi không còn gặp lại chị nữa. Một tình yêu, một chuyện buồn cho thảm cảnh của chiến tranh Việt Nam.*

Ở Sói lúc đi trại, các chị lo cho ăn, lúc đi ngủ, cũng được bao vây bởi các Trưởng, đi tắm ở bãi biển Thuận an, các anh chị làm hàng rào bao quanh các Sói, mỗi sói con để mũ nón trên bờ, lúc lên, hễ thấy còn sót cái nào là các chị ú tim, lúc lên bờ các chị lo nào khăn, nào dép, rồi cho ăn uống thật đầy đủ, sướng như tiên. Riêng tôi mỗi sáng Chủ nhật được chị Akéla đến rước đi họp bằng chiếc *Vélosolex* [35]. Nơi họp mỗi tuần là công viên trong trường Nữ Trung học Đồng Khánh.

THIẾU ĐOÀN

Từ một Sói con Ấu đoàn Bạch Đằng với bốn đàn Trắng, Xám, Nâu, Đen, làm gì cũng được mấy chị lo, từ nấu ăn, áo quần, chúng tôi thật là sung sướng, nên ngày lên đoàn, tôi cũng nghĩ có mấy anh lớn kia lo liệu cho mình hết rồi, chắc không đến nỗi gì, các chị tiễn tụi tôi từ bến đò Thừa phủ, lúc đò lên bến Phú văn Lâu phía tả ngạn, thì tụi tôi bị các anh Thiếu dùng khăn quàng bịt mặt dẫn đi, tôi và Tuấn bị đội Sư tử các anh bảo ngồi xuống, các anh cho các em uống *cà phê, ăn bánh ngọt*, bảo mở miệng ra, mũi tôi thì ngửi thấy mùi cà phê, bánh Tây *gateau*, nên khoái tỉ mở miệng, ai dè các anh nhét vào một *nắm cơm cháy*, cho uống một *ly nước mắm*, sau nầy mới biết truyền thống của đội là *cơm cháy nước mắm*, kỷ niệm với đội Sư tử là vậy, chứ ba đội còn lại của Thiếu đoàn Bạch Đằng là Sơn ca, Sấu và Sói thì đó là bí mật nhập lễ của các đội nên tôi hoàn toàn không biết.

Lên đoàn, mới thấy cây cờ đội là nhóm sói con tụi tôi *"teo"* liền, cây gỗ được đánh vẹc ni, khắc rất đẹp, ngoài lá cờ đội, còn có huy hiệu và mấy lá cờ nhỏ ở dưới, là những lần thắng giải của trò chơi lớn, chuyền lại từ thời anh Vĩnh Phó, lúc các anh cho đi

---

[35] *Chị Trưởng Akéla của tôi, tình nguyện chở tôi đi họp lúc ở ấu đoàn mỗi cuối tuần, chị cũng là quản thủ Thư viện Đại Học Huế, nơi tôi đã được dùng và mượn các sách ở đây tuy chỉ mới học bậc Tiểu học mà nó đã giúp khá nhiều cho tôi về học vấn, kể cả cuốn sách nầy. Chị vào làm việc ở Sài Gòn và di tản qua Mỹ vào tháng tư năm 1975, định cư cùng với gia đình tại Miami, Florida và nay thì về hưu ở Nam California.*
Xe VéloSoleX *thuộc hãng Dassault, Renault, Motobécane, Pháp chế tạo, xe nầy có gắn máy nhỏ đằng trước, lúc nổ máy thì gạt cái cần ra, có thể đạp như xe đạp nếu cần.*

thăm đội quán, là một *garage* để xe gần nhà anh đội phó, được sửa sang lại thật khang trang, thế là tụi sói con tôi phục lăn, sau nầy mới biết chỉ có mấy đội *"con nhà giàu"* mới có được cái vinh dự đó, trong đội tôi sau khi anh Lộc và Trung lên Kha, anh Tùng nhận chức đội trưởng. Trong đội Sư tử của tôi, bảy người mà có đến ba người tên Trung, nên mới đặt ra ba chữ thêm vào tên Trung theo thứ tự tuổi tác, người lớn nhất là anh Trung *Rô*, kế tiếp là Trung *Bi*, và nhỏ nhất là Trung *Hùng*.

Ở Sói con, châm ngôn là *Gắng Sức*, có các chị trưởng lo hết, muốn làm cũng không được vì còn nhỏ, lên đến Thiếu, cái gì cũng phải làm, theo phương pháp *"tự trị hàng đội",* tự làm như nấu cơm, rửa chén hay dựng lều, từ đó học hỏi từ các anh. Các đội họp riêng mỗi cuối tuần, rồi họp đoàn mỗi tháng một lần, hay họp ở Đàn Nam giao, sau đó lâu lâu mới họp Đạo, mỗi lần có dịp đến trung tâm Lửa Hồng, lòng tôi cứ nôn nao những ngày trước đó, lúc tập họp thật là đông và nghiêm chỉnh, Bạch Đằng gồm có Ấu đoàn, Thiếu đoàn, Kha đoàn và Tráng đoàn, tức là đầy đủ một Liên đoàn, gia đình tôi có ba anh em đều ở trong 3 đoàn, riêng chỉ có mình tôi là sinh hoạt cả Ấu và Thiếu Bạch đằng, ông anh tôi thì chuyển qua từ Ấu đoàn Chi Lăng, bà chị thì sinh hoạt với đoàn Nữ Hướng Đạo Mê Linh, anh đầu thì đã ở trong Tráng đoàn do anh Phan gia Anh làm Tráng trưởng, thiếu đoàn thì do anh Trần văn Hồng (Giáo sư Quốc Học) là Thiếu trưởng. Hồi đó ở Huế có nhiều gia đình đều ở trong Hướng đạo, mà bây giờ tôi chỉ nhớ có nhà họ Lý ở gần cầu Đông Ba, họ Trần nhà sách Ái Hoa trên đường Trần hưng Đạo, gia đình Bác Xáng hay Thầy Thứ… chứ thật ra nhiều lắm.

Ngoài sinh hoạt đội mỗi tuần, chúng tôi đi trại, tình hình lúc đó không còn an ninh cho những vùng như điện Hòn chén, lăng Gia Long, nên chúng tôi đi xa nhất là đồi Thiên an, chùa Linh Mụ, nơi có cây vả thật sai trái, các ni cô còn cho tụi tôi muối hột để ăn với vả. Sau đó là lầu Đuy*a-ra* (Jerard), đàn Nam giao hay chùa Từ Hiếu, những chỗ gần hơn như Hồ Tịnh Tâm hay trong Đại nội, mỗi lần đi trại, chiếc xe đạp của các đội sinh chất đầy đồ, thêm cây gậy tre *"cán giáo"*, còn anh Đội trưởng thì có cây cờ đội, dựng lên trước xe chứ không bỏ dọc xe như các đội sinh, cây gậy nào cũng có bọc đinh nhọn hình nón phía dưới để cắm lều, cứ mỗi lần xe đạp *"trật sên"* là khổ, cả đội đứng lại chờ, hay giúp nhau sửa.

Thiếu đoàn, nơi họp không nhất định nên trước khi họp, các đội sinh phải thay phiên nhau đi đưa *thông tư*, phải đạp xe đến từng nhà để thông báo, đây cũng là nhiệm vụ phạt được giao cho cái đội sinh đi họp trễ hay không đi họp đều hoặc lỡ miệng nói *mi tao*. Thời đó, phương tiện truyền thông không như bây giờ với điện thoại, xe hơi, nhưng dù chỉ là chiếc xe đạp, hệ thống thông tin của chúng tôi không hề bị gián đoạn.

Tấm lều mua hay xin được của quân đội lúc đó thật nghèo nàn, hình chữ V ngược, vải bố dầy, hai cây gậy chống hai đầu, dưới đất không có tấm lót như lều hiện đại bây giờ, cả đội 8 người nằm chen chúc, lúc ở Sói sướng bao nhiêu thì ở Thiếu mới lên bị các anh bảo mấy em nhỏ nên nằm trong, khỏi sợ ma, thế là tối tối bị các anh gác lên người, tuy đã có đào rãnh hai bên lều, nhưng mỗi lần gặp mưa tụi tôi ở giữa khô ráo, các anh hai bên bị ướt. Những kỷ niệm mà tôi nghĩ sẽ không bao giờ có nữa, vì cuộc sống khác nhau của mỗi thế hệ. Lúc đó tụi tôi dùng những đồ dư của quân đội, lều, dây dù, áo *kaki*, giầy *bốt-rê-sô*, các đồ nấu ăn ngoài trời hay ba lô…kiếm hay mua được cái nào ngoài chợ trời là thoải mái chừng đó, cũng bắt đầu có những loại đồ hộp MCI (Meal-Combat-Individual), mang theo nhẹ mà không hư, chứ cực nhọc nhất là mang hột vịt, vì rất dễ bể, nếu luộc trước thì chỉ còn ăn với nước mắm, chứ muốn đổ chả trứng hay xào với rau thì phải giữ nguyên, những món ăn dã chiến với cơm mà sao thật ngon miệng, vì đói bụng, vì vui hay vì lý do nào đó thì tôi không biết, nhưng các anh lớn chế biến đủ thứ đồ ăn khi đi trại, mà sau nầy khi ra đời đã giúp ích không ít cho cuộc sống hằng ngày, các Hướng đạo sinh Bạch đằng ngày nào, sau nầy đều là các *hỏa đầu quân* nổi tiếng lúc lập gia đình.

KHÓA HỌC THOÁT HIỂM, MƯU SINH VÀ CÁI NỒI CƠM.

Chân ướt chân ráo đến Mỹ, tôi ghi danh đi học, nghe lời xúi dại của ông anh cựu tráng đoàn, anh nói tôi ghi danh học khóa thoát hiểm, mưu sinh trong rừng (survivorship) ở Santa Fe, do ông McCullough dạy, anh nói mấy thứ nầy mình không cần học viết về anh văn, mà chỉ *"practice"* về đàm thoại, có lợi sau nầy. Nghe cũng bùi tai, vả lại ỷ mình có gốc HĐ, chắc cũng không đến nỗi gì. Mới học một tuần, anh xin nghỉ vì có việc làm ở Tallahassee cho FDOT, còn lại mình tôi với chừng 15 sinh viên người Mỹ, *"bỏ thì thương, vương thì tội"*, tôi đành tiếp tục với số vốn ngoại ngữ giới hạn của mình, ông thầy cho 3 chuyến hành trình, được quyền chọn 2, chuyến đầu tiên họ chèo *canô* trên dòng thác nước như trong phim *"Deliverance"*, ở lại đêm trong rừng, tôi chọn không đi chuyến đó vì không có *partner*, thấy cái thân thể gầy còm của tôi, các sinh viên Mỹ không chọn, vả lại họ đi có cặp có đôi, chuyến thứ nhì leo núi một nơi có tên là Smokey Mountains, tiểu bang Georgia, ông thầy dùng xe *van* lớn, chở đám học trò đến dưới chân núi, lúc đó tôi mới biết là chuyến đi sẽ dài 20 miles (32 km). Trước đó, ông chỉ cho biết chuẩn bị 3 ngày ăn, đoàn gồm có 11 sinh viên cộng thêm ông thầy là 12, mà sau nầy tôi mới biết 10 người kia có cặp cả, hoặc họ là bồ bịch, hoặc là vợ chồng, hoặc họ cùng sở thích "*hút cần sa*". Ông thầy cho mỗi người cái bản đồ, bảo mọi người mở ba lô để kiểm soát trước khi lên đường, tôi thấy đồ hộp và mì sợi rất nhiều với nước uống, riêng ba lô của tôi không có gì ngoài bi đông nước uống, thuốc khử nước, bịch cứu thương cá nhân, mấy lon gạo, một gói tôm chấy, thịt chà bông trong bao *ziploc*, cả lớp cười ồ trừ ông thầy, một sinh viên đến nhấc ba lô của tôi lên bằng một ngón tay trỏ của y, nhấc bổng qua đầu tôi dễ dàng vì hắn cao hơn thước tám, tôi bảo vì người nhỏ con, tôi chỉ mang được như vậy, và ông thầy có bảo nước suối trên rừng không thiếu, chỉ cần bỏ gói thuốc khử hay nấu sôi là uống được, lúc hắn bảo tôi nhấc thử *balô* của hắn thì tôi chịu, quá nặng, chắc toàn đồ hộp. Cả toán khởi hành lúc 10 giờ sáng từ chân núi, lúc đầu ông thầy còn đi theo sau tôi, sau ông cũng biến mất, con đường mòn chỉ còn mình tôi, vì tôi biết mọi người đã đi trước đó, tôi cứ tà tà vừa đi, vừa hát: *"Đường trường xa, muôn vó câu bay dập dồn..."*[36].

Theo bản đồ, con đường mòn thỉnh thoảng lại có mấy cái chòi có bản đồ và ghi số để người ta cầm chắc là không lạc đường hoặc phải trú mưa, tôi lầm lũi đi một mình, khát thì uống nước hoặc ăn gói thịt bò khô (*beef jerky*) mang theo, dọc đường phong cảnh thật đẹp nhưng tôi không chú ý mấy vì sợ mình sẽ ở lại một mình trong rừng tối nay, thỉnh thoảng lại thấy mấy thác nước đổ dọc ngang núi làm tôi nhớ đến Dalat, tôi gặp hai cặp bạn đồng lớp đang tắm dưới thác nước, họ dừng lại nên tôi mới qua mặt được, trong rừng lâu mới thấy ánh nắng dọi xuống, chứ phần nhiều chỉ biết mấy giờ khi nhìn đồng hồ, qua đến nơi có một cái cọc, người ta cho biết đây là ranh giới của 3 tiểu bang Georgia, Tennesee và North Carolina, nằm tại một điểm, một mốc điểm đặc biệt nằm trên ngọn núi cao. Tôi hãnh diện đã đến đó.

Đến nơi hẹn khoảng 5 giờ chiều, trời còn sáng vì mùa Hè, là người thứ 7, mấy cặp đến sau vì họ ham chơi, hoặc lủi vô bụi rậm làm gì đó, hay tắm thác nước thiên nhiên, chứ nếu họ đi một mạch thì chắc tôi phải là người tới chót. Dựng lều, nghỉ ngơi, tôi cắm cái lều mình ngay gần dòng suối, nước trong nhìn thấy đáy, thật là đẹp, ông thầy và mấy sinh viên thì đang làm lửa ở trong cái vòng bằng kim loại (*fires ring*), người ta đã làm sẵn để tránh hỏa hoạn trong rừng, nhóm người Mỹ và ông thầy ngồi quanh đám lửa, tôi hỏi tôi có thể dùng lửa đó để nấu cơm được không? Họ bảo cứ dùng, tôi ra suối, rửa gạo bỏ vô nồi, dùng hai cây gỗ chống cho nồi cơm nằm ngang, hai người Mỹ thì nấu nồi Spaghetti (mì sợi Ý), thì ra họ nấu ăn chung tối nay [37], lúc xong, hai người Mỹ xách cái nồi bự ra suối để xả lại nước lạnh, lúc đi lên một người

---

[36] *Bài hát Lục quân Việt Nam của Nhạc sĩ Văn Giảng.*

[37] *Trước khi đi, có lẽ cả nhóm đã bàn luận sẽ nấu ăn chung mà hoặc tôi không biết, hoặc vì tôi là người ngoại quốc độc nhất trong lớp, họ không rõ tôi có ăn được đồ nấu chung không, nên tôi lạc loài mang theo đồ ăn riêng đủ dùng như ông thầy đã dặn. Họ cũng đi từng cặp như tình nhân, chỉ có ông Thầy và tôi là hai người đơn lẻ.*

đụng rễ cây, vấp té làm cái nồi mì sợi văng tung tóe dưới đất, tôi nghe mấy tiếng hét từ xa, sau khi anh chàng bị té lồm cồm bò dậy, anh lại ngay cái lô mì sợi, vớt phía trên vào lại trong nồi, tôi nghe nhiều tiếng nói từ xa: *Oh No… I am not going to eat that sh--!* (tôi sẽ không ăn cái thứ đó đâu!). Anh chàng bị té cứ vừa đi vừa nói *sorry* lia lịa.

Ông thầy hỏi nồi cơm của tôi đã chín chưa? Tôi bảo còn phải lật ngược lên cho nó chín phía trên, tôi giải thích cơm "*ba tầng*" cho ông ta nghe, rồi nói phải cẩn thận chứ tôi không muốn làm đổ như anh kia, ông bảo để ông làm cho, sau mười phút nồi cơm đã chín, tôi lấy ra khỏi giàn cây, bỏ vào cái lỗ dưới đất ẩm, ông ta hỏi tôi để làm gì, tôi bảo nguội để cơm cháy bóc ra dưới nồi… Ông bảo, ông *chưa* thấy ai làm vậy bao giờ, tôi nói, do kinh nghiệm HĐ.

Sau khi làm đổ nồi *spaghetti*, mấy người Mỹ lấy thêm đồ hộp ra ăn, một số ăn phần mì chưa dính đất phía trên, nhìn quanh chỉ còn mình tôi là người cuối cùng, tôi mở nồi, lấy đôi đũa vừa làm bằng gỗ trong rừng ra quậy lên, bỏ bao tôm chấy và thịt nguội vào trộn lại, xong múc ra chén và lịch sự mời ông thầy và mấy người Mỹ ăn thử, vì đi cả ngày đói bụng, nên thay vì nấu 1 chén gạo, tôi đã nấu đến 3 chén, ông thầy ăn xong chén cơm, nói cho mấy người học trò nghe: *"thằng nầy nó nấu cơm ngon nhất thế giới"* (He is the best rice cooker in the world!). Ông bảo tôi ngồi thuyết trình cho cả lớp về *cái nồi cơm…* và cách nấu, được thể tôi kể chuyện đi HĐ, cơm nấu trong ống tre, rồi gà bọc đất sét… càng nhanh, càng tiện, vật liệu sẵn có, đúng đề tài *mưu sinh* trong rừng, cả lớp ngồi nghe chăm chú. Ngày đi trở về, tôi thấy ông thầy dậy thật sớm, bảo là ông đi bộ về chỗ để xe, xong lái vòng qua bên kia núi để chúng tôi xuống núi gần hơn, cả đám cùng đi, tôi để ý mấy sinh viên trong lớp chờ tôi đi cùng nói chuyện thân mật, chứ không đi trước như chuyến lên, lâu lâu lại thấy vài người chui vô bụi rậm, sau nầy tôi mới biết họ trốn nhóm đi hút *cần sa hay làm gì đó* với nhau.

Lần đi trại cuối, ông thầy bảo cả lớp, tao muốn có thằng Hòa đi cùng, lần nầy, ông dẫn tụi tôi đi khu rừng gần trường có tên gọi Ocala National Forest, tiểu bang Florida, phía Đông Nam của Gainesville. Sau khi lội suối băng rừng, chúng tôi cắm lều trên một khu đất khô, lần nầy tôi cho cả lớp ăn xôi trộn tôm thịt chấy, ai cũng khen ngon vì người Mỹ nấu cơm vừa sống vừa nhão, họ nấu nước sôi trước xong đổ gạo lên, thay vì dùng ngón tay cân đo như dân HĐ. Trên đường trở về nhà, tôi thấy người ngứa ngáy khó chịu, tưởng là vì hai ngày không tắm bằng xà bông nên về đến nhà tôi đi tắm rửa sạch sẽ, bỏ hết áo quần dơ vào máy giặt nước nóng…ai dè ngày hôm sau cả nhà đều kêu ngứa, sau nầy mới biết trong rừng có mấy con *rệp*, không thấy đâu vì nó lẫn trong đám áo quần, khi bỏ vào máy giặt, không chết, nó lan qua mấy người bạn tôi giặt sau đó, và cả nhà lãnh đủ, hồi đó đám sinh viên Việt Nam thuê nhà ở chung để chia phiên nấu ăn đồ Việt Nam rẻ hơn, nhà có hai phòng mà ở đến 5 đứa, chứ ở cư xá trong trường thì phải ăn đồ Mỹ ngày ba bữa… giá phòng (*dormitory*) đắt hơn thuê nhà chia tiền mướn bên ngoài.

Trên đường về, cả nhóm dừng lại dưới chân núi, một thành phố nhỏ có cái tên đẹp Helen, tiểu bang Georgia. Nơi đây các căn nhà theo kiểu *Baravian* như ở Âu châu rất dễ thương. Ghé ở một tiệm buffet "*all you can eat*" về BBQ mà ngay trước lối ra vào là hai phòng vệ sinh nam nữ. Tôi đọc được hàng chữ bằng tiếng Anh: *"Khi các bạn bước vào đây, các bạn không được trở lại phòng ăn dù các bạn đã rửa tay sạch"*[38]. Sau mấy ngày trên rừng, cả bọn ăn một bữa thật "đáng đồng tiền bát gạo".

Một khóa học đáng nhớ, mấy sinh viên Mỹ thì học vì thích hẹn hò, bồ bịch, đi trốn hút *cần sa* (hay làm chuyện riêng tư) mà lúc đó còn bị cấm. Còn trẻ, họ thích đi hiking, camping ngoài trời, có cùng sở thích và nhiều kỷ niệm về cuộc sống thiên nhiên với nhau.

Khóa sau tôi gặp lại ông thầy trong trường, ông bảo tôi, cậu biết không, từ trước tới nay tôi chỉ cho hai người thứ hạng A, cậu là một trong hai người đó, vì những đứa học trò của tôi chỉ đi lên

---

[38] *"When you are here, you are not allowed to go back to dining room, even your hands are washed and cleaned". Mục đích họ giới hạn những thực khách viện cớ đi rửa tay hay đi phòng vệ sinh để tiếp tục ăn không giới hạn. Họ chỉ cho rửa tay một lần trước khi vào ăn.*

rừng để lén lút hẹn hò hay hút sách mà thôi, tụi nó dùng sức vì mạnh khỏe chứ không dùng mưu trí hay kinh nghiệm như cậu, trừ mấy đứa có tham vọng vào Navy SEAL (SEa Air Land) tức là người nhái của Hải quân Mỹ, họ phải qua những thử thách mưu sinh cam go thực tập trước khi thi hành nhiệm vụ. Tôi nói với ông, tôi mà đi *người nhái*, chắc tôi lặn luôn không nổi lên.

Sau nầy, có dịp khi đi trại hè cũng như trại huấn luyện ở Mỹ, tôi thấy trại trường ở đây rộng lớn và đầy đủ phương tiện, như khóa Tùng Nguyên 4, trại Tanah Keeta rộng hàng ngàn mẫu tây, nhà ăn chứa hơn trên trăm người có máy lạnh, đây là khóa đặc biệt mà ban huấn luyện phần đông là người Việt cho hơn 70 khóa sinh người Việt ăn toàn đồ Việt nam, và đây cũng là khóa nhiều người Việt Nam bị muỗi Mỹ cắn nhất.

TÔI ĐI LÀM "HUẤN LUYỆN VIÊN" HƯỚNG ĐẠO – BSA SR-430 TÙNG NGUYÊN IV 2001.

Phong trào Hướng Đạo thế giới phát xuất do sáng kiến của Huân tước Baden Powell (1857-1941), một cựu trung tướng nổi danh sau trận chiến bảo vệ thành Mafeking (Nam Phi) với quân số khoảng một ngàn, khi thành bị bao vây bởi tám ngàn địch quân là thổ dân Boers nổi dậy kháng cự chế độ thuộc địa. Phong trào ra đời năm 1907 và đến Việt Nam năm 1930.

Như đã nói ở trước đây, cả gia đình tôi đi Hướng Đạo (HĐ) ở Huế từ nhỏ nên khi qua Mỹ, anh tôi là người liên lạc lại với phong trào và đến năm 1983 sau cuộc họp của các trưởng kỳ cựu tại Costa Mesa, California thì phong trào HĐ được sinh hoạt lại tại hải ngoại, phần đông tại Hoa Kỳ, Canada, Pháp và Úc đúng với phương châm: *Hướng Đạo một ngày, hướng đạo cả đời*.

Tại Hoa kỳ sau 1975 *và 1983*, các đơn vị Hướng đạo Việt Nam được thành lập và sinh hoạt dưới sự bảo trợ của Hướng Đạo Hoa Kỳ BSA (Boy Scouts of America), phía Nữ (Girl Scouts of the USA). Tuy nhiên để gìn giữ truyền thống văn hóa của mình, vẫn được sinh hoạt chung với nhau (Nam và Nữ) dưới quyền kiểm soát của Hội Đồng Trung Ương HĐVN (Hải ngoại) International Central Committee of Vietnamese Scouting (ICCVS).

Để huấn luyện cho các trưởng về tài lãnh đạo cũng như gìn giữ truyền thống, Hội HĐ Canada đã bảo trợ để huấn luyện các khóa cao cấp gọi là Tùng Nguyên cho các trưởng người Việt tại Canada và tại trại trường Gilwell (Anh quốc). Sau đó đến HĐ Hoa kỳ bảo trợ để huấn luyện tại Mỹ. Khóa Tùng Nguyên IV (BSA SR-430) được tổ chức tại Trại trường HĐHK Tanah Keeta Scout Reservation, Florida từ ngày 2 đến 9 tháng 6 năm 2001. Trại nầy thuộc Châu Gulf Stream, 20 dặm về phía Bắc của thành phố West Palm Beach, nơi nổi tiếng thế giới về phiếu bầu bươm bướm (*butterfly ballot*) của cuộc bầu cử Tổng thống Mỹ tháng 11 năm 2000.

WoodBadge, Tùng Nguyên theo tiếng Việt là khóa huấn luyện Huy Hiệu Rừng cao cấp nhất của HĐVN về tài lãnh đạo để hướng dẫn các em thiếu nhi trong phong trào. Trại sinh đòi hỏi phải qua các khóa huấn luyện trước đó (Hồi Nguyên) và thời gian sinh hoạt HĐ cũng như các điều kiện về tinh thần và thể chất khác. Riêng thành phần Huấn Luyện viên (BHL) thì ngoài việc đã có Huy Hiệu Rừng (Woodbadge) còn phải được Khóa trưởng và ban Huấn Luyện lựa chọn và mời "tình nguyện" phục vụ trong nhóm. Tôi đã qua khóa huấn luyện này của HĐHK tại Atlanta (BSA 92-38) nên đầy đủ điều kiện. Vì nơi huấn luyện là địa phương tôi ở nên có lẽ Khóa trưởng Nguyễn Tấn Đệ cần *thổ địa*, giao cho chức *phụ bếp*, cung cấp các thức ăn mua được tại địa phương. Cũng nên nói thêm rằng đây là khóa đầu tiên theo chương trình mới của BSA, ban huấn luyện phải cung cấp cho tất cả khóa sinh ngày ba bữa ăn để họ chú tâm cho việc học thay vì như trước đó, tụi tôi đi học phải vừa lo nấu ăn hàng ngày cho đội của mình. Cách nào cũng có cái hay, dở của nó. Đây là những gì tôi viết lại của chuyến đi làm phụ bếp hai tuần nầy.

Kể cả thành phần BHL và các khóa sinh, tổng cộng hơn 70 miệng ăn và tài chánh eo hep của HĐ, chúng tôi cũng không ngờ rằng nhà bếp vì chỉ có vài trưởng HĐHK, Hai đầu bếp chính Hồng Bích và Thùy Lan đã quyết định cho ăn toàn món ngon vật lạ Việt Nam thuần túy chứ không làm nhanh gọn các món ăn của Mỹ.

Ngày thứ nhất Thứ sáu 25/5/2001: Trưởng Toàn từ Maryland nhờ đón tại phi trường Palm Beach (PBI). Tôi đang ngồi trong văn phòng, xách cái walkie-talkie đi ngay vào phi trường. Trưởng Toàn là người đến sớm nhất.

Ngày thứ hai 26/5/2001: Sau khi ăn sáng, tôi và Toàn đi đón khóa trưởng Nguyễn Tấn Đệ đên từ Texas. Đệ đi lấy xe mướn và hẹn gặp tại sở của Tr. Bob Katz, một trưởng tại đia phương mà Đệ đã gởi đồ về đây từ trước. Hai mươi mấy thùng hành lý chất đầy chiếc xe Toyota minivan của tôi. Đến trại trường để bỏ hết tạm tất cả vào phòng của Tr. Steinmetz (Scoutmaster Lounge). Gọi là phòng nhưng diện tích chỉ chừng 10 x 15 feet. Xong là đi ra lại phi trường, đón hỏa đầu quân đến từ California, chị Trần Hồng Bích. Vali của chị nặng trĩu đồ, mà tôi thấy toàn đồ của nhà bếp…bánh phở, bún khô, cả mấy chai nước tương, tất cả cho các món ăn Việt mà chị đã mua, đóng thùng cẩn thận đi theo mình. Có lẽ chị đã chuẩn bị cho các HLV và khóa sinh nhớ đời: ăn được ngủ được là tiên…mà trong trại HL, ít có chuyện ngủ, thì chắc phải ăn bù vào.

Chúng tôi về nhà. Gọi là nhà, đây là 5 mẫu đất của tôi đã mua chưa xây nhà, chỉ có cái "double-wide" mobile home mà tôi gọi là "farm", các trưởng thì gọi đùa là "Ranch" nghe cho nó oai. Đâu có ngồi yên, khi Tr. Long đến, tụi tôi rủ nhau đi South Beach, Miami. Đến nơi, tụi tôi thấy nào tài tử giai nhân dập dìu, người hai ba lớp áo, kẻ thiếu vải ở trần. Ai chưa biết nơi nầy về ban đêm cũng uổng lắm thay.

Trên đường về nhà trong xe có tiếng than đói bụng, thế là ghé Denny, mở cửa 24 giờ, chỉ có Tr. Bích theo quy luật đã hứa, không ăn sau 7:30pm.

27/5/2001: Chúng tôi lội vô căn rừng kế cận, cắt mấy cây gậy từ gỗ bạc hà (eucalyptus) đến từ Úc châu rồi mấy cành cây Rose Apple từ farm. Gậy lên đường cho HLV và các khóa sinh.

28/5/2001: Bắt đầu từ hôm nay, chúng tôi đi vào chương trình nghị sự gọi là Staff Development dành cho BHL. Chúng tôi biết HLV nhà bếp (Quatermaster) gồm có 6 người: Steinmetz, Thùy Lan, Hồng Bích, Nhân, Thắng và Hòa sẽ phải lo cho 70 miệng ăn trong 1 tuần lễ. Ông Steimetz là người Mỹ, quản trại của Tanah Keeta nên xem như tụi tôi khó sử dụng ông trong các thức ăn VN.

29/5/2001: Tối hôm trước về lều của các trưởng nữ, đã một phen hú vía, suýt gọi 911 vì trưởng Bích không thở được, có lẽ do khí hậu mùa hè Florida, ẩm và nóng rất khó chịu. Tôi giữ phần đi chợ mà lẽ ra các chị chế món ăn phải đi nhưng cuối cùng tôi chỉ theo tờ giấy, bảo mua gì thì mua đó. Mua cả tiệm VN lẫn tiệm Mỹ.

30/5/2001: Tr. Toàn về lại DC và Tr. Nhân đến thế. Hôm nay các chị cho ăn món bún riêu có cả rau muống chẻ. Nên nhớ rằng đi trại mà có món ăn hương vị VN đã là tốt, đằng nầy đúng tiêu chuẩn với số người đông và thì giờ hạn hẹp lại càng khó khăn hơn. Hôm nay trông giống như đang ở ba mươi sáu phố phường. Chỉ tội anh đầu đàn nhất Hui (Scoutmaster) không ăn được, sau nầy mới biết anh không nuốt được mấy sợi bún.

31/5/2001: Để nhà bếp nghỉ ngơi, nhất là hai chị đầu bếp chính, Nhân và Hòa cho ăn sáng món Mỹ: waffle và Cereal và coffee. Chúng tôi được anh Hui nhờ đi đón một Kha sinh nam về từ Cali thuộc Liên đoàn Trường Sơn. Ra phi trường đi kiếm mới biết em trai nầy đã biến thành em gái Thủy Tiên. Đây là khóa sinh đến sớm nên ngoại lệ chứ thường thì khóa sinh và HLV chỉ gặp sau ngày khai mạc trại.

1/6/2001: Đây là ngày bắt đầu cho mùa bão (hurricane) của miền Đông HK, nhất là Florida và cũng là ngày cuối cho HLV, chuẩn bị cho các khóa sinh đến và khai mạc trại. Buổi lễ của các HLV thật thân mật tại Charter House, hai người khách là ông Ranger và bà Sherri đến từ Châu Gulf Stream dùng cơm chung thật cảm động. Một ngày khó quên cho ai đã vào HĐ thực sự bước chân vào con đường giúp mình và giúp người.

2/6/2001: Hôm nay HLV chỉ lo cho các khóa sinh về từ nơi xa. Con số 48 khóa sinh hầu như đúng với dự định, có một khóa sinh tuy đóng tiền đi học nhưng lại tình nguyện học khóa sau, xin giúp đỡ ban ẩm thực. Sau khi nhìn thấy nhà bếp, đã đổi ý xin làm khóa sinh. Điều nầy nói lên được sự thật phũ phàng mà *"chúng* tôi muốn dấu". Đến giờ khai mạc, một trưởng điện thoại cho biết bị hụt máy bay, phải bay về phi trường Miami khá xa. Tr. Nhân đi đón và cả hai người về trại lúc 3 giờ sáng hôm sau.

Món phở gà được dự tính cho buổi tối nhưng ban ẩm thực, lúc ra bến tàu, thấy cá tươi đã mua về tính làm món cá kho tộ cho hôm sau nhưng cá tươi phải ăn ngay, món kia có thể chờ nên cá thu chiên nước mắm gừng, có cả xoài cắt nhỏ, thật là đúng điệu miền Nam!

3/6/2001: Sáu đội tập họp lúc 6:30 sáng: *Beaver, Bobwhite, Eagle, Fox, Owl và Bear*. Tội cho các khóa sinh về từ miền Viễn Tây, bây giờ đồng hồ của họ còn chỉ ba giờ rưỡi sáng…Sau giờ tinh thần, tề tựu tại Gilwell Field. Được biết Cha Tiến Lộc, một trưởng kỳ cựu của phong trào cũng sẽ đến tham dự từ VN. Bất ngờ vì Tr. đã gặp lại một số tráng sinh của mình sau hơn 20 năm xa cách, lửa dặm đường lại một lần nữa đốt lên trên một trại trường gần giống Dalat, cơ duyên hạnh ngộ và một lần nữa các bài hát của Tr. Tiến Lộc lại vang lên trên khu rừng tĩnh mịch cách xa nửa quả địa cầu.

4/6/2001: Hôm nay tôi phải đi dạy lớp huấn luyện về *High Performing Teams* và Nhân lo việc phóng hỏa tiễn nên nhà bếp hụt đi hai người. Món gà xào sả được dành cho buổi ăn trưa.

5/6/2001: Tôi được nhiệm vụ đưa Tr. Tiến Lộc ra phi trường Ft. Lauderdale, cách hơn tiếng đồng hồ lái xe để tiếp tục cuộc hành trình *xuyên bang*. Tiếng hát: *Chúng ta hôm nay hiệp vầy...* vang lên từ giã. Tôi đưa trưởng đi dọc theo bờ biển, con đường nổi tiếng ở đây về những căn nhà mà có bạc triệu chưa chắc đã mua được.

6/6/2001: Hôm nay, một số HLV và các khóa sinh, lên đường đến đảo Brown Sea. Đây là mục tự diễn cho các khóa sinh, phải vừa lo ăn, lo nấu, lo học…Họ được cung cấp các thực phẩm cần thiết tại lều của từng đội. Họ đến nơi hẹn, đâu biết rằng các đàn muỗi háu đói đang chờ để hưởng các món ăn họ đã thưởng thức mấy hôm nay. Ai cũng sẽ được gắn mề đay trước khi rời đảo, chỗ cắm trại đẹp không thua gì Dalat, thơ mộng như Hồ than thở vì tiếng thở than của các khóa sinh: Ôi sao muỗi nhiều quá*, háu đói và to như trong rừng U minh.* Riêng ban ẩm thực, vì thiếu bóng khóa sinh, buồn hay mệt đã có một ngày dưỡng sức và ăn các món đồ dư còn lại từ ngày trước.

7/6/2001: Một số khóa sinh khi thấy tôi đi phát đồ ăn để nấu hôm nay, mỗi đội được một con gà, đã nhờ đi tìm dùm *"thần* *dược"* để *"đốt lửa dậm đường"* [39], thiếu chất *nicotine*, nghe nói có người đã muốn xỉu, nhưng vì quy luật của khóa học, sợ nạn *"cháy rừng"*, họ đành phải nhịn thêm vài ngày nữa vì các HLV được biết sẽ phải "offlimit" trong khu nầy.

8/6/2001: Sau hai ngày đêm làm mồi cho muỗi đói và "*no-see-um*"[40], các khóa sinh được đưa đi biển Florida, trên chiếc xe bus, trong lúc đó nhà bếp chuẩn bị cho buổi tiệc bế mạc mà hai đầu bếp nữ chính đã chu đáo chuẩn bị kể cả phần trang hoàng thật đẹp, các đóa hoa, trái và lá thông nhặt được xen lẫn với các khăn bàn ăn mầu trắng đẹp mắt, có người đã nói đùa là trông giống như đám cưới của ai.

Ngoài BHL và các khóa sinh, Tr. John Alline, cố vấn của khóa, George Randall về từ văn phòng trung ương BSA ở Texas. Ronnie Oats, Châu trưởng sở tại, Bob Norwillo, Lowell White of Gulf Stream Council, Akela Bích Hường của tôi từ hơn 40 năm trước cũng tham dự. Thật là một vinh dự cho khóa huấn luyện nầy.

Khóa huấn luyện hoàn tất tốt đẹp nhưng các khóa sinh còn phải làm "ticket" cho những gì mình đã học. Đây là phần thực hành đòi hỏi, bắt buộc để khóa sinh mang được khăn quàng Gilwell sau phần lý thuyết.

9/6/2001: Một tuần qua đi cho các khóa sinh và hai tuần cho ban huấn luyện đã qua, hôm nay là ngày ra phi trường của phần đông để về lại, tất cả đều hẹn gặp lại tại Trại Thẳng Tiến 7 năm sau 2002. Hai tuần với nhiều kỷ niệm, bận rộn làm quên đi cơn buồn ngủ buổi trưa hè. Nhìn lại trại trường vắng hoe dù đêm trước, HĐHK "Order of the Arrow" đã vào chiếm chỗ. Tạm biệt

---

[39] *Tiếng lóng của mấy trưởng Hướng Đạo dành cho việc hút thuốc lá khi đi cắm trại.*

[40] *Ở Florida, ngoài các con muỗi, mòng còn có một loại sinh vật nhỏ, mắt thường không thấy, nên gọi là "no-see-um", hình dáng như pacman trên kính hiển vi, miệng to hơn thân hình, bám vào người và chích. Vì không thấy nó nên khi bị cắn, chỉ thấy đau chút ít, tay hay chân, nó hay thích mấy người xức nước hoa hay dị ứng, mề đay nổi lên và ngứa sau khi bị nó cắn, thường hay ở các nơi tối, ẩm và vùng lau sậy sát bờ biển, chỉ có gió là trị được nó vì nó nhỏ nên khi có gió, nó ẩn núp hoặc bị thổi bay đi, các khu nhà cao tầng nó cũng không bay lên cao được, chỉ ở dưới thấp. Trại nầy đoạt kỷ lục về các món ăn Việt trong tất cả các ngày trại và là trại có nhiều người Việt Nam bị muỗi Mỹ cắn nhất.*

trại trường Tanah Keeta, Tùng Nguyên 4 để hẹn một ngày Tùng Nguyên tương lai trên đất nước thanh bình khi phong trào Hướng Đạo được chính thức sinh hoạt lại [41].

Ra về, tôi vẫn nghe thoáng đâu đây tiếng hát: *Back to Gilwell, Happy Land...*

Chuyện Hướng Đạo - Trại Họp Bạn Thẳng Tiến 7 – 2002 – Hồi Ký

Gia đình chúng tôi lên đường tham dự trại họp bạn Thẳng Tiến 7 vào ngày thứ năm 27 tháng 6 năm 2002. Trên đường đi ghé thăm gia đình người quen về hưu tại thành phố sát ven biển phía Tây Bắc Florida và nhân tiện chúng tôi ăn mừng sinh nhật cô con gái đầu lòng vừa đúng 5 tuổi.

Sáng thứ bảy, chúng tôi ghé ngang thành phố New Orleans, nơi có nhiều kiến trúc, văn hóa Pháp, nhân tiện ghé thăm gia đình người quen lâu ngày không gặp, rồi lên đường trực chỉ Trại TT7 (Camp Strake) ở về phía bắc Houston. Cứ nghĩ trại chắc là xa thành phố, ở một nơi hẻo lánh nào đó, nhưng sau khi vượt qua các xa lộ, trại lại là một nơi không xa thành phố bao nhiêu, có đủ hầu hết các dịch vụ cách cổng trại hơn một dặm, nhà hàng, khách sạn.

Đến cổng trại, chúng tôi đã thấy khá nhiều anh chị em Hướng Đạo (HĐ) đang hướng dẫn tại bãi đậu xe. Văn phòng ghi danh ngay cổng vào khá nhộn nhịp, vì có một số đơn vị ghi danh tại chỗ, các bảng tên, phiếu ăn được phát ra, sau đó chúng tôi lên một chiếc xe *van* trắng của ban tổ chức, để được đưa đi xem đất trại. Đầu tiên là lều báo chí, khu nhà ăn, kế đến các khu tiểu trại của các đơn vị; sau đó là trại dành cho các trưởng niên và phòng họp có máy điều hòa không khí, khá xa khu sinh hoạt nên phải có xe đưa đón vào các giờ ăn trong ngày.

---

[41] *Phong trào Hướng Đạo Việt Nam (HĐVN) sau khi ngưng hoạt động cuối tháng 4 năm 1975 tại miền Nam Việt Nam, bị chính phủ Cộng sản cấm sinh hoạt trong nước từ đó* đã được chuyển ra sinh hoạt tại hải ngoại *theo các quốc gia có người Việt định cư. Sau 44 năm, đến năm 2019 thì* được Phong trào Hướng Đạo Thế Giới (*World Organization of the Scout Movement) WOSM chính thức nhận HĐVN lại làm thành viên thứ 170.*

Khán đài và Lễ khai mạc trại TT7

Sáng thứ hai, ngày đầu tiên của trại, từ sáng sớm chúng tôi đã thấy có nhiều quan khách vào thăm đất trại, các trưởng và các em nhộn nhịp lo thủ tục tại lều ghi danh, sau đó phân tán ra các vùng đất trại chia sẵn, khí hậu Houston khá nóng, chúng tôi đến từ Florida, một nơi tuy cũng nóng, nhưng luôn có gió biển hoặc cơn mưa dông vào buổi chiều làm dịu bớt phần nào cái oi bức của buổi trưa hè, tuy đất trại có rất nhiều cây và bóng mát, không ít trưởng đã phải *"đổ mồ hôi hột"*, có lẽ vì thế nên ban tổ chức giờ phút chót đã dời lại buổi lễ khai mạc lúc 7 giờ chiều thay vì 2 giờ trưa.

Buổi ăn trưa tại khu "canteen" rộng 2800 square feet

Buổi lễ khai mạc diễn ra trang trọng tại khán đài sinh hoạt chính, rất nhiều đơn vị đến từ các tiểu bang tại Hoa kỳ, các quốc gia như Úc, Canada, Pháp, Đức… đều có đại diện tham dự, cái nóng bức của Texas đã không làm chùn chân được một ai, tuy nhiên có một số trưởng và gia đình, vì không còn chỗ trống tại trại trưởng niên, hoặc không chịu nổi cái nóng oi bức của mùa hè Texas đã phải ra thuê khách sạn gần đó, hay tạm trú "lang thang", vì chỗ của mình đã bị chiếm mất… như trưởng đại bàng TCH đến từ Florida, hay trưởng Tuyên Thùy đến từ thung lũng hoa vàng San Jose…

Lễ khai mạc xong thì tất cả đều qua khu lửa trại chính, một buổi lửa trại có mầu sắc của những chàng cao bồi Texas do các đơn vị tại địa phương trình diễn.

Sáng thứ ba, ngày thứ nhì của trại, các sinh hoạt diễn ra tại lều báo chí, khu nhà ăn của HĐHK, kể cả gian hàng bán quà lưu niệm đã có khá nhiều khách chiếu cố. Sáng hôm nay, buổi họp dành cho các trưởng niên được tổ chức để bầu cử cũng như soạn thảo chương trình sinh hoạt cho 4 năm đến, Trưởng Thoại đã giao *ngọc ấn* trưởng niên (cờ) lại cho trưởng Châu và trưởng Nhân, Phó Văn Phòng HĐ Trưởng Niên được Đại Hội biểu quyết chấp thuận. Tr. Châu muốn giao trách vụ chính cho Tr. Nhân sau năm 2006; nhưng trưởng Nhân thì chỉ xin nhận làm *"đệ tam thái tử"* thay vì *hoàng tử*. Cuộc thảo luận hào hứng với quyết định tổ chức trại trưởng niên vào mùa hè năm 2004 tại Orlando, Florida đã được chấp thuận. Sau buổi cơm trưa, Hội Nghị Trưởng lại được diễn ra tại phòng họp khu trưởng niên, nơi có máy điều hòa không khí nên khá dễ chịu. Buổi hội nghị do Tr. Châu và Tr. Nhân điều hợp đã diễn ra với khá nhiều tham dự viên và đã đúc kết được hai phần gồm 14 điểm để đệ trình Đại Hội Đồng chấp thuận vào tối hôm sau. Buổi họp chấm dứt thì cơn mưa cũng vừa tạnh, tạo một không khí mát mẻ dễ chịu hơn.

Trưởng Nghiêm văn Thạch, Nguyễn trung Thoại và Nguyễn tấn Định nhận Huy chương Bắc Đẩu từ trưởng Mai Liệu. Cả 4 trưởng ngày nay không còn nữa.

Sau buổi ăn tối là chương trình văn nghệ của nữ ca nhạc sĩ Nguyệt Ánh, một hướng đạo sinh và một trưởng đã sinh hoạt HĐ một ngày, để trở thành HĐ một đời, chị đến từ Hoa Thịnh Đốn, và ban Hưng Ca Việt Nam tại Texas mà chương trình do tiểu trại Tráng đảm nhận đã thu hút các trưởng niên, các phụ huynh và một số trưởng không có đơn vị, rất tiếc các đơn vị và các em đã sinh hoạt lửa trại riêng nên không tham dự các tiết mục sôi nổi và hào hứng mà gần hơn hai giờ đồng hồ đã đưa khán thính giả trở lại với Quê hương Việt Nam mến yêu qua những bài hát hùng hồn tình tự dân tộc. Nhờ cơn mưa dông buổi chiều đã làm cho khí hậu khá thoải mái, buổi văn nghệ chấm dứt với bản Việt Nam, Việt Nam do tất cả cùng ca.

Sáng thứ tư, ngày dành cho Trưởng Niên và ngành tráng tổ chức du ngoạn thành phố Houston, thăm viếng cơ quan NASA của Hoa Kỳ, về thăm khu thương xá Hongkong 4, nơi có đủ các gian hàng của người Việt, riêng các em và các đơn vị thì có các trò chơi thi đua trong ngày. Sau buổi ăn tối, Đại Hội Đồng được tổ chức tại phòng họp chính khu trưởng niên, có khá nhiều trưởng tham dự.

Phiên họp Đại Hội Đồng

Phần chính của buổi họp là bầu lại Chủ Tịch Ban Thường Vụ/HĐTƯ-HĐVN nhiệm kỳ 2002-2006. Buổi họp đã diễn ra hào hứng và sôi nổi mà hai vị được đề cử là trưởng Vĩnh Đào và trưởng Nguyễn Văn Thuất đã đưa ra cho chương trình sinh hoạt các năm đến. Kết quả, trưởng Nguyễn Văn Thuất đắc cử chủ tịch của HĐTƯ-HĐVN cho nhiệm kỳ tới, thay thế trưởng Vĩnh Đào. Trưởng Phạm Ngọc Quế Chi được lưu nhiệm Ủy Viên Kiểm Soát Tài Chánh. Phần cuối buổi họp ĐHĐ quyết định bỏ thăm cho đất trại TT8 vào năm 2006 đã diễn ra khá dài ngoài dự định, có ba địa điểm, Đức, Pháp và Nam California. Hai nước tại Âu châu tình nguyện tổ chức; tuy nhiên, đa số các trưởng lại mong muốn trại TT8 tại Hoa Kỳ vì số trại viên tham dự, phần chính là các em không đủ khả năng về tài chánh để tham dự trại tại Âu châu. Sau hơn hai tiếng đồng hồ thảo luận với nhiều ý kiến, đề nghị, kể cả đề nghị tổ chức vào năm 2007 tại Pháp để có thể thăm viếng Gilwell vào dịp 100 năm HĐ, ĐHĐ đã bỏ phiếu Nam Cali tổ chức trại họp bạn, tuy nhiên Pháp sẽ là nơi có thể thay thế trong trường hợp trở ngại tại Nam Cali vì bất cứ lý do gì. Lúc trở về phòng đi ngủ, tôi thấy đồng hồ đã chỉ hơn ba giờ sáng thứ năm.

Hôm nay là ngày lễ độc lập của Hoa Kỳ, kể từ ngày tuyên bố tự do năm 1776, mỗi hàng năm, công dân nước Mỹ đều xem đây là một ngày lễ quan trọng để đánh dấu và kỷ niệm ngày nước Mỹ hoàn toàn dành lại độc lập. Sau vụ khủng bố tháng 9 năm 2001, ngày tự do độc lập này lại càng quan trọng hơn. Riêng tại Camp Strake, các HĐS người Mỹ lo cho trại đã ngạc nhiên vì số lượng người thăm viếng và tham dự trại cho ngày truyền thống quá đông, chưa bao giờ họ phải cho xe đậu đến tận cổng chính, cũng như khu sinh hoạt đã chật cả người, ngồi có đứng có, nhất là buổi đại tiệc ban chiều, hơn 1000 trại sinh và trên 3000 quan khách tham dự, một tiếng vang trong cộng đồng người Việt tại Houston mà các ân nhân đã trực tiếp hay gián tiếp hỗ trợ cho trại họp bạn thành công.

Ca khúc Hướng đạo VN trước buổi khai mạc ĐHĐ

Ông Bà Trần Văn Vũ, song thân của phó trại trưởng Trần Kim Thoa, nhạc gia và nhạc mẫu trưởng Trần Văn Thắng đã góp công không ít cho món thịt bò Texas. Có lẽ sau trại, các liên đoàn đang sinh hoạt tại đây sẽ không thiếu các em ghi danh, vì các phụ huynh tham dự, nhận thấy rất nhiều gia đình mang theo con em "*chưa*" mặc bộ đồng phục HĐ. Tiệc tàn, ngoài các trưởng niên hoặc phụ huynh chuyện trò, chương trình văn nghệ rất Texas diễn ra ngay tại khán đài chính, gồm các ca nhạc sĩ địa phương thực hiện. Trước buổi tiệc, các trưởng đã qua khóa huấn luyện huy hiệu rừng tại các quốc gia họp mặt hội ngộ lần thứ hai sau khu lều báo chí.

Sáng thứ sáu, ngày cuối cùng của trại, trời ban sáng mà đã thấy nóng, sáng nay, sau buổi điểm tâm, các trưởng niên về họp để chia tay, chụp hình lưu niệm, trong lúc đó tại gần khu lều báo chí các liên đoàn trưởng tại Mỹ được mời tham dự để thành lập nhóm đại diện tại Hoa Kỳ.

Chúng tôi lại khởi hành về Houston sau khi từ giã một số trưởng quen biết, chiều thứ sáu một trưởng HĐ, Tr. Hương, mạnh thường quân của TT7 cùng đoàn và đạo tại VN mời chúng tôi tham dự buổi hội ngộ đoàn Bạch-Đằng và Đạo Thừa Thiên tại nhà anh. Buổi ăn tối toàn các món ăn đặc sản Huế như bánh bột lọc, bánh ướt tôm chấy, bún bò...được mọi người chiếu cố tận tình sau những ngày ăn thực phẩm khô, mì gói ăn liền không hạn chế tại trại. Có cả cụ Trưởng Thoại cũng đã tham dự, nhờ Tr. Lan vào phút chót đưa cụ đi và về lại trại chờ lên chuyến bay vào ngày hôm sau.

Hướng đạo Bạch Đằng gặp nhau tại Trại TT7 2002

– Lập, Lâm, Hòa, Châu, Luyến

Tráng, Kha và Thiếu đoàn Bạch Đằng Huế hội ngộ 2002-Khăn quàng Bạch Đằng
Hàng trước, bên trái qua: HHHương(c), DPLuyến, HNChâu, TVLâu (Tráng) HTLập (Kha)
Hàng sau: HNHòa (Thiếu) MVDũng (Kha)

Rời Houston trưa thứ bảy, chúng tôi về lại Florida tối chủ nhật, sau khi lái xe qua 5 tiểu bang, Texas, Louisiana, Mississippi, Alabama và Florida.

Một chuyến đi khá nhiều kỷ niệm, rời một vùng nắng ấm để đến một nơi nóng và ẩm hơn, một tuần trại, khá dài nhưng thời gian qua thật nhanh, thoáng chốc, rồi sẽ lại gặp nhau vào mùa hè nắng ấm Florida năm 2004, một nơi gần giống với khí hậu Việt nam, muốn biển có biển, các loại trái cây nhiệt đới và nhất là các địa điểm du lịch nổi tiếng có lẽ sẽ làm các trưởng niên hội ngộ vui chơi cùng với những ngày họp mặt và Hội Nghị Trưởng.

CHƯƠNG VIII

GIA ĐÌNH, BẠN HỮU

GIA ĐÌNH TÔI
DẪN CON ĐI TÌM TRƯỜNG HỌC...

Hè 2013

Đây là hồi ký gia đình nhỏ của tôi đi thăm các trường Đại Học miền Đông Hoa Kỳ, từ Nam đến Bắc trước khi đi thăm các trường Đại học thuộc Tiểu bang Florida sau đó.

Sophia vào trung học lớp 9 (High School) năm 2011, sau lớp 8 là lớp cuối của trung cấp (Middle school), các học sinh lên lớp 9 thường phải đổi trường. Nơi tôi ở, có một tỷ phú dầu hỏa nổi tiếng nước Mỹ tên là Bill Koch. Năm nầy ông ta quyết định bỏ ra $50 triệu đô la để thành lập một trường trung học tư lấy tên là *Oxbridge Academy*, do tên hai trường Đại học nổi tiếng tại Anh quốc ghép lại: ***Ox**ford and Cam**bridge** University.* Trường tọa lạc tại 3151 Military Trail, West Palm Beach là một cơ sở đồ sộ được mua lại và chỉnh trang để có cả các sân thể thao kể cả môn bóng bầu dục *football.* Tại đây, ngoài các chuyên ngành mà họ muốn các học sinh làm quen với chương trình học tự trị như Đại học, mỗi lớp chỉ có 15-25 học sinh tổ chức và học theo khuôn khổ Đại học chứ không như các trường trung học công lập khác.

Muốn vào trường, ngoài điểm học bạ cao của *middle school*, học sinh còn phải có cha mẹ có lợi tức cao để trả các chi phí hằng năm lên đến trên 30 ngàn Mỹ kim cho mỗi học sinh. Năm đầu tiên (*Inauguration*) họ chỉ chọn 25 học sinh cho một lớp 10 và 100 cho bốn lớp 9, trong đó có con của người sáng lập, các học sinh xuất sắc phải qua phỏng vấn của Ban giám hiệu của trường.

Lúc tụi tôi nộp đơn cho Sophia, qua các giấy tờ thủ tục rắc rối đòi hỏi cả lợi tức của cha mẹ rồi được mời đến ra mắt các giáo sư và ban giám hiệu của trường, nghĩ rằng chỉ là trường trung học, nhưng khi đến, họ đã dàn chào có lẽ để gây ấn tượng tốt cho phụ huynh. Nhìn quanh, tôi chẳng thấy có ai quen. Người đến chào là một bà đứng tuổi rất thân thiện và sau khi nói chuyện với chúng tôi, mới biết bà là *Harvard Alumni* và về từ miền Bắc. Nhìn thấy *credentials* của nhân viên và ban giảng dạy tương lai của trường, chúng tôi nghĩ có lẽ đây là một trường sẽ đào tạo các học sinh có thể thành công theo tiếp bậc đại học hay cao hơn. Sophia được gọi đi phỏng vấn và họ đã *"quay"* con bé khá lâu. Được thư thông báo, chúng tôi nhìn nhau: *Bây giờ lấy tiền đâu cho con đi học đây?* Học phí hằng năm trên 30 ngàn đô la.

Khi chúng tôi đến lại trường để gặp vị giám khảo đã phỏng vấn và nhận Sophia. Đây là một vị Giáo Sư đứng tuổi tên Fred McGaughan (c), ông cho biết Sophia đã được chọn và đây là phỏng vấn dành cho phụ huynh. Té ra phụ huynh cũng bị phỏng vấn! Họ chọn kỹ thế à? Chúng tôi trình bầy cho ông biết là tài chánh của chúng tôi không như các vị thành lập trường nên quyết định cho con học ở đây hay trường công lập tùy thuộc nhiều yếu tố trong đó có *tiền*. Ông nhìn chúng tôi và nói sau khi phỏng vấn Sophia, ông rất muốn cho con bé học ở đây vì ông thấy khả năng của nó trên mức dự tính, nên ông có thể giúp. Ông mang ra đủ thứ giấy tờ, bảo chúng tôi điền vô. Đã từng là tay nghề điền đơn xin học bổng (*financial aids*), tôi làm lẹ như chớp. Ông đọc và nói: *"cậu viết chữ đẹp như in, tôi chưa thấy ai điền đơn lẹ như vậy"*, tôi nhìn ông, nói: *"Lúc tôi xin đi học tại Gainesville, tôi không có một đồng xu dính túi, tôi phải đi xin học bổng suốt 4 năm trời"*. Ông bảo nếu Sophia được chấp thuận, sẽ cũng cho 4 năm nhưng điều kiện phải giữ điểm học cao trong suốt các năm học. Khi Sophia được báo nhận học bổng toàn phần, chúng tôi quyết định cho con bé học ở đây thay vì trường công lập. Suốt 4 năm, trường có ban nấu ăn riêng buổi sáng, buổi trưa và *snacks* trong ngày cho học sinh, *không lấy tiền*. Mỗi học sinh khi vào trường được cung cấp *free* một cái *laptop* hiệu Apple MacBook mới tinh và họ cho biết sau khi ra trường không phải trả lại, đúng là trường *"con nhà giàu"*. Lo buổi ăn trưa ở trường cho con lúc đi học sáng sớm là mối lo của nhiều phụ huynh, chúng tôi thoải mái mấy năm trường không lo chuyện nầy. Nhiều phụ huynh Mỹ than phiền ở trường cho ăn ngon quá, về nhà tụi nhỏ *chê* các món ăn Cha Mẹ nấu buổi tối…

Trường cũng không chọn *Thủ khoa* (*valedictorian*) sau mỗi năm học của lớp 12, vì Ban giám hiệu nói rằng làm như vậy, các học sinh giỏi *không* được chọn sẽ buồn. Mỗi học sinh được một nhân viên văn phòng hay giáo sư chọn để cố vấn, hướng dẫn (*mentor*). Đây là lối làm việc của cấp đại học hay cao hơn của các trường chuyên môn họ đem ra áp dụng rất sớm cho bậc trung học.

Cuối năm lớp 10, trước khi lên lớp 11, tháng 6, 2013 chúng tôi quyết định đi thăm các trường đại học cho con, phía Đông Hoa Kỳ, nhân dịp ghé thăm anh chị Trai ở Canada và các nơi mua len cho ngành đan của Sophia. Tất cả *planning* cho chuyến đi đều được Sophia chuẩn bị trước, vợ chồng tôi chỉ là *mentors*.

Chuyến đi bắt đầu từ Florida, tối thứ tư 12 tháng 6, 2013, sau khi đi làm về, tôi ghé lấy xe mướn từ hãng Hertz gần phi trường Palm Beach, xe mới Altima có *Never Lost Navigation*, hệ thống vệ tinh (*satellite*) và *internet* nên không sợ lạc đường, trước đó Sophia đã cho hết dữ kiện lên máy tính, chỉ cần *download* là xong, cả nhà chất đồ lên xe thì cũng gần 8 giờ tối nên trực chỉ Melbourne Beach và sẽ ở lại đêm, chỉ hai tiếng lái xe đến nơi, tất cả đồ đạc vẫn để trên xe.

Sophia rất náo nức, *"exciting"* cho chuyến đi nầy nên để đồng hồ báo thức lúc 4:30 sáng. Đồng hồ là *iPad* để ngoài phòng khách nên không thể *snooze* thêm vài phút ngủ nướng, mọi người đành thức dậy, tắm rửa cho tỉnh người và lên đường. Chỉ ghé đổ xăng ở *Eau-Gallie* trên I-95 là đã gần 6 giờ sáng.

Sáng thứ năm ngày 13 tháng 6: xa lộ I-95 North vắng người, không kẹt xe, chỉ có lúc vào I-295 ở Jacksonville để *bypass* thành phố là có chút xíu chậm lại. Được tính trước sẽ ghé Santee, South Carolina ngay exit 98 để ăn trưa vì năm 2010 lúc trên đường đi D.C., tụi tôi đã ghé ở đây đổ xăng và khám phá có tiệm gà chiên Bojangles bán cơm *dirty rice* rất ngon. Đến nơi thì vừa buổi trưa, đổ xăng và mỗi người một *picnic portion dirty-rice*. Để tiết kiệm thì giờ nên ăn luôn trên xe, hành khách ăn xong đút cho tài xế vừa đỡ buồn ngủ vừa rút ngắn thời gian. Santee là khoảng nửa đường từ Florida đi DC và cũng là khoảng giữa của tiểu bang South Carolina.

Đến biên giới *South of the Border* (NC và SC) thì cũng không có gì để dừng lại, nên tiếp tục lái cho đến biên giới North Carolina và Virginia thì dừng lại ở Welcome Center cho giãn gân cốt rồi tiếp tục I-95 và *bypass* thành phố Richmond qua I-295. Đến đây thì thời tiết thay đổi, một cơn mưa và gió *crosswind* làm xe không thể đi nhanh được.

Từ Fredericksburg đến Washington là đã thấy kẹt xe, hướng South nhiều hơn North vì buổi chiều người ta đi làm về, từ Woodbridge là xe cộ đã nườm nượp, thời 1980 mà đến Springfield là đã thấy xa, bây giờ những vùng chung quanh Washington, D.C. đã bành trướng thêm nên nạn kẹt xe không thể tránh được.

Vì không tính trước sẽ lái đến DC thay vì nghỉ đêm tại SC hay NC nên không giữ phòng trước tại Northern Virginia, Sophia lên Expedia từ iPad trên xe và thấy còn phòng ở Homesuites Hilton, địa điểm ngay Fallschurch mà giá chỉ 90 đô, lúc ghé vào mới biết khách sạn mới xây, đầy đủ tiện nghi, cho ăn sáng và tối *free*, tiếc là đến nơi thì họ vừa đóng cửa phòng ăn tối, phòng ngủ rộng và sạch có tủ lạnh lớn và bếp.

Cho hết đồ đạc lên phòng bằng chiếc xe đẩy lớn, trời còn sáng vì mới 8 giờ tối mùa hè, trực chỉ khu Việt Nam *seven corners* để ăn tối, đến nơi thì một số tiệm đã đóng cửa, thấy tiệm Nem nướng Nha Trang tuy để đóng cửa nhưng còn khách, hỏi thì họ bảo OK nên vào, nem nướng ở đây không còn dọn ra cho khách cuốn như mấy năm trước mà họ cuốn sẵn, ăn cũng được, bún ốc thì tàm tạm. Mấy tiệm bán đồ ăn vặt đã đóng cửa nên đành về lại khách sạn mà thiếu món chè để ăn đêm như thường lệ.

Sáng thứ sáu 14 tháng 6: sau một giấc ngủ dài lấy lại sức, thức dậy thì khách sạn cũng vừa xong buổi ăn sáng nên cả nhà ghé khu phố Arlington Boulevard để ăn phở. Trong khu nầy có tiệm phở 75 khá đông khách và một tiệm bánh mì Việt Nam. Phở ở đây ăn được, có mùi phở, có lẽ nấu bằng đuôi bò nhưng ở đây, họ chỉ nhận tiền mặt.

Trạm dừng kế tiếp trong chương trình là nhà của ông bà Ray/ Shirley Scarboro ở thành phố Darlington, Maryland. Hai người là khách mùa đông của *Sandgate*, đã từng ở SG cả hơn 30 năm qua nhưng vì hết phòng nên họ ở trong căn nhà, ông bà rất dễ thương nên có hẹn năm trước nếu đi ngang sẽ ghé ăn cua. Darlington là một thành phố nhỏ phía bắc của Baltimore gần biên giới tiểu bang Pennsylvania có dòng sông Susquehanna chảy ra Chesapeake Bay. Ông bà mời hai vợ chồng người em và cô con gái tên *Cricket* thì xin nghỉ nửa ngày lại phụ giúp nấu ăn đón khách, cô thường hay đến SG vào mùa đông cùng cha mẹ, có người chồng tên Joe là *Valedictorian* của Navy Seal (có tên trong viện bảo tàng quốc gia của US NAVY SEAL tại *3300 N Hwy A1A, Fort Pierce, FL 34949),* đã tử nạn năm trước và tính tình rất dễ thương, cô nấu món *crab cakes* vì biết Sophia thích nhất món nầy mà chỉ ăn ở Maryland thôi.

Ông bà dẫn ra xem vườn, tất cả những đồ do ông tự chế như căn nhà vòm, mái kiếng che hồ tắm mở tự động, ngoài vườn thì *blueberry* đang sum sê trái nhưng chưa chín, ông làm lưới để ngăn chim ăn, một hàng dưa leo đang ra trái, chỉ thấy tất cả những xe cũ ông bà đã đi hư được đậu trong một góc vườn, ông nói không bán mà cũng không cho ai.

Sau khi xem vườn, ông chở đi lấy cua đã đặt sẵn từ tiệm, quanh co uốn khúc những con đường vắng, tiệm là một căn nhà nhỏ nằm trên đồng trống, những vườn bắp chung quanh, ở đây một tá (12 con) cua *medium* chỉ có 6 đô, ông bà đặt 4 tá. Khi về nhà sắp ra bàn thì chỉ có bà, cô con gái và gia đình nhà họ Hoàng, hai người em không ăn cua vì bảo rằng mất thì giờ bóc ra. Ông Ray ngại bàn tay run vì Parkinson nên không ăn. Cua thật ngon với loại gia vị đặc biệt từ Maryland.

Ông bà Ray và Shirley Scarboro ghé thăm công trình đồ án của Hòa tại Palm Beach-16 February 2008. Bà mất tháng 9, 2015 và ông mất tháng 10, 2022.

Ông bà còn cho ăn bánh và món *fruit cocktail* do ông làm, bụng thì quá no, chuyện vãn cũng đến 4 giờ chiều nên chúng tôi từ giã lên đường, Má Tươi xin cái cây nhỏ *Japanese Bloodgood* mọc dại bên nhà, bỏ vào chậu mang theo.

Từ nhà ông bà Scarboro ra đến xa lộ 95 là toàn đường nhỏ chạy dọc theo dòng sông. Vừa đến gần exit 93 trên I-95 và xa lộ 222 thì thấy có ngay tiệm cua, má nó bảo lúc về nếu tiện đường phải ghé ở đây ăn. Trực chỉ xa lộ 95 North, đến Delaware là bị đóng tiền ngay nhưng vào New Jersey Turnpike thì tệ hơn, vừa kẹt đường vừa phải đóng nhiều tiền. Lọt qua New York cũng vậy, chỉ qua cây cầu mà phải trả đến 14 đô! Đây cũng là nơi không tính trước chỗ ở lại nên Sophia lên Expedia tìm được khách sạn thuộc Marriott ngay thành phố Milford tiện cho việc xem trường ngày mai, khách sạn phòng rộng rãi thoải mái và bụng còn no nên chỉ ăn đồ vặt mang theo.

Thứ bảy 15 tháng 6: Thức dậy, khỏe người vì hôm trước không lái nhiều, khởi hành đi New Haven, thành phố nầy có ngôi trường đại học nổi tiếng Yale University tuy những vùng chung quanh đó không được tốt cho lắm. Chung quanh trường là những con đường rợp lá xanh, con đường nào cũng có người đi bộ, hầu như là người Tàu…

Yale University

Quinnipiac University

Xem xong Yale thì trực chỉ Quinnipiac University nằm trên thành phố Hamden, hướng bắc của New Haven, đây là ngôi trường mà rất nhiều người nghe tên vì nổi tiếng về những *survey* họ làm mỗi lần bầu cử, nhưng ít ai đọc đúng tên của nó. Ngôi trường nằm trên ngọn đồi, cây cỏ xanh tươi, tất cả các lối vào đều có vọng gác.

Trên con đường chính Prospect thì tình cờ thấy có ngôi trường nhỏ rất ngăn nắp tên Albertus Magnus College chuyên ngành Liberal Arts nên vào chụp hình, ngôi trường nhỏ xinh xinh với phong cảnh thật hữu tình không xa ngôi trường nổi tiếng Yale bao nhiêu.

Ngôi trường nhỏ Albertus Magnus College

Châm ngôn trên cổng trường Harvard

Thấy còn sớm nên xe trực chỉ Boston. Đến Boston thì cũng sau buổi chiều, dạo phố và đến Cambridge để thăm ngôi trường nổi tiếng Harvard, nằm trong khuôn viên trường là những *building*s xưa cổ với thư viện nằm dưới lòng đất, lối đi bộ bên trên. Hai câu châm ngôn trên cổng vào và ra gây sự chú ý của mọi người: ***Enter to grow in wisdom. Depart to serve better thy country and thy kind.***

Tạm dịch: *"Vào trường để học hỏi sự khôn ngoan. Ra trường để phục vụ tốt hơn cho đất nước và cộng đồng của bạn"*.

Đi vòng vòng và sau đó thì lái xe đi ngang trường Northeastern University, không tìm được chỗ đậu xe và Sophia không thấy trường có gì đặc biệt, bụng cũng đã đói nên trực chỉ phố Tầu. Ghé phở Hòa, nơi đây ăn cũng được và phố Tầu thì quá đông người qua lại, xô bồ, chật hẹp tuy sạch sẽ hơn phố Tầu New York. Khách sạn đây khá đắt và Sophia cũng không cảm tình mấy với Boston nên quyết định lái thẳng đến Portland, Maine. Vào ngay khách sạn kế Maine Mall là khu *shopping* lớn nhất, thả hành lý vào phòng là cả nhà đi ra phố dọc bờ biển, đây là khu phố với nhiều nhà hàng, vì đã xem Food Network chương trình TV *Dinners, Drive-in and Dives* nên Sophia đề nghị ăn tối tiệm *Becky's Diner* đã được giới thiệu trên chương trình nầy. Đây là một nhà hàng nhỏ nhưng đông khách phải chờ, dĩ nhiên đặt biệt là Lobsters và New England Clam Chowder, *order* con thứ nhì chỉ có thêm $10 nên *twin lobsters* được mọi người chiếu cố. Lobsters thì tươi ngon.

Twin Lobsters và len *(yarns) của Sophia*

Về lại khách sạn để nghỉ vì chương trình sẽ ở lại đây 3 ngày, ăn uống thảnh thơi và mấy tiệm len (*Yarns)* của Sophia không mở cửa cuối tuần. Tiệm Yarns đầu tiên ghé nằm trong một khu phố cũ xa thành phố, đến nơi thì chỉ còn hơn nửa tiếng nên Sophia được cho xem phòng chứa máy móc trên lầu. Ngày sau thì ghé một tiệm khác nằm cũng trong thành phố nhỏ. Khu *warehouse* thuộc về nhà máy làm tơ sợi đã được di chuyển về South Carolina những năm trước đó vì kinh tế. Phòng *showroom* nhỏ và không nhiều len, nhưng khi được cho một vòng *tours* thì mới thấy phía sau là nơi nhuộm màu len, dùng toàn các hóa chất thiên nhiên và họ cung cấp cho khá nhiều đại lý trong nước.

Hôm sau, ghé xem một trường đại học nằm tại Biddeford, trên một ngọn đồi, nhìn xuống Saco River rất thơ mộng, trường có tên *University of New England*, chung quanh chẳng có hàng phố chi cả, gần đó mấy thành phố thật nhỏ.

Chạy dọc theo thành phố Portland, chúng tôi thấy một công viên nhìn ra bờ sông rất đẹp, chung quanh là những viên đá mà ít thấy ở Florida, thế là đi lượm vài viên về làm kỷ niệm.

Sophia cho biết phía Bắc là thành phố Freeport, nơi đây là hãng L.L. Bean chuyên bán các đồ ngoài trời, cắm trại, câu cá hay săn bắn, mở cửa 24 tiếng mỗi ngày và không đóng cửa ngày nào, thấy trước đường có tiệm North Face người ra vào tấp nập, Sophia nói mình hãy qua đó shopping trước rồi về lại tiệm nầy không sợ bị đóng cửa. Tiệm North Face ở đây là *outlet*, và đang đầu mùa Hè nên tất cả *ski-jacket* đại hạ giá, được *mark down* rồi thêm *50% off*, thế là mỗi người *"chơi"* một áo, để dành đi Alaska! Áo ấm miền Bắc đẹp mà ít khi thấy bán tại xứ nóng như Florida, Má nó chơi màu đen, em nó mầu trắng còn ba nó chọn màu vàng, *technicolor* khỏi sợ bị lạc.

Ai mê cắm trại, câu cá hay săn bắn thì phải mê tiệm L.L. Bean, không thiếu thứ gì, lều chõng, lò nướng, súng đạn, cần câu...hay áo quần không thiếu thứ gì và có luôn tiệm café starbucks ngay trong tiệm.

Tiệm LL Bean và bến tàu, nhà hàng nổi.

Má nó muốn tìm tiệm ăn lobster thả dàn, nhưng khi tìm trên Net thì những tiệm như vậy đã không còn cho ăn thả dàn nữa, hay đã sập tiệm từ lâu, chỉ còn Lobster Shack phía Nam Portland tại Cape Elizabeth có Lobster Twin vì con thứ nhì tính thêm 10 đô. Thế là khăn gói trực chỉ hướng Nam thăm ngọn hải đăng Fort Williams. Đây là ngọn hải đăng thuộc một đồn lính cũ nay trở thành nơi thăm viếng của du khách không lấy tiền, chỉ có tiệm *gift shop* nhỏ do những người tình nguyện nên phải vào mua vài món ủng hộ cho việc cho vào cửa không lấy tiền *(free)* của họ.

Fort Williams và món quà mua kỷ niệm ủng hộ.

Ngọn Hải đăng

Rời Ft. Williams với những tấm hình chụp thơ mộng, chúng tôi leo núi bằng xe đến Lobster Shack, tiệm ăn thật đông nằm trên ngọn núi, hơn một nửa là ngoài trời, ngay kế nơi tính tiền là một hồ nước chứa lobsters, khách sắp hàng dài ra khỏi cửa và tiệm chỉ mở cửa vào mùa Hè.

Sáng thứ hai 17 tháng 6, trước khi rời Maine, Sophia muốn ghé tiệm Yarns mà họ không mở cửa vào cuối tuần, bà chủ là người có căn nhà ở một hòn đảo Peaks, phải đi *ferry* vào tiệm và đi bộ đến tiệm mỗi ngày, tiệm có những len đặc biệt Sophia không thể bỏ qua.

Khoảng 11 giờ sáng thì chúng tôi rời Portland, ghé ngang qua khu *downtown* và ăn trưa, tiệm Thái đồ ăn thì được nhưng cách phục vụ thì không chấp nhận được, có lẽ họ kỳ thị dân Á đông hay sao đó vì thấy mấy người Mỹ vào thì săn đón ghê lắm. Từ Maine, con đường theo dốc núi qua White Mountains thật đẹp, dòng suối với nhiều viên đá cuội thật lớn chạy theo con đường, phong cảnh thật khó chê. Chúng tôi dừng ở biên giới tiểu bang Vermont, đây cũng toàn đồi núi, hai bên đường là những vách núi đã được xẻ ra.

Vách núi được xẻ ra làm xa lộ - Vermont

Theo xa lộ 91 North mà đường vắng tanh, trước mặt sau lưng không xe nào cả, chúng tôi dừng ngay biên giới Canada, chỉ mất 30 giây xem thẻ thông hành, chúng tôi vào địa phận tỉnh Quebec, trực chỉ Montreal mà người Việt hay kêu là *Mộng-Lệ-An*, chưa đến thành phố mà xe cộ đã kẹt, Má nó nhìn bảng đường chỉ thấy toàn tiếng Tây nên chẳng biết đâu vào đâu, máy chỉ đường thật thông minh, qua biên giới là đổi ngay thành *metric*, tính cây số (km) tuy con số cao nhưng lại thấy nhanh hơn *miles*, xe ở Canada cho chạy đúng 100kmh và phạt rất nặng nếu chạy quá tốc độ nên hình như xe có bảng số Quebec thì thấy chạy chậm, thỉnh thoảng một vài chiếc xe qua mặt thì nhìn ra đúng là bảng số Mỹ. Đến khách sạn nằm ngay khu *downtown*, chỗ đậu xe ở đây mất 20 đô mỗi ngày, chúng tôi cho hết đồ lên phòng là đi tìm nhà hàng Việt, có mấy cái gần nhất có thể đi bộ, mà phần nhiều là tiệm phở, mà tiệm phở ở đây chắc phải làm ăn khá lắm nên thấy bà chủ thì hột xoàn long lanh, ông chủ thì vàng đầy ngực, còn nếu họ là nhân viên của quán thì chắc ông bà chủ phải ở lâu đài đâu đó.

Trở lại Montréal sau hơn 30 năm, thành phố đã thay đổi nhiều, hai bên hè phố người đi bộ dọc đầy, thành phố trông cũ kỹ và dơ, đậu xe là cả một vấn đề.

Sáng thứ ba 18 tháng 6, buổi sáng đi ăn phở gần khách sạn, gần tiệm đêm hôm trước rồi ghé tiệm Yarns ở Downtown sau khi ghé mua *bagel* theo *Canadian styles* cho Sophia. Tiệm không có Washroom phải đi nhờ kế gần bên, sau đó ghé thăm Mt. Royal Park và nhà thờ nổi tiếng St. Joseph's Oratory.

Hướng West theo xa lộ 401 chúng tôi trực chỉ Toronto (Tổ Rồng To), ra khỏi Montreal, đường sá vắng hơn nhưng nhiều xe *truck* chở đồ. Cảnh sát hai bên đường chờ phạt những kẻ lái xe quá tốc lực. Cứ tà tà 100kmh chúng tôi đến Toronto khoảng hơn 4 giờ chiều, xe cộ kẹt nên đành đổi chương trình đến thẳng khách sạn rồi phải gọi anh chị Trai [42] nhờ đến đón đi ăn ở khách sạn thay vì đến thẳng nhà anh chị như đã hẹn. Anh chị đến đón khoảng 7 giờ và trực chỉ phố Tầu.

---

[42] *Anh Trai là bạn Hướng Đạo của anh tôi tại Huế, cùng đi học bổng USAID năm 1968, qua California. Ra trường, anh về lại Việt Nam, cưới vợ và kẹt lại. Anh chị định cư tại Toronto, Canada và có hai con trai, nay đã về hưu. Cái bằng Đại Học của anh rất đặc biệt, được ký bởi Thống Đốc California mà sau nầy là Tổng Thống Hoa Kỳ nổi tiếng thứ 40, Ronald Reagan, hai nhiệm kỳ (1980-1989).*

Hai tòa nhà nối nhau bằng cây cầu. Canadian National Tower
Toronto, Canada

Đúng là số sướng nên đến nơi có thổ địa là nhất. Anh Trai lái xe ghé phố Tầu vì nghe Sophia thích măng cụt, ở đây trái cây tươi qua từ VN, măng cụt giá CAD$5.99 trong lúc ở Mỹ giá US$8.99, còn thanh long thì 2 trái 1 đô, thế là Má nó mua măng cụt và *bon bon*. Anh chị dẫn đến một nhà hàng Tầu mà đồ ăn thật ngon, nấu vừa miệng, tôm hùm thì làm theo kiểu Á đông chứ không như ở Maine chỉ luộc lên chấm với bơ, tầu hủ chiên dòn và cải làn xào nấm, còn món cơm chiên thì họ làm ngon, màu trắng chứ không vàng đen vì bỏ nhiều xì dầu như những tiệm Tầu hay làm. Ăn tối xong, anh chị cho về nhà xem Thúy Nga 108 và ăn trái cây, bánh ngọt, nhà ở trong khu yên tĩnh, nhìn kiến trúc bên ngoài giống như một lâu đài nhỏ, *basement* thì đã làm xong có bếp, có *entertainment center* như một chung cư riêng. Nhà không con nít nên rất ngăn nắp và trang trí thanh nhã.

Anh chở về khách sạn thì cũng đã quá nửa đêm. Lên giường làm một giấc đến sáng.

Phố Tầu Toronto

Sáng thứ tư 19 tháng 6: Cho đồ lên xe và trực chỉ phố Tầu để mua thêm trái cây, xem CN Tower và khu phố downtown trước khi lên đường trực chỉ Niagara Falls. Đường từ Toronto về Niagara Falls không xa chừng hai tiếng lái xe nên đến khách sạn Sheraton thì khỏang 3 giờ chiều, trời nắng ấm thật tốt, vào khách sạn ăn uống những thứ Má nó đã mua ở phố Tầu là chuẩn bị máy hình đi bộ xem thác nước. Từ khách sạn có thể nhìn thấy thác nước, đây là một khách sạn chung với Hilton có lối đi băng ngang đường qua Casino và shopping, du khách đến đây để xem thác nước và có lẽ đỏ đen cờ bạc.

Hai thác nước nhìn từ phía Canada đẹp hơn từ Mỹ, du khách đi dọc hai bên bờ, dòng nước đổ mạn xuống dòng sông và bắn lên những hạt nước phản chiếu qua ánh mặt trời long lanh như những hạt kim cương.

Hai cha con

Trời trong xanh không một đám mây, cảnh vật đẹp như một bức tranh thủy mạc. Đi tới đi lui, chụp hình chán chúng tôi vào *gift shop*, ở đây có bán những vật lưu niệm cho du khách mua về tặng hay làm kỷ niệm. Về lại khách sạn là con dốc cao nhưng lối đi dành cho khách bộ hành khá rộng nên mọi người cứ tà tà leo dốc. Đến khách sạn còn sớm và Sophia không muốn đi tiếp, hai vợ chồng tôi đi xem Casino. Casino ở đối diện đường, bên ngoài là shopping mọi người có thể vào, bên trong chỉ dành cho ai trên 19 tuổi, những bàn dành cho khách thường và khách VIP thì có phòng riêng. Đằng sau cùng là nhà hàng Grand Buffet, mỗi phần ăn 20 đôCAD, tiền Mỹ thì trả thêm 45 xu. Họ giới hạn ăn trong vòng 1 tiếng và mở cửa đến 5 giờ sáng. Thấy không có gì đặc biệt, mấy hệ thống máy nằm trong ánh đèn mờ chỉ làm thêm chóng mặt, đứng nhìn thì thấy không cách nào thắng được nhà cái, chỉ có nước *"cúng"* mà thôi nên có lẽ vợ chồng tôi là hai người duy nhất đi vào, đi ra mà không mất đồng nào. Lúc đứng sắp hàng trả tiền ăn, có cặp vợ chồng đứng tuổi giới thiệu cái nhà hàng, họ đến đó thường xuyên, lúc biết chúng tôi đến từ Florida họ nói họ thường hay về nghĩ mát với gia đình người bạn ở Cocoa Beach. Tôi hỏi có phải *Xanadu* không thì họ nói đúng rồi, lầu 10 ngay góc nhìn ra biển. Căn condo của anh tôi cũng ở đây tầng 10.

Trở về khách sạn, tôi làm một giấc đến sáng, sau đó mang hành lý ra xe trực chỉ Hoa kỳ. Máy định vị GPS chỉ đi qua cây cầu Rainbow, cuối chân cầu là quan thuế Mỹ và họ xét giấy tờ thông hành, người nhân viên mặt mày nghiêm nghị so hình chúng tôi trên *passport* rồi cho đi. Tất cả xe đi qua đều được chụp hình và máy quay phim thì đủ mọi nơi. Đường xa lộ thênh thang, tiểu bang New York là nơi phải trả tiền *tolls* khá nhiều, chạy theo xa lộ 90, rồi tiếp 81 cho đến Harrisburg thuộc Pennsylvania thì đổi qua 83 South cho đến tiểu bang Maryland. Vì ước tính thời gian đến sẽ tối nên chúng tôi đổi chương trình đến thẳng khách sạn Residence Inn rồi đi ăn tiệm Việt Nam thay vì ăn cua như đã tính trước. Chương trình còn lại ở đây 3 ngày nên thong thả.

Thứ bảy 22 tháng sáu: Theo chương trình của Sophia, chúng tôi sẽ đi thăm Library of Congress và Botanical Garden, Sophia tính đi Metro nhưng tôi bảo phải đi bộ xa lắm và là cuối tuần nên có lẽ lái xe tiện hơn. Đúng như vậy, DC vào cuối tuần không đông và kẹt xe như ngày thường và chỗ đậu xe gần Capitol Hill không bị cấm như thường ngày.

Quốc Hội Hoa Kỳ,
bây giờ thì khó đến gần như lúc xưa.

Đến chiều, chúng tôi lái xe thẳng đến tiệm cua Bethesda. Mấy năm trước đã ăn và mua gia vị ở đây, kế bên là tiệm bán gia vị đồ ăn Tây ban nha (Spain) nên Má nó mua một lần những 10 gói. Má nó mê cây *purple myrtle* (Japanese myrtle) nên nhất định phải ghé *nursery* mua một cây mang về. Chỉ có một cây có thể còn chỗ trong xe vì chiếc xe đã đầy nhóc những đồ vì vậy phải gởi lại nhờ họ săn sóc đến ngày về mới ghé lấy.

Cây kiểng và mấy hòn đá kỷ niệm của chuyến hành trình miền Bắc Mỹ

Khởi hành về lại nhà sau khi đã làm tô phở bự tại phở 75 và mua hàng quà ăn vặt dọc đường, không quên ghé lấy cây *myrtle*, chúng tôi rời DC lúc hơn 10 giờ sáng, chỉ bị kẹt xe gần Woodbridge, ghé ăn Dirty Rice và đổ xăng tại Santee, và vì khởi hành trễ hơn lúc đi, nên đến Sandgate gần nửa đêm, khỏi lấy hành lý chúng tôi làm một giấc đến gần trưa hôm sau và tiếp tục về đến Palm Beach khoảng 5 giờ chiều.

Hành lý, cây cối, đá được khuân ra và trả xe lúc 6 giờ chiều, số miles đã đi là *4,214 dặm (miles)* tương đương với 6,782 cây số (*km*) và trong xe không còn chỗ trống. Một chuyến đi đầy thích thú và kỷ niệm.

MẠ TÔI
My Mother... 1920-2019

"Lòng Mẹ bao la như biển Thái Bình dạt dào..."
"Mẹ già như chuối ba hương...như xôi nếp mật, như đường mía lau..."

Lúc đầu, tôi dự định viết về Mẹ tôi bằng tiếng Anh, nhưng suy nghĩ lại, sẽ không viết hết được những gì mình nghĩ với số vốn tiếng Anh nghèo nàn, nên đành phải dùng tiếng mẹ đẻ để diễn tả về người Mẹ, người mà tôi nghĩ có lẽ cũng giống như hàng ngàn bà mẹ Việt nam khác, thương yêu và hy sinh cho con mình, chỉ khác là một số người Huế chúng tôi gọi mẹ bằng Mạ.

Cũng chữ Mạ nầy mà lúc tôi đến Mỹ đi học khóa Anh văn đầu tiên với giáo sư Carnell, tôi đã dùng để diễn tả tiếng Việt phong phú với các dấu cho bà giáo sư Anh văn đầu tiên của tôi tại Santa Fe Community College, Gainesville, lúc bắt đầu học, cái khó là diễn tả những gì mình muốn nói, càng cố gắng đàm thoại nhiều thì mau giỏi về nghe và hiểu, thế nên khi bà hỏi về tiếng Việt, bà giáo sư tiếng Anh vừa muốn biết các câu chuyện của các sinh viên tị nạn người Việt, vừa để họ học tiếng Anh bằng cách diễn tả về ngôn ngữ của họ và các câu chuyện thật là một cách học ngôn ngữ mới rất thực tế nên tôi đã huyên thuyên kể về cái dấu của tiếng Việt mà chỉ sai một ly là đi một dặm, chỉ một chữ Mạ mà nếu cái dấu để sai thì có đến 6 nghĩa khác nhau chứ không như Mom hay Mother trong tiếng Anh.

1920-1945: Mạ tôi sinh ra và lớn lên, lập gia đình trong thời loạn ly, gia đình Mạ và thầy tôi (chúng tôi gọi cha bằng thầy), đã được hai gia đình sắp đặt hôn nhân cho cả hai người dù chưa hề biết mặt nhau, khi làm đám cưới, chú rể đang còn bận hành quân xa, sau thế chiến đệ nhất, rồi kinh tế thế giới khủng hoảng, người Pháp vẫn còn đô hộ Việt Nam nhưng đáng nói nhất vẫn là thế chiến đệ nhị, giai đoạn 1939-1945 cả thế giới trong cơn sốt chiến tranh, ngay tại Việt nam, không biết bao kẻ vô tội đã chết oan uổng, quân phát xít Nhật chỉ chiếm Việt Nam một thời gian ngắn, đã giết những kẻ thân Pháp, lúc thực dân Pháp chiếm lại, đã giết những người cho là theo phe Nhật, nạn đói năm Ất dậu, cũng là năm Mạ tôi sanh chị tôi, vừa phải lo cho cả gia đình, Thầy tôi phải lo trốn tránh vừa Việt minh, vừa Pháp, vừa Nhật, Mạ tôi phải cho cả nhà về thành phố, nhưng lúc bà di tản, cũng không phải dễ dàng, bao nhiêu trạm xét, canh chừng, ngay cả những người thân tộc họ hàng cũng không dám tin, Mạ tôi kể năm đó người ta chết nằm đầy đường, chưa kịp chôn, có người đói quá đang bị bệnh thương hàn, phải ăn cả củ chuối hay cám (loại bột khi xay gạo còn lại, thường chỉ để cho heo ăn) mà không chết, nạn đói năm Ất dậu đã để lại trong lòng Mạ tôi và người dân xứ Huế thời đó những ấn tượng kinh hoàng.

Mạ tôi, các con còn nhỏ dại chưa giúp được gì, chồng thì phần nhiều đi công tác xa, một mình bà đã can đảm hoàn tất mọi công việc, kể cả phải ứng phó một cách uyển chuyển đối với anh chị em bên chồng, một mặt lo cho các con đầy đủ, mặt khác không thể cho mọi người thấy mình đủ ăn, vì họ có thể giết cả mình, dù tôi chưa sanh ra lúc đó, chỉ nghe người kể cũng phải rùng mình, chiến tranh tàn khốc, nhưng khi mà bên ngoài, mọi phía đều là kẻ thù của mình, hẳn không dễ đối diện với cái thực tế đầy phủ phàng đó, ban ngày bọn Tây kiểm soát, bắt dân làng đi lấp những hầm hố đã bị Việt minh bắt làm đêm trước, lúc đó Mạ tôi đang mang thai ba tháng anh tôi, vẫn phải đi đào hầm hố hay phá đường sắt cho đến khi máy bay Pháp thả bom, mỗi người lo chạy tránh đạn, mạnh ai nấy sống, chưa kể bọn VM còn lừa, bảo dân đưa tiền và vàng cho chúng xài để đánh Pháp, rồi bạc giấy cụ Hồ, mà thật sự chỉ là mảnh giấy lộn, nhiều gia đình tài sản tan nát qua giai đoạn nầy, cuộc sống vật chất có lẽ dễ dàng qua được, nhưng sống với nỗi lo sợ kinh hoàng về tinh thần nầy, dễ mấy ai qua được, hết giai đoạn Pháp Nhật, tình trạng hơi sáng sủa chút xíu thì Thầy tôi trong những lúc đi công tác xa, có "*vợ bé*", Mạ tôi nhẫn nhục chịu đựng cho đến một ngày, Thầy tôi hy sinh lúc dẫn quân qua nơi mà sau nầy có địa danh "đại lộ kinh hoàng", ông mất đi lúc gia đình tôi đang phục hồi về vấn đề vật chất, ông mang theo cả tiền tài, vật chất Mạ tôi dành dụm được, lúc đó tôi chưa đầy 1 tuổi và Mạ tôi góa phụ lúc tuổi chưa quá 32, ông chỉ để lại cho vợ và bốn đứa con thơ, ba trai một gái cái mảnh bằng "Bảo Quốc Huân Chương". Lúc chiếm thành phố Huế tháng ba năm 1975, bọn VC đã chà dưới đất và xé nát khi vào nhà Mạ tôi, kể cả tấm hình của người mặc quân phục uy nghi trên bàn thờ cũng bị bọn chúng xé nát để trả thù.

24 tháng 2 năm 1954: Thầy tôi mất chỉ mấy tháng trước hiệp định Geneve chia đôi đất nước (20 tháng 7 năm 1954), cũng may vĩ tuyến 17 chỉ cách thành phố mấy chục cây số về phía Bắc, nếu không chắc Mạ lại dẫn chúng tôi khăn gói di cư vào Nam, những ngày tháng được chút thoải mái không bao lâu, Mạ tôi lại đau đớn mất đi người chồng, rồi đau buồn chia đôi đất nước, sau đó không lâu, ông nội tôi mất... các biến cố dồn dập lên thân xác nhỏ bé đầy chịu đựng của Mạ tôi, người không đủ khả năng gồng gánh hết mọi tài chánh trong nhà nên bán căn nhà đang ở trong thành nội để dọn về căn nhà hương hỏa bên chồng, tại An Cựu, kế bên căn nhà của gia đình chị Nhã ca. Để các con có cơ hội sống như thời còn cha, Mạ tôi đi may một tiệm may ở tận bến xe Nguyễn Hoàng đi An lỗ, Sịa, cũng chỉ đủ sống, mạ tôi đến mùa ngũ cốc, bà mua đậu, gạo hay các thứ khác từ làng tôi, rồi bán lại trong các mùa khác, số tiền đó cộng với số tiền hưu của chính phủ trả lúc thầy tôi mất tạm cho chúng tôi một cuộc sống khá đầy đủ, điều Mạ tôi lo sợ nhất là thiếu cha, đám trẻ có thể hư hỏng dễ dàng nên bà luôn chú ý đến các bạn bè của con mình, đứa nào đến nhà đàng hoàng mới cho liên lạc, ngoài ra bà cho chúng tôi vào Hướng đạo. Cuộc đời HĐ cũng đã giúp Mạ tôi không ít trong công việc giáo dục chúng tôi, nên Mạ tôi có thì giờ để lo việc sinh kế trong nhà, cho đến một hôm đang may, bà ngã bệnh đến độ thổ huyết, anh chị em chúng tôi, trừ tôi còn nhỏ, nhờ cuộc đời HĐ nên tự lo lấy, tuy nhiên sau khi lành bệnh Mạ tôi nghĩ việc, sống nhờ phụ cấp dưỡng quả phụ, quốc gia nghĩa tử, những việc bà làm thêm nên cũng tạm đủ sống, điều mà bà mong ước là chúng tôi sẽ thành tài, ít ra cũng phải xong trung hay đại học.

Đảo chánh 1963: Chiến tranh ngày càng leo thang, thêm vào đó căng thẳng giữa chính quyền và Phật giáo đã làm thành phố Huế sôi bỏng, anh tôi đang học tại Đại học Huế mà các vụ bắt bớ sinh viên biểu tình càng làm Mạ tôi lo sợ, rồi đảo chánh tháng 11-1963, chiến cuộc leo thang, sinh viên học sinh ở Huế cứ hết xuống đường, biểu tình lại bãi khóa đình công. Tôi biết Mạ tôi lo sợ cho tương lai các con nếu tình trạng nầy cứ kéo dài mãi.

1968 Mậu Thân: Cuối năm Đinh Mùi, ngày thứ hai 30 tết, gia đình chúng tôi đầy đủ, trước đó anh cả tôi vừa từ Mỹ về, biệt phái tại căn cứ không quân Đà nẵng ra Huế ăn Tết, anh kế tôi về từ Sài Gòn, chị tôi cũng về từ Quảng Ngãi, nơi chị đang dạy học, đây là buổi họp mặt vui vẻ nhất của gia đình, sau khi ăn Tết, anh kế tôi sẽ vào Sài Gòn đi du học, anh cả sẽ về làm tại Đà nẵng, chị tôi cũng sẽ dạy tại Quảng Ngãi trước khi xin về gần nhà, còn tôi tiếp tục xong trung học sẽ vào Sài Gòn, Tôi thấy Mạ tôi vui lắm, Mạ tôi làm các món ăn ngon, cả mấy ngày trước chúng tôi rủ nhau đi chợ Tết, cúng ông Táo thật vui, tôi chưa từng thấy cả nhà vui và đầy đủ như vậy, cúng ông bà buổi chiều xong, cả nhà rủ nhau đánh bài, có cả ông anh bà cô tôi, chờ giờ cúng giao thừa...

Tiếng súng đến mà tôi tưởng như tiếng pháo chúc mừng nhà nhà sum họp, khi mọi người nhận ra tiếng súng lần nầy không như tiếng pháo, mà là tiếng kêu của đau thương, chia lìa, đổ nát...mọi người sợ sệt nhìn nhau, cùng xuống dưới hầm ẩn nấp, không biết thành phố Huế đã đổi chủ, người chủ mới là một hung thần, ác quỷ ăn thịt đồng loại, sáng hôm sau, khi ra đường và kiểm chứng lại là thành phố đã lọt vào tay CS, với kinh nghiệm sống của Mạ tôi qua 1945, 1954, 1963 đã cứu sống chúng tôi. Những ngày tại đây là những ngày hoảng hốt sống trong lo sợ, Mạ tôi con cái đầy đủ nhưng mối lo lại càng nhiều, chỉ có được một chiếc chiếu cho cả gia đình, chúng tôi ở lại đây cho đến một hôm, khoảng sau buổi trưa có tiếng người chạy thật nhanh qua các hành lang, vừa la thật to: *"chúng nó (VC) đến, chạy đi"*, chỉ chưa đầy năm phút, họ lùa hết chúng tôi ra ngoài công viên đệ tử viện, nam nữ đi thành hai hàng khác nhau, nhìn quanh, Mạ tôi nắm chặt tay tôi, tuy 13 nhưng thân hình còn nhỏ và chị tôi đi bên cạnh, các anh tôi đã không biết đi đâu, sau nầy tôi mới biết một anh qua nhà in Sao Mai bên cạnh trốn, một anh chạy về nhà, tất cả những người ra trình diện, kể cả thượng nghị sĩ Trần Điền, một trưởng HĐ, đã hiên ngang xưng danh tánh thật của mình, để rồi bị chúng mang đi và chôn sống, lúc chạy qua nơi chiếc xe Suzuki mầu đen anh tôi mượn dựng bên tường, nó đã bị một quả mọt-chê rớt ngay trên yên xe cháy nát, Mạ tôi nói *"của đi thay người"*, thấy ở đây không yên, chúng tôi chạy ra lánh nạn tại trường Kiểu Mẫu vào những ngày sau đó.

Anh tôi lẽ ra phải về lại Sài Gòn khoảng mồng 7 tết để du học, nhưng gần đến cuối tháng mới về lại được Sài Gòn, cũng may chính phủ đình hoãn chuyến đi vì đợt tổng công kích. Riêng tôi, sau khi trường nhập học lại, phải mất thời gian để sửa sang, quét dọn phòng ốc đã làm nơi tị nạn cho dân chúng, nhưng ấn tượng mà tôi không bao giờ quên là ngày ngày, các học sinh được xếp hàng để đưa tiễn những nạn nhân vô tội vừa mới tìm thấy xác tại các hầm chôn tập thể, không mấy ai có được giấy tờ để gia đình nhận dạng, các học sinh, nam quần xanh áo trắng, gái áo dài trắng đứng dọc hai bên đường Lê Lợi, rồi cùng nhau đi bộ theo cái đám tang tập thể đến nơi an nghĩ cuối cùng, trong đó có các bạn tôi, thầy dạy học của chúng tôi và cả trưởng HĐ của chúng tôi...

1971-1972: Năm của chiến dịch *Lam sơn 719 Hạ Lào* và cũng năm của *"Đại lộ kinh hoàng"*. Tôi đỗ Tú tài phần thứ nhất năm 1971, đây cũng là giai đoạn các bạn học cùng lớp với tôi chia tay lên đường nhập ngũ vì chính phủ bớt đi một tuổi, phần thi rớt, phần đi lính, lớp đệ nhất của tôi chỉ còn vài đứa bạn quen, phần khác là học trò chuyển vào từ trường Nguyễn Hoàng, Quảng trị vì vùng giới tuyến lúc đó không còn an toàn như trước, trường học đã phần nhiều bị dân tị nạn chiếm cứ làm nơi tản cư.

Một ngày, lúc Mạ tôi ở sân sau, tôi đang đứng chơi ở sân trước thì bỗng thấy hai người sĩ quan không quân lạ, mặc đồ bay vì tôi chưa từng gặp, đồng phục chỉnh tề, đi vào nhà, hỏi tôi "*có Mẹ* ở nhà không em", linh tính không lành, tôi chạy vội ra nhà sau kêu *Mạ ơi Mạ ơi*...Lúc Mạ tôi đi vào nhà, hai sĩ quan đang ngồi trên bộ ghế trường kỷ đứng dậy chào, tôi thấy mặt Mạ tôi tái xanh, người lên tiếng trước: *"Nó chết hồi nào?"* bà đoán trước lúc đến nhà với quân phục chỉnh tề hẳn phải báo tin buồn, viên sĩ quan trả lời: *"Dạ thưa Bác, tụi con được lệnh lấy trực thăng ra đón Bác vào Đà nẵng, vì máy bay của Đại úy Châu bị bắn rớt và bị thương nặng từ Hạ Lào, đang nằm tại bệnh viện trên chiến hạm Hoa kỳ".* Tôi thấy Mạ tôi thở ra một tiếng nhẹ, nói nhỏ chỉ đủ mình nghe: *"như vậy là nó chưa chết"*, rồi người vào lấy quần áo, thắp hương trên bàn thờ, đi theo hai người sĩ quan sau khi dặn tôi ở nhà trông nom. Sau nầy anh kể lại, lúc chiếc trực thăng anh bị phòng không bắn, nổ từ trên cánh quạt tỏa xuống như pháo bông thì nó cũng bị tắt máy. Từ trên đồi cao, anh cho rơi xuống theo thế "*auto-rotation*" vì cánh quạt vẫn còn quay, nhưng rơi đến chân núi thì hên, máy nổ trở lại, và anh mang được về hậu cứ ở Khe sanh, anh ngất xỉu vì mất quá nhiều máu, không biết lúc đó Tướng nhảy dù Lê quang Lưỡng đến mang lon, đặc cách mặt trận cho anh lên chức. Không quân Mỹ đưa anh về bệnh viện Hải quân Hoa kỳ neo tại cảng Đà nẵng để cứu chữa vì có quá nhiều mảnh đạn trong người, trên mặt và hai chân họ không thể lấy hết ra được.

Mạ tôi chắc sau chuyện nầy, anh sẽ *"về hưu"*, làm văn phòng, không còn bay bổng vì bị thương nặng, nhưng anh tôi sau khi hồi phục, lại tiếp tục con đường đã vạch của anh, về lại phi đoàn mà hơn hết phân nửa đã hy sinh, nét nhăn và âu lo trên khuôn mặt Mạ tôi đã thấy trở lại...

1973-1974: Chiến cuộc tại miền trung ngày càng tăng, dù hiệp định Ba lê 1973 cho ngưng bắn để Mỹ rút về, nhưng một bên vẫn vi phạm, sau khi xong đệ nhất, tôi phải vào ở với anh tôi trong phi trường để học thi, mỗi buổi tối, khi tiếng còi hụ báo động pháo kích, các máy bay oanh tạc cất cánh, mấy lần đầu tôi còn *"chun"* xuống giường, sau quen dần cứ ngủ tỉnh bơ, đến đâu hay đó. Sau kỳ thi nầy, tôi khăn gói vào Sài Gòn tiếp tục đại học.

Thấy gánh nặng cho Mạ tôi, vì một sinh viên nghèo từ miền Trung vào Sài Gòn, phải cần nhiều chi phí, sách học của tôi lúc đó khá cao, dù ngày nào cũng đi thư viện, nhưng không có các loại của thầy cô soạn và bán ra, phải mua. Anh kế tôi đang du học, mỗi tháng chu cấp cho tôi 50 Mỹ kim qua ngân hàng Manhattan, đây là một ngân quỹ khá lớn cho một sinh viên, tiền học bổng anh tôi chỉ có 200 đô la mỗi tháng, anh bớt một phần tư nuôi thằng em, nên tôi không dám phung phí. Cuối mùa thi đầu ở Luật khoa, Mạ tôi vào Sài Gòn thăm tôi, ở tạm nhà bà chị kêu bà bằng cô ruột, lúc vừa xem bảng thi về tôi chỉ nói với bà vỏn vẹn ba chữ: *"Con đậu rồi",* tôi thấy bà thở phào một hơi nhẹ nhõm, nhưng tôi biết trong lòng bà vui lắm.

1975: Chiến cuộc không suy giảm sau khi người Mỹ "Việt Nam hóa", rút các GI của mình về nước, tuy đang ở tại Sài Gòn, tôi vẫn thấy nồng độ của chiến tranh ngày càng tăng, bạn bè tôi, có đứa đã hy sinh, có đứa đang ở quân trường, đứa nào may mắn còn đi học như tôi thì phải cố gắng, không ai muốn vì thi rớt phải khăn gói nhập ngũ.

Tháng 3/1975: Tôi còn nhớ lần đầu tiên các bạn tôi ở Luật khoa tổ chức sinh nhật cho tôi, sau đó là những chuỗi ngày tôi không bao giờ quên. Mạ và chị tôi khăn gói vào Đà nẵng lúc Huế thất thủ, một người bạn của anh tôi đã đưa được Mạ và chị tôi vào Đà nẵng an toàn, cậu ruột tôi lúc di tản bằng đường biển, tàu đắm chỉ mình cậu tôi sống sót nhờ cái bao nylon, ngày cuối lúc Đà nẵng sắp lọt vào tay CS, anh T. bạn của gia đình tôi đang ở Đà nẵng đưa chị và Mạ tôi vào Sài Gòn, anh ấy người miền Nam, không bà con họ hàng nhưng tình cờ theo người bạn ra miền Trung chơi, đã đón và theo lời dặn của cậu tôi, dấu chuyện của gia đình cậu tôi, nếu không Mạ tôi sẽ từ chối theo vào Sài Gòn, chỉ sáng hôm sau Đà nẵng lọt vào tay CS.

Tôi vẫn tiếp tục khăn gói đi học, cho đến một ngày kia, đang ở trong lớp học, chúng tôi chun xuống gầm bàn sau mấy tiếng nổ từ dinh Tổng thống, bom từ chiếc phi cơ A-37 rơi không xa trường tôi học, giáo sư Mẫu đang giảng bài cho phép sinh viên ra về, tôi chỉ kịp từ giã các bạn, phóng xe về ngay nơi Mạ tôi đang ở tạm, anh tôi lúc đó trong ngày nghĩ cũng vừa về đến, chúng tôi khăn gói vào ngay phi trường Tân Sơn Nhứt, nếu không nhờ thằng bạn tôi đang làm an ninh tại cổng Phi Long, thì anh tôi không thể dẫn chúng tôi vào được. Ở tạm cư xá thằng bạn tôi, chúng tôi biết đây có thể là nơi an toàn nhất, nhưng cũng có thể là nơi sẽ nhận nhiều đạn pháo kích nhất, ám ảnh của Tết Mậu thân còn đó, Mậu thân chỉ xảy ra trong một thành phố nhỏ với một giai đoạn ngắn đã thê thảm như vậy, bây giờ mất cả miền nam, chắc chắn sẽ là địa ngục trần gian, kinh nghiệm của Mạ tôi qua những thời kỳ nầy nên bà nói với anh tôi: *"Mạ và Gái* là đàn bà con gái, nhưng con và em phải tìm cách rời khỏi nơi nầy bằng bất cứ cách nào", bà biết nếu bịn rịn, và phải lo cho cả gia đình, anh và tôi sẽ kẹt lại, càng nguy hiểm hơn.

Tối 28 tháng 4, chúng tôi nằm trong *bunker* nghe đạn pháo kích, biết đây là thời điểm sắp đổi chủ, một giai đoạn nguy hiểm nhất trong chiến tranh, các máy bay oanh tạc cất cánh trong đêm, nhưng anh tôi bảo không thấy máy bay đáp, như vậy không lẽ bị bắn rơi hết? giả thuyết khác là máy bay đã đi nơi khác tránh đạn, sau nầy tôi mới biết đó là căn cứ không quân U-Tapao, Thái Lan. Trời vừa tờ mờ sáng, đạn pháo kích cũng vừa ngưng, tôi và anh tôi lấy xe gắn máy, đưa một người bạn của anh ra cổng, anh nầy đêm trước vào xem tình hình vì chị vợ của anh vừa mới sanh mấy ngày, thấy tình hình căng thẳng nên nhờ chở ra cổng để về, chưa đến cổng, chúng tôi đã thấy viên sĩ quan an ninh đưa súng bắn chỉ thiên, bảo chúng tôi không được ra cổng lúc nầy, tôi ngồi giữa, người bạn ngồi sau, anh tôi quay xe trở lại, và trực chỉ phi đạo, sau một hồi tìm kiếm không thấy phi cơ nào còn xăng, chúng tôi chạy qua hãng Air America, các máy bay trắng xanh đậu ngăn nắp, chiếc nào cũng đầy xăng, anh tôi hỏi một trung tá người Mỹ đang đứng gần đó: *"Tôi có thể dùng phi cơ của ông"? (May we have your helicopter?),* tôi còn nhớ ông ta trả lời bằng tiếng Anh: *"Help yourself!"* Anh tôi và anh Thanh xem xét phi cơ, lên ngồi hai ghế trước, tôi ngồi sau, mang *headset*, những lần đi trực thăng đã biết người ngồi sau phải làm cái gì, tôi nhìn ra chung quanh, la lên: *"clear!",* mở máy (nên biết trực thăng thì phải quay máy bằng *battery* trước, sau đó thì máy có đà, nổ lên) thì nghe anh tôi nói: *"T. à, mình lấy máy bay nầy, tuy là có sự cho phép, nhưng phe nào cũng có thể bắn được, vì CIA dùng Air America làm phương tiện vận chuyển".* Chúng tôi quyết định leo xuống, tiếp tục đi qua bãi đậu của trực thăng thì thấy một chiếc Chinook CH-47 lố nhố những người, viên phi công là bạn của anh tôi cho biết máy bay không đủ xăng. Biết không thể lấy được máy bay còn xăng, mục đích có thể đón Mạ và chị tôi, ba người chúng tôi qua bãi đậu C-130, nhảy ngay lên một chiếc đang nổ máy, cất cánh ngay trên "taxiway", phi đạo chính đã hư vì đạn pháo kích. Lúc phi cơ ra khỏi không phận Sài Gòn, tôi nghe có người khóc ấm ức, tôi nhìn anh tôi, cùng một ý nghĩ, giã từ thành phố, quê hương yêu dấu trong đó có Mạ, chị tôi không một lời từ biệt và cũng không có cơ hội mang họ cùng đi.

1976: Liên lạc được với Mạ tôi bằng thư gửi qua người chị dâu tại Úc, chỉ dùng ngôn ngữ gia đình tôi hiểu được, cho biết chúng tôi đã an toàn đến Mỹ, phần Mạ và chị tôi, lúc đó CS buộc ai cũng phải về quê cũ, chị tôi tưởng mình là phái nữ, chân yếu tay mềm, nào ngờ phải đi cải tạo hơn một năm tại căn cứ tập trung Ái tử, Bình điền, về tội *"trốn nhiệm sở".* Mạ tôi tuy các con trai đã đi xa, lại một phen nuôi tù con gái, những kẻ xấu miệng bảo với Mạ tôi chắc bà hết có dịp gặp các con. Mạ tôi lên chùa cầu nguyện, xuống tóc, đã một lần bà suýt đi tu sau khi sanh anh tôi, lại một phen bà phải chịu đựng tiếng dèm pha. Anh tôi tìm cách chuyển tiền cho Mạ tôi qua những người bạn quen, vì không còn trợ cấp của chính phủ như trước nữa, con trai đi hết, con gái cũng bị đi học tập, cải tạo, lại lớn tuổi, chúng tôi biết cuộc sống của bà khó khăn hơn nhiều lắm, không phải về vật chất mà là tinh thần.

1 tháng 10 1991: Sau hơn 16 năm xa cách, Mạ và gia đình chị tôi đến Mỹ theo diện ODP do anh tôi bảo lãnh, lẽ ra bà không chịu đi, nhưng chúng tôi thuyết phục, đi là để tương lai cho con cháu, nếu không thích thì về, Mạ tôi không đi, chúng tôi không bảo lãnh gia đình chị tôi được, dù tôi đã cố gắng tìm gặp ông Bill Flemming tại chợ Tết Nam California do cô Nam Trân tổ chức, để giúp những người tị nạn đang có hồ sơ định cư nhưng chưa được duyệt xét, nhờ ông đọc bức thư tôi gởi cho hai vợ chồng ông lúc về Bangkok mang hồ sơ của gia đình tôi xét dùm vì lúc đó ông đang lo về chương trình định cư nầy cho chính phủ Hoa kỳ tại Thái Lan. Chợ Tết tổ chức 3 ngày mà phải lấy số chờ đến ngày cuối mới gặp được ông.

Đến Mỹ với số tuổi lớn, khi nghe những người không có quốc tịch sẽ không được lãnh tiền già, bà cũng nhất định đi thi và vào được dân Mỹ năm 1998. Từ năm 1954 cho đến 1975, Mạ tôi lãnh được tiền hưu trợ cấp hàng tháng do chính phủ cấp theo diện gia đình tử sĩ và diện Quốc gia nghĩa tử của tôi cho đến 21 tuổi. Sau tháng 3 năm 1975 thì không còn lợi tức đó nữa và phải đến 1998 mới có lại tiền hưu do chính phủ Mỹ cấp.

2000: Chúng tôi làm lễ thượng thọ 80 cho Mạ tôi, và theo lời yêu cầu của người, làm đơn sơ giản dị, nên chỉ trong gia đình, trải qua bao nhiêu chiến tranh, giấy tờ phần cháy, phần thất lạc, lúc làm lại giấy khai sanh, người ta để cho Mạ tôi sanh ngày đầu năm, thế là chúng tôi ăn mừng luôn ngày đầu của một thế kỷ mới, nhân dịp cám ơn người sinh thành nuôi dưỡng ra mình, tuy chồng mất lúc còn trẻ, ở vậy thờ chồng nuôi con, một trái tim rộng lượng hiếm có, một phụ nữ Việt nam với các đức tính nhẫn nhục, chịu đựng và hy sinh.

2001 – 11 tháng 9: Mạ tôi chứng kiến hai tòa nhà sụp đổ, chiến tranh ngay tại đất nước thanh bình quê hương thứ hai, hai mắt hoe đỏ, bà chỉ lắc đầu không nói gì nhưng tôi biết trong lòng bà rất đau khổ khi mà một biến cố không ngờ được xảy ra trên quê hương thứ hai của bà. Chịu đựng và may mắn sống sót được qua thời kỳ Nhật, Pháp, Việt Minh cho đến ngày qua Mỹ, một người phụ nữ Việt Nam tận tụy, suốt đời hy sinh cho con cháu. Xin tặng một bông hồng cho Mạ tôi, cứ mỗi mùa Vu Lan đến, tôi hãnh diện mang lên người một đóa hoa hồng, vì nó cũng là cái tên xinh đẹp của Mạ tôi, Hồng Hoa.

2010: Thượng thọ 90 của Mạ tôi, chúng tôi gặp nhau trên căn nhà nghỉ mát bên biển Đại tây dương, cùng nhau nấu ăn, câu cá và cùng ôn lại chuyện xưa vì con cháu cả năm đi làm ít khi có dịp hội ngộ. Một cuộc hội ngộ ngày đầu năm.

Mừng lễ thượng thọ 90 tuổi cho Mạ tôi với con cháu – 2010

2017: Vì sức khỏe của Mạ tôi ngày càng yếu, chúng tôi đưa Mạ tôi về ở tạm thời với chúng tôi tại Palm Beach cuối năm vì trong dịp nầy, chị tôi và các con chị quyết định dọn sang nhà mới để có nhiều chỗ cho cả hai người lớn tuổi là Mạ tôi và chồng chị. Đầu năm, chúng tôi chỉ mua cái bánh sinh nhật 99 tuổi cho người và ăn món bánh bèo là món ăn Mạ vẫn thích. Lúc về lại Orlando thì bà bảo mệt, hỏi có cần đi bệnh viện không thì bà chỉ gật đầu nhẹ nên chúng tôi đưa bà vào bệnh viện rồi thay phiên nhau ở lại đêm với bà. Mấy ngày sau thì Bác sĩ cho về lại nhà.

Mother's Day 2019: Sức khỏe của bà ngày càng yếu, cứ mỗi lần mệt là vào bệnh viện chuyền nước biển, khỏe lại là về nhà. Lần cuối vào bệnh viện là tháng năm, 2019 và sau hai ngày trong *hospice* tại bệnh viện DeBary thì Mạ tôi vĩnh viễn rời xa con cháu, đúng vào cuối tuần của ngày lễ Mẹ (Mother's Day) của Mỹ.

2019-2022: Sau khi Mạ tôi mất, chúng tôi nhờ người bên VN xây lăng mộ cho bà, tro cốt để tạm chùa Long Vân, Orlando. Lúc còn sinh tiền, bà đã để dành riêng ngân quỹ cho việc nầy, không muốn làm phiền con cháu. Tôi vẽ mẫu và sau mấy tháng xây cất, công trình hoàn tất trước dịch Covid. Lúc đi chùa, một đạo hữu nói với chị tôi bà về báo mộng đêm trước, mặt mày tươi tỉnh và vui vẻ cho chị biết đã xây lăng mộ bên nhà rồi, đẹp lắm, khi chị tôi đưa bức hình ra thì ai cũng giật mình vì chị ấy nói giống như vậy, hoa sen hình tròn. Khi bà còn sống, bà thường đi chùa với chị tôi vào mỗi chủ nhật và gặp một số đạo hữu, trong đó có người đạo hữu đã kể lại câu chuyện nằm mơ.

16 tháng 9 năm 2022, anh Lập và chị Tường mang tro cốt của bà về an vị tại Múi Bạc, Huế kế bên mộ Thầy tôi. Những người thân quen trong gia đình Nội Ngoại kể cả cô con nuôi đã đến đưa tiễn lần cuối tại nhà, cũng như tại lăng mộ. Gia đình đã hoàn thành theo ước nguyện bà đã dặn trước khi mất.

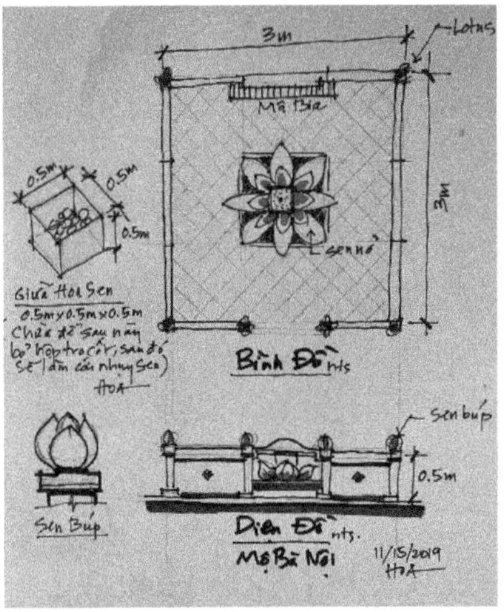

Bản vẽ và mộ bia đã xây cuối năm 2019

NGƯỜI ANH CẢ
CHUYỆN ĐỜI LÍNH KHÔNG QUÂN.

Anh đầu của tôi sinh năm Tân Tỵ hơn tôi đúng 12 tuổi. Vì Thầy tôi mất lúc tôi mới 1 tuổi, anh là anh trưởng trong gia đình nên mấy đứa em xem anh như *"quyền huynh, thế phụ"*, mọi thứ trong gia đình về đối ngoại hay học hành đều phải dưới sự kiểm soát của anh.

Có lẽ anh nghĩ: *"Thương cho roi cho vọt, ghét cho ngọt cho bùi",* nên rất khó lúc tôi còn nhỏ, tôi cũng hay *quậy* nên khi nào mấy đứa em chơi mà có đứa khóc là anh kêu hết vào, nằm trên *tấm ngựa* (là tấm phản lớn bằng hai miếng cây dày được nằm trên hai khúc cây), lấy roi quét vào mông nhưng cố ý thiên vị cho tôi nằm phía trong cánh tay vì là nhỏ nhất, người nằm ngoài sẽ bị đòn đau nhất vì là đoạn cuối của cây roi mây.

Việc đầu tiên là anh cho hết mấy đứa em vào sinh hoạt Hướng đạo, lúc đó anh đã lớn nên là Tráng sinh của Bạch Đằng, Tráng đoàn Vạn Kiếp, chị tôi thì sinh hoạt Nữ Tráng đoàn Mê Linh, anh kế tôi thì lúc ở Ấu đoàn Chi Lăng với chị Quỳnh Hoa nhưng khi lên Thiếu thì lại ở đội Sói của Thiếu đoàn Bạch Đằng, còn tôi nhỏ nhất nên vào Sói con Bạch Đằng dưới quyền điều khiển của chị Trưởng Akela Bích Hường. Thường thì họp cùng một chỗ nhưng các anh lớn có chương trình sinh hoạt riêng và phương tiện di chuyển thời đó là xe đạp hay Velo-Solex nên thay đổi nơi sinh hoạt hằng tuần, trừ khi họp Đạo hay cả đoàn gồm Ấu, Thiếu Thanh và Tráng hằng tháng thì hay họp ở đàn Nam giao, trong khuôn viên trường Quốc Học, Đồng Khánh hay Vườn Đoát…

Năm 1963 thì anh đậu Tú Tài Hai, ban Toán B, lúc đó học sinh phải vào thi Vấn đáp (Oral) sau khi đậu thi viết nên rất khó, có thí sinh chỉ rớt *oral* là phải thi lại. Chỉ nhớ người bạn anh tôi học rất giỏi vì cứ nghe anh nhắc hoài, anh Lê Khắc Huy được đi du học Canada, nghe nói học giỏi nhất ở McGill, Montreal. Còn anh Vấn (cố Trung Tá) ở gần nhà thi vào Võ bị Đà Lạt. Lúc đó số học sinh đậu Tú Tài hai đã ít mà số vào học Đại học ở Sài Gòn hay đi du học lại càng hiếm hơn. Anh Nguyễn Mậu Trinh thì vào Đại học Dược Khoa Sài Gòn, nên khi anh tôi xin vào Sài Gòn là Mạ tôi cho ngay vì anh nói vào Sài Gòn ở chung với anh Trinh ở Cư Xá Đại Học Minh Mạng.

Thời gian sau biến cố tháng 11 năm 1963 thì tình hình chính trị không còn ổn định nên các trường trung học ở Huế cũng bị ảnh hưởng, có khi đang học thì nghe bãi khóa, các học sinh ùn ùn đổ ra về. Năm 1965 thì tôi thi đậu vào QH. Hai chữ bãi khóa, đình công, bình thường trong chương trình học lúc đó. Lớp học sinh trẻ chúng tôi mà cứ nghe không có lớp, về nhà là mừng lắm chứ chưa có khái niệm nhiều về chính trị hay bị ai đó giựt dây.

Chỉ nhớ là Mạ tôi nhận được giấy gọi trình diện nhập ngũ của anh gởi về nhà thì bà lo lắng ra mặt, tìm cách để liên lạc cho anh tôi ở Sài Gòn biết. Anh bay về, cho Mạ tôi biết là đã được chọn vào Không quân mà chưa dám báo cho Mạ biết. Mạ tôi tuy lo nhưng cảm thấy nhẹ nhõm hơn, vì dù gì chọn ngành binh nghiệp cũng đỡ hơn trình diện Thủ Đức mà sác xuất phần nhiều sẽ là binh chủng Bộ binh lúc xong huấn nghiệp. Anh cũng cho biết sở dĩ anh tình nguyện đi lính vì thấy nếu tiếp tục Đại học ở Sài Gòn sẽ tốn kém cho Mạ tôi nhiều và sẽ ảnh hưởng không ít về học vấn sau nầy của các đứa em. Mạ tôi cũng không thắc mắc nhiều vì tờ giấy gọi trình diện nhập ngũ nằm đó, không còn cách gì khác.

Anh vào học quân sự tại trường huấn luyện KQ Nha Trang, và sau đó được tuyển chọn qua Mỹ huấn luyện về các loại máy bay mà Mỹ sẽ viện trợ cho VN sau nầy. Các cố vấn Mỹ thấy chiến tranh Việt Nam cần phải có sự hỗ trợ nhanh lẹ của trực thăng nên nhóm của anh được chọn học loại máy bay trực thăng H-34 và huấn luyện tại trường bay Lackland Air Force Base, San Antonio và Fort Rucker, Alabama. H-34 là loại trực thăng chế tạo bởi hãng Sikorsky là loại có hai bánh xe trước và một bánh xe sau dưới bụng chứ không như Huey UH-1 chỉ có hai càng sau nầy. Đây là loại máy bay nặng nề nên có khi phải chạy lấy đà trên phi đạo để cất cánh hay hạ cánh vì chuyên chở hành quân nên chỉ có một cây đại liên bên hông, không vào cả hai bên. Anh tôi nói các phi công VN cho nó biệt danh là "*cái cối xay*". Tôi có đi mấy lần và thấy nó nặng nề, ồn ào chứ không lên xuống lanh lẹ như Huey sau nầy. Khi Mỹ bắt đầu chuyển giao Huey, tân trang cho chiến trường Việt Nam để có thêm hai cây *minigun* và *rockets* hai bên hông thì anh tôi là một trong số đầu tiên tình nguyện chuyển qua UH-1 vũ trang để yểm trợ cho quân bạn dưới đất không như H-34 chỉ để chuyển quân và một cây đại liên để tự vệ. UH-1 Gunship có thể vừa tấn công vừa tự vệ. Mỹ không cho VNAF loại AH-1 *Cobra* là trực thăng tấn công nên VNAF phải chế tân trang UH-1 thành trực thăng vũ trang, rất công hiệu và là một khắc tinh cho bộ binh và thiết giáp của Việt Cộng. Sau nầy thì chế thêm ống khói chĩa lên trời để tản nhiệt lúc bay tránh *hỏa tiễn tầm nhiệt* SA-7 của Việt Cộng vì ống khói nguyên thủy thổi về phía sau, hơi nóng nhiều dễ bị hỏa tiễn bay theo.

Huấn luyện xong các trường bay ở Mỹ và ra trường, nếu rớt trường bay ở Mỹ cả hai phần Anh văn và kỹ thuật, phi công nào may mắn được giữ lại học các khóa sau, xui thì bị gởi về lại VN cho vào Bộ binh.

Sau khi tốt nghiệp, anh về lại VN năm 1967 và chọn phục vụ tại Sư đoàn I Không Quân, Không đoàn 51 Chiến Thuật Đà Nẵng, phi đoàn Song Chùy 213, lúc đầu sử dụng H-34 nhưng sau đó chuyển qua võ trang UH-1. Phi đoàn 213 là phi đoàn có tiếng tại Đà Nẵng vì các pilots gan dạ và dũng cảm hỗ trợ quân bạn với danh ngôn: "*Không bỏ anh em, không bỏ bạn bè*" nhưng vì cái tính tin dị đoan, nghĩ rằng con số 13 không hên nên có lần cấp trên định đổi lại như 216 (9 nút) cho bớt xui (*các phi* đoàn trực thăng đều có số cuối là số *lẻ*) nhưng vì thời chiến, đạn không tránh người nên số phi công của phi đoàn nầy hy sinh nhiều hơn các phi đoàn khác, vả lại được thành lập trước nên dĩ nhiên điều đó cũng không lạ vì các vũ khí chống máy bay địa không (Surface to Air Missle) gọi tắt là SAM/SA7 do Liên sô cung cấp cho phe Bắc việt ngày càng tối tân hơn.

Trước Tết Mậu Thân mấy ngày, anh xin về Huế thăm nhà vì lúc đó phi đoàn của anh tuy đồn cứ tại ĐN, nhưng vẫn có một phi đội được biệt phái ở Huế tại phi trường nhỏ Tây Lộc, và các phi công hay ở tại Khách sạn Thuận Hóa (trước tòa Quân Trấn Huế) trên đường Duy Tân, đoạn đường nầy bị cấm lưu thông thẳng từ Ngã bảy cho đến đường Lê Lợi vì an ninh và các cố vấn quân sự Mỹ (MACV) hay ở tại đây. Biệt đội ở Huế gần Tết thì lại về thăm nhà trong Nam nên cuối năm đó anh Khánh (biệt hiệu là Khánh *Cóc*) để lại chiếc Suzuki cho anh tôi mượn đi mấy ngày Tết. Lúc để bên hông Đệ Tử Viện bị một quả mọt chê làm cháy rụi, anh tôi phải đền lại cho anh Khánh mua xe khác trong lúc mình chưa có xe. Đoạn nầy tôi có kể trong phần chạy giặc Tết Mậu Thân.

Anh về lại phục vụ trong Phi đoàn Song Chùy 213, nhưng sau nầy là võ trang *Gunship* và đến 1971 thì tất cả phải ra Hạ Lào với trận Lam Sơn 719. Với cuộc sống binh nghiệp không biết chết lúc nào, các anh pilot trở thành tin *dị đoan*, nhiều câu chuyện thật được kể ra, có anh pilot thầy bói bảo ngày hôm đó đừng làm gì cả vì tối kỵ, anh đã xin nghỉ phép hôm đó nhưng ở nhà buồn, anh lái xe vào phi đoàn ngồi đánh bài chơi thì tình cờ thiếu người, anh đi bay và không bao giờ trở lại.

Ở đây nhắc lại chức vụ Trưởng phòng An Phi (an toàn phi hành) và Trưởng phòng Hành quân (TPHQ) mà anh tôi đã làm. TPHQ là một chức vụ quan trọng trong phi đoàn nhưng là một chức vụ mà các pilot gọi là nguy hiểm, vì cắt bay cho phi đoàn nhưng nếu thiếu người thì TPHQ thường là người phải thế vào mà trong các phi đoàn, chuyện bay thế là tối kỵ vì lắm kẻ ra đi không trở về, cũng không ai *"đi tìm xác rơi"*.

Những lúc tôi và Mạ tôi vào phi trường ĐN thăm thì lúc đó anh đang ở cư xá sĩ quan độc thân Trần văn Thọ. Khu nầy có hai dãy nhà đối diện nhau cứ 2 sĩ quan độc thân ở chung với nhau một phòng nhưng thực ra là có đến 2 cái giường đôi hai tầng (bunk beds), nếu cần có thể tăng lên 4 người. Phần nhiều các anh hay ở phi đoàn đánh bài, chờ bay vì tình hình chiến sự nên chỉ về cư xá để ngủ thôi.

Phòng anh Châu có hai người, hai giường đôi nên năm 1971 và 1972, tôi vào học thi cuối năm. Ở đây, tôi hay qua phòng bên cạnh chơi, có Thiếu Tá Trịnh Đức Tự bay A-37 [43], thuộc phi đoàn Phi Hổ 516 (Flying Tigers), tôi cũng hay gặp một người tôi gọi là Bác Tú. Bác Tú là ký giả Nguyễn Tú, phóng viên chiến trường của nhật báo Chính Luận [44], hay đi theo máy bay quân sự đủ loại của KQVN để làm phóng sự, bác hay mang theo cái xách tay da để các vật dụng cho công việc, ông có bộ râu quai nón nên nếu nhìn xa, cứ tưởng như người ngoại quốc. Anh Tự cũng to cao, anh là võ sư Vovinam nên trông anh giống như một người hiệp sĩ phong trần, xuống núi hành đạo. Phòng anh không có *roommate* nên mỗi lần Bác Tú về đây, ông ở bên đó, tôi chạy qua chơi, hay hỏi ông tại sao tòa soạn cho ông cái biệt danh mà tôi gọi là "*Lẹ như chớp*" (Fast as Lightning). Hôm nay thấy ông với các pilot phản lực Phi Hổ 516 (A-37), thì hôm sau đã thấy ông ngồi ở phi đoàn trực thăng, chờ chuyến bay ra vùng địa đầu làm phóng sự, lẹ vì khi ông ở vùng I, ngày sau đã ở vùng IV, không ở một chỗ nào lâu, đúng

---

[43] *Cố Thiếu tá Trịnh Đức Tự thuộc Phi đoàn Phi Hổ 516 (Flying Tigers Squadron), hay trước đó gọi là Phi đoàn II khu trục, thuộc KĐ 61CT, SĐ I KQ, đồn cứ tại Đà Nẵng, ở ngay kế phòng anh tôi, bay cánh quạt A1-H Skyraider cho đến 1968 thì đổi qua phản lực cơ A-37B Dragonfly, chế tạo bởi hãng Cessna. Hồi đó học sinh như tụi tôi cứ gặp các anh mặc đồ bay, khi màu đen, lúc màu cam, đeo Walther P-38, dao găm lủng lẳng bên hông như anh Tự, anh Du, anh Thục... thấy "ngầu" lắm. Đâu biết rằng cuộc đời như gió thoảng mây trôi, thời chinh chiến, các anh đi, không hẹn ngày trở lại mà cũng "không ai đi tìm xác rơi". Các anh đã yên bình nơi một thế giới khác không còn hận thù, chiến tranh. Một nén hương cho các anh đã hy sinh vì tổ quốc. Ngày 30 tháng 4 năm 1972, trong một phi vụ tại Quảng Trị, yểm trợ quân bạn, Thiếu tá Nguyễn Du (phi đoàn Hổ Cáp 528-Scorpion Squadron) bị hỏa tiễn bắn rơi, anh nhảy dù ra khỏi chiếc A-37, bị thương và bị bắt sống sau khi mấy chiếc trực thăng vào cứu bị bắn rơi vì hỏa lực của VC. (Anh Châu cũng vào cứu bạn bằng gunship nhưng thất bại). Anh Du bị bọn VC mang ra xử tử, ném đá đến chết.*

[44] *Ký giả lão thành Nguyễn (Đình) Tú của nhật báo Chính Luận, Sài Gòn mà tôi gọi Bác Tú, là phóng viên chiến trường, nhưng ông hay đi theo các pilot không quân kể cả anh tôi để làm phóng sự và gởi về cho tòa soạn. Những phóng sự của ông hoàn toàn là chuyện thật, trên chiến trường, dưới các lằn tên mũi đạn mà các quân nhân VNCH đang chiến đấu, nhất là binh chủng Không quân. Khi đi trực thăng đến Huế làm phóng sự, ông có ghé nhà tôi mấy lần cùng phi hành đoàn của anh tôi để ăn món cuốn bánh tráng của Mạ tôi làm. Điều vui là mỗi lần gặp Mạ tôi trong cư xá, ông gọi là Bác mà tôi cũng gọi lại ông là Bác vì ông chỉ nhỏ hơn Mạ tôi 4 tuổi. Ít ai có được cái cơ hội như ông để đi cùng trên các chiếc máy bay hành quân mà không biết có trở lại an toàn hay không. Tháng 4 năm 1975 dù có thể ra đi vào phút cuối do quen biết nhiều trong giới không quân, kể cả người Mỹ, nhưng vì lo giúp đỡ cho các nhân viên nhà báo có gia đình đang tìm cách di tản mà ông bị kẹt lại và bị tù đày, 12 năm. Ông vượt biên thành công đến Hong Kong năm 1988 rồi định cư tại Mỹ. Ông sống độc thân cho đến khi qua đời ở tuổi 86 năm 2010 tại Alexandria, Virginia.*

với *biệt danh*. Tôi thấy ông nghiêm nghị, ít cười nhưng ông rất hiền. Th/t TĐT thì anh xin nghỉ phép về SG cưới vợ, bà mẹ vợ lấy cớ cùng họ không cho cưới, tuy lúc đó chị M. đã có thai với anh. Anh buồn, về lại ĐN, lên phi đoàn đi bay yểm trợ cho quân bạn ở Quảng Tín, lúc máy bay kéo lên sau khi thả bom, đã đụng vào chiếc máy bay quan sát L-19 và bốc cháy. Anh tôi và phi đoàn đã bay vào vùng chiến để tìm xác anh Tự tuy biết rằng đời lính không quân: *"Đi không ai tìm xác rơi"*. Anh hy sinh năm đó, không bao giờ nhìn thấy mặt đứa con gái chưa sinh của mình. Lúc chị M. ra đám tang anh Tự, chị ở lại nhà tôi và tôi thấy chị đã cạo trọc đầu.

Sau những năm 1971-1972 tình hình chiến sự sôi bỏng, tôi thường hay xin đi ké trực thăng từ Huế vào ĐN, lúc đi thì cứ thấy trực thăng đậu ở bia QH hay qua sân bay Tây Lộc, xem số đuôi, hễ cứ phi đoàn nào là nói quen, các anh pilot cho đi ké, tôi biết gần hết các sĩ quan và phi đoàn trưởng trực thăng tại ĐN vì hay ra các phòng khánh tiết các phi đoàn nên nói trúng thì các anh pilot cũng biết là *gia đình mấy ông lớn*, cho đi. Phi đoàn 213 có tên Song Chùy do Trung Tá Khôi người Huế thì tôi biết nên dễ, Thiếu tá phi đoàn phó Tạ Thái cũng người Huế, phi đoàn 233 Thiên Ưng là huấn luyện có phi đoàn trưởng Thiếu Tá Thanh biệt danh Thanh *muỗi* đáp máy bay như con muỗi đậu (đây là phi đoàn huấn luyện cho các sĩ quan vào KQ sau nầy chưa đi huấn luyện tại Hoa kỳ khi có chương trình Việt Nam hóa) nên Mạ tôi thích đi trực thăng với anh. Phi đoàn phó là Thiếu tá Nguyễn Trung Hiếu thì lẽ ra đàn anh của nhiều người nhưng vì "đập tàu" nên bị giáng chức xuống Trung úy, từ đó anh không đeo lon cho đến khi lên lại Thiếu Tá. Thiếu tá Hiếu là người đã đưa Mạ và chị tôi vào Sài Gòn khoảng 27 tháng 3, 1975 và về lại ĐN để cuối cùng bay thoát khỏi phi trường ĐN trên một chiếc trực thăng sáng 29 tháng 3 lúc ĐN thất thủ. Phi đoàn Hoàng Ưng 239 thì có Trung Tá Toàn người Bắc là phi đoàn trưởng, cũng từ 213.

Anh tôi, anh hay chơi trò lá vàng rơi (*spiral approaches/ divergence*), thả lỗ hay *auto-rotation* đáp một cái ầm như lá rụng mùa thu nên có biệt danh là Châu *cao bồi*, nhờ vậy mà sống sót vì gunship mà bay lạch bạch phơi bụng ra chỉ tổ làm mồi cho hỏa tiễn SA-7. Sau nầy khi anh tôi đổi qua phi đoàn Cứu tinh 257 tải thương đêm thì phi đoàn trưởng Trung tá Bình tự Bình *sữa* (vì nét mặt non choẹt) và Đại Úy Nguyễn Hoàng Ân (tôi có kể lại câu chuyện hy sinh cao cả của anh trong cuốn sách nầy). Đ/U Ân và anh tôi là hai người đã được biệt phái ra tầu hải quân vào trước Tết Giáp Dần 1974. Lúc tôi về ĐN từ Sài Gòn bằng phương tiện C-130 ngày 12 tháng 1 năm 1974 (ngày 20 tháng 12 năm Quý Sửu), đến phòng khánh tiết phi đoàn Cứu tinh 257 chờ anh tôi cùng ra Huế vì anh đã xin phép về Huế ăn Tết Giáp Dần cùng gia đình. Tình cờ thấy các anh đang ngồi chơi bài và cờ tướng bỗng nhiên biến mất vào phòng họp, chỉ còn tôi một mình là dân sự ngồi đó. Khoảng hơn tiếng sau thì các anh xuất hiện, anh tôi bảo đi theo anh. Tôi lấy hành lý theo anh, tưởng anh sẽ ra quay tàu đi Huế nhưng anh lại đến phi đoàn 213 và gởi tôi cho anh trưởng phi cơ và dặn: *"Anh có công tác đặc biệt phải đi gấp, không ra Huế ăn Tết cùng em, về nói cho Mạ biết"*. Tôi theo phi hành đoàn 213 lần nầy là một chiếc gunship, ra đến khoảng phá Tam giang, các anh ra dấu hiệu cho tôi biết bịt hai tai lại, té ra các anh thử rockets, hai cây minigun, mấy cây súng thi nhau nổ, chiếc máy bay giựt tới giựt lui mỗi lần rocket bay ra phía trước và tiếng rú của hai cây minigun nhả ra 6 ngàn viên đạn một phút, ngồi giữa hai xạ thủ đại liên đây là lần đầu tôi mục kích thử súng trên trực thăng gunship, ít khi cho dân sự đi cùng.

Đến Huế, hai anh phi công thả tôi trên sân banh Xã Thủy An gần nhà vì tôi biết họ phải đi công vụ gấp, tôi lội bộ về nhà thì Mạ tôi hỏi Châu đâu? Tôi cho bà biết anh bận công vụ giờ chót, ánh mắt buồn, bà không nói gì thêm vì nhìn trên bàn các món mứt, bánh bà đã chuẩn bị sẵn, năm nay có anh tôi và tôi về ăn Tết. Sau nầy tôi mới biết anh và anh Ân tình nguyện ra đậu trên các chiếc chiến hạm Hải Quân Việt Nam. Mục đích không phải để hỗ trợ tấn công vì không đi bằng *gunship* mà đi bằng trực thăng *tải thương* thuộc phi đoàn 257. Hai pilot phi đoàn biệt phái là hai phi công nổi tiếng giỏi, bay ban ngày cũng như ban đêm, thời tiết xấu cũng như tốt. Mục đích chỉ cứu (thủ) chứ không đánh (công). Nếu chiến tranh lúc đó với TC về Không quân hay Hải quân, chỉ là trứng chọi đá vì Hoa Kỳ không hỗ trợ. Chiếc HQ 10 Nhật Tảo đã chống cự và bị chìm vào ngày 27 Tết 19 tháng 1 năm 1974.

Anh tôi hay nói anh là nhân chứng, sẽ viết về trận chiến nầy là hai phi công VNAF ra đậu trên chiến hạm cũng của người VN để chống lại TC mà không có sự giúp đỡ nào về phía Hoa Kỳ. Không đoàn đã gởi hai phi công trực thăng gọi là giỏi nhất tình nguyện đi, nhưng anh chưa kịp viết thì mấy lần tai biến và nay thì xem như không còn viết được nữa. Những lời kể lại của anh cũng như nhân chứng của những ngày cuối năm Quý Sửu sắp bước qua Tết Giáp Dần tại phi đoàn 257, tôi viết lại dù biết rằng nếu anh viết thì chắc đầy đủ hơn. Cường độ chiến tranh nhìn thấy rõ và Trung Cộng nhân cơ hội nầy, lấy trọn hai hòn đảo của VN vì người Mỹ với thỏa thuận ngầm với phe bên kia, đã và đang rút về trong lúc quân đội VNCH chiến đấu vô vọng, người anh hùng bị tước vũ khí chờ đuối sức trước đám côn đồ.

Về lại Sài Gòn không lâu sau cái Tết Giáp Dần 1974, anh tôi thông báo anh sẽ chuyển về phi trường Biên Hòa, làm với một phi đoàn trực thăng ở đây. Anh lên ca 2 ngày nghỉ 1 nên thỉnh thoảng về Sài Gòn thăm tôi lúc đó đang đi học, ở tạm tại trường tiểu học Trần quý Cáp. Lúc nầy anh đã được lên Thiếu Tá nhưng chưa làm lễ mang lon thì mất nước.

Lúc Mạ và chị tôi vào Sài Gòn cùng Thiếu tá Hiếu phi đoàn 233 ngày 26 tháng 3 năm 1975 thì lên ở tạm nhà chị Dung tại 8/1 Thiệu Trị cho đến ngày vào phi trường TSN sau khi Nguyễn thành Trung dội bom dinh Độc Lập ngày 8/4/1975.

Vào đến phi trường TSN, sợ khi Chánh không đưa được tôi đi theo diện DAO, anh dặn tôi nếu phải dùng trực thăng để vượt thoát thì sẽ bay ra hướng Vũng tàu, lúc đó chỉ sẽ còn đủ xăng cho chừng 30 phút bay thì nếu không có tàu lớn, anh sẽ kê càng để mọi người nhảy xuống và anh sẽ dùng phương pháp *"ditching"*. Kế hoạch nầy không thành và Mạ và chị tôi phải ở lại với VC thêm 15 năm nữa, tuy nhiên đây là phương pháp nhiều pilot KQVN đã làm để đưa được một số gia đình và quân nhân ra hạm đội HQVN hay hạm đội Mỹ ngày cuối tháng 4 1975.

Một cảnh "ditching" trên biển đông ngày 30 tháng 4, chiếc tàu nhỏ đến vớt người phi công nhảy ra cuối cùng vì không có chỗ đáp. May mắn hơn thì có chỗ đáp rồi được đẩy xuống biển nhường chỗ cho chiếc khác đáp xuống. Hình trên Web.

Qua đến Mỹ, khi về cùng thành phố Gainesville, Florida anh và anh Thanh đi lấy lại bằng bay trực thăng, lúc đó chỉ tốn $500. Anh Thanh là phi đoàn trưởng về huấn luyện, nổi tiếng đáp nhẹ như con *muỗi*, ở Đà nẵng có hai Thanh, nên Thanh *muỗi* là biệt danh vì anh đáp nhẹ như con muỗi đậu, không biết máy bay đã hạ cánh, còn Thanh *ruồi* là anh có tật ở dơ nên được mọi người cho cái tên như vậy. Khi hai anh đi thi, người giám khảo thấy hai cuốn sổ bay, hơn 10 ngàn giờ (các pilot Việt Nam vì chiến tranh ngày đêm trên chiếc tàu, bay rất nhiều nên số giờ bay cao) đã phải thốt lên là hai thí sinh nhiều giờ bay hơn cả giám khảo. Dĩ nhiên cả hai anh đều đậu dễ dàng vì đã quá quen thuộc với chiếc Bell Helicopter.

Số phi công trực thăng Việt Nam phần nhiều được đưa về Savannah, Georgia hay New Orleans, Louisiana vì có các cố vấn Mỹ ở tại đây đã bảo lãnh các đàn em người VN của mình và một số lấy lại bằng bay tại Mỹ như anh tôi, sau đó xin vào hãng PHI (Petroleum Helicopter International) có trụ sở tại Lafayette, Louisiana. Đây là hãng về dầu hỏa, họ chuyên dùng máy bay trực thăng sơn màu vàng chuyên chở nhân viên ra các dàn khoan trên Vịnh Mễ Tây Cơ (Gulf of Mexico). Lúc tôi đi làm dàn khoan mùa hè cũng được đi chuyển bằng loại nầy, nhanh hơn và đi tàu thủy lâu mà dễ bị say sóng. Các pilot Việt Nam nhờ chiến tranh huấn luyện nên trở lại bay bổng không gì khó. Anh Thanh được nhận vào ngay sau khi phỏng vấn và bay thử với hãng nên báo cho anh tôi biết để nếu muốn qua Louisiana xin việc. Anh Thanh đang học tại SFCC và anh học rất khá, anh lại đang có việc làm đưa đón cho một ông chủ hãng kế toán nhưng nghĩ lại vợ và mấy con còn nhỏ dại kẹt lại Việt Nam, anh cần có công việc ổn định, lại nữa bên nhà tuy không nhà cao của rộng mà qua Mỹ phải làm những công việc không được như ý nên dễ dàng để nhận việc đi bay lại, dầu gì cũng quen với con tầu và tiếng nổ của động cơ cánh quạt.

Anh tôi đi Louisiana và cũng vào phỏng vấn với PHI, ở hãng nầy ngoài tài bay bổng thì phải biết về Navigation vì bay trên biển và dĩ nhiên là anh đậu, họ nhận ngay, nhưng bỗng nhiên mấy tuần sau thì anh về lại Florida, hỏi tại sao, chắc anh bay *cao bồi* quá họ cho anh về hưu sớm? thì anh bảo, bay máy bay đó thì dễ như lấy đồ trong túi nhưng "*anh không cảm thấy an toàn vì dưới bụng nó không có rockets và hai cây minigun!*". Té ra vì đã quen với gunship, thời gian chưa quen với khung cảnh không chiến tranh, vừa thủ vừa công trên chiếc Gunship UH-1 tân trang của VNAF.

Quyết định về lại Florida, anh nhận công việc của sở công chánh tiểu bang (FDOT) đi đo đường sá do anh kế tôi giới thiệu. Nhóm gồm có ba người đi một chiếc xe RV (Recreational Vehicle), đến địa điểm, họ dừng lại chăng dây dưới đường cho xe chạy qua, mỗi lần xe qua cán trên dây cao su 2 lần rỗng ruột là tính 1 chiếc, cứ thế thu thập dữ kiện để cho các kỹ sư công chánh tính số lượng xe lưu thông để tránh nạn kẹt xe, hay an toàn giao thông về đường sá. Việc làm không có gì khó nhưng có lẽ sau khi về thăm tụi tôi đang học ở UF, thấy mấy đứa trẻ hơn anh học cũng không mấy khó, anh quyết định trở lại đi học. Lúc tôi ra trường tháng 3 năm 1980 thì anh vào lại UF và xin được ở trong một cư xá gia đình của trường, lúc đó anh vừa cưới vợ.

Anh học thuộc loại kỹ trong trường theo lối xưa, một đống *index cards*, công thức… và anh ra trường với cấp bằng kỹ sư điện

(Bachelor of Electrical Engineering, University of Florida) năm 1983. Chưa ra trường là anh đã được có nhiều nơi cho phỏng vấn vì cái *background military* của anh đã qua nhiều thử thách. Nhưng đúng là nhiều nơi chọn mình thì mình khó có quyết định, đầu tiên anh chọn làm cho Navy, căn cứ về tầu ngầm ở Panama City, Florida nhưng sau đó thì chọn về Macon, Georgia và chỗ nầy anh chê buồn quá nên cuối cùng là Naval Center ở Orlando, Florida cho đến khi về hưu. Sau lần đổ vỡ đầu, anh về VN, cưới vợ lại và đưa chị cùng con trai riêng của chị qua định cư và về hưu tại Orlando, tiểu bang Florida.

Operation Lam Son 719- American Helicopters land at Khe Sanh base on the Laos Border on Feb 1, 1971 (Photo courtesy AFP)

Bãi đáp trực thăng tại căn cứ Khe Sanh-Lam Sơn 719- Hình AFP

Chiến dịch Lam sơn 719-Nam Lào bắt đầu 8 tháng 2 và chấm dứt ngày 25 tháng 3 năm 1971. Hình bên trái là anh Châu trong một chuyến bay chuẩn bị ra mặt trận Hạ Lào. Hình bên phải là lúc anh bị phòng không bắn rơi, máy bay tắt máy nhưng cuối cùng mang về được hậu cứ ở Khe Sanh là mất nhiều máu quá, ngất xỉu, phải đưa vào cứu cấp ở bệnh viện nổi Hải quân Hoa kỳ ở Đà Nẵng. Hiện nay anh vẫn còn các mảnh đạn trong người chưa lấy ra.

Các quân nhân tại căn cứ Khe Sanh đến để xem tình hình pilot.

Chiếc trực thăng của anh Châu bị hư hại nặng bởi phòng không khi về đáp được ở Khe Sanh. Để ý miếng kiếng chắn trên đầu pilot đã bị bắn nát do phòng không từ trên nổ xuống. Hai càng đáp đã lún sâu xuống đất [45] .

Một phi vụ yểm trợ và thả Biệt Kích của H-34 – Tranh Họa sĩ Vũ Khai Cơ

[45] Tại chiến trường Việt Nam, các trưởng phi cơ ngồi bên phải lúc bay hành quân, nhưng lúc bay huấn luyện thì Huấn luyện viên ngồi bên trái. Lúc vào chiến trận thì ngồi bên nào cũng nguy hiểm như nhau.

A-1H Skyraider của phi đoàn Phi Hổ 516

Phi cơ A-37B Dragonfly của phi đoàn Phi Hổ 516 - Tranh Họa sĩ Vũ Khai Cơ 2012.

CHỊ BỢT

Đây là một người chị nuôi có cái vị trí đặc biệt đối với tôi và gia đình. Nhà chị ở miền quê, quá nghèo để Mẹ chị có thể nuôi sống cả nhà với một cuộc sống bình thường, đủ ăn, đủ mặc, nên bà phải cho Mạ tôi nuôi chị, phần để giúp đỡ Mạ tôi trong công việc hàng ngày, và cũng để có được cuộc sống tự lập sau nầy, không phải quá nghèo để đi ăn xin ai. Nhiều gia đình tuy nghèo nhưng họ cố gắng để sống còn, gìn giữ tư cách, không phải cầu lụy ai, *"giấy rách phải giữ lấy lề"*. Chị đến ở nhà tôi lúc còn nhà ở trong thành nội, Mạ tôi giao ước với mẹ của chị là ở đến 20 tuổi thì trả về để đi lấy chồng, nhưng thấy Mạ tôi khó khăn không ai giúp nên chị ở lại thêm và Mạ tôi không quên chuyện nầy nên bà để dành số tiền giúp chị để mua thêm ruộng làm lúa sau nầy. Tụi tôi gọi chị là Chị Con cho đến khi chị đi lấy chồng (1963) thì gọi theo tên chồng.

Thầy tôi mất lúc tôi chưa được một tuổi nên chị là người lo cho tôi, chị lớn hơn tôi khoảng 15 tuổi, chị ẵm tôi đi chơi trong vườn, ra trước cổng vì căn nhà nầy lớn, chị lo và đút tôi ăn vì còn nhỏ mà sau khi Thầy tôi và ông Nội tôi mất, Mạ tôi xuống tinh thần, không có thì giờ để săn sóc tụi tôi như trước. Chị như một người chị, người Mẹ trẻ lo cho đứa em. Lúc đó ở VN làm gì có tả cho trẻ con, mỗi lần đi vệ sinh, chị bắt tôi đứng chổng mông, dội lên gáo nước lạnh để rửa, có khi nước lạnh quá, tôi tồng ngồng bỏ chạy là chị chạy theo bắt lại mà tôi vẫn còn nhớ. Qua đến nhà An Cựu, chị giúp Mạ tôi việc nhà, từ nấu ăn, rửa chén bát, đi gánh những thùng nước từ hai cái giếng công cộng về đổ đầy trong hai cái *"bể cạn"* và mấy cái *"lu"*[46] để dùng dần, chị còn phải đi chợ An Cựu hàng ngày nếu Mạ tôi không đi, ngoài ra tất cả việc lặt

[46] *Nhà tôi có cái bể cạn làm bằng xi măng, cốt thép, hình khối chữ nhật khoảng 1mx2m có bốn chân, cao khoảng 1 mét, có cái "lỗ lù" bên hông để có thể cho thoát hết nước làm sạch khi cần. Dùng để chứa nước mưa hay nước giếng, có nắp đậy lại phía trên. Khi cần cứ lấy cái "gáo" phía trên múc để dùng. Chất dơ lắng xuống dưới đáy, lâu lâu phải làm sạch rong rêu bằng cách tháo hết nước, leo vào trong chà rửa.*
Cái lu là cái hũ sành lớn, giữa phình ra nên người ta hay diễu mấy người mập như cái lu là vậy. Có thể chứa chất lỏng hay gạo, lúa, ngũ cốc. Nếu chứa nước để uống, nước trong lu múc ra sạch và mát. Hồi nhỏ đi học chiều về đói bụng, tôi hay lấy cái bánh tráng nướng, nhúng vô lu cho nó mềm ra, rồi bỏ đường cát, cuốn lại, nhai ngon lành, múc nước trong lu uống là no đến bữa cơm tối.

vặt gì là chị gánh hết, nhất là đồ cho heo ăn chóng lớn để bán [47]. Lúc nầy tôi đã 6, 7 tuổi nên chị cũng không phải lo cho tôi nhiều.

Mạ tôi chỉ sống nhờ lương hưu góa phụ của chính phủ, không đủ như khi còn Thầy tôi nên bà phải nuôi thêm con heo để sinh lợi, sau khi bán, thấy họ đến bắt heo đi, heo la hét quá chừng tội nghiệp nên Mạ tôi bỏ luôn cách đầu tư nầy. Nhờ Mạ tôi nuôi heo mà tôi biết cái quá trình, đầu tiên mua con heo nhỏ, lông trắng hay đen, chờ vài bữa có mấy ông đi ngoài đường, tay cầm cái que như cần câu và một túi xách đựng đồ nghề gồm kim chỉ, dao kéo, cục đá mài và một hũ vôi ăn trầu. Họ vừa đi vừa rao: "*Ai hoạn heo không?*" Con heo đực *(thiến)* hay heo cái *(hoạn)* để nó chỉ ăn chóng lớn, không lo chuyện trai gái. Mấy ông nầy (gọi là thợ hoạn) làm giải phẫu lẹ lắm, khi họ may vết thương xong là bôi vôi lên trên vết thương, vài bữa sẽ lành. Cái chuồng heo nầy mà trong ký ức của tôi, khi không vừa ý chuyện gì, khóc lẫy là ông anh cả ẵm tôi lên, dọa bỏ vào cái chuồng có con heo đang ụt ịch bên trong, lại càng làm thằng nhỏ sợ, khóc thét lên, anh làm nhiều lần nhưng cách nầy cũng không trị được cái tính *chướng* của tôi. Bên Mỹ sau nầy, họ đưa giống *heo nọi (Vietnamese potbelly pig hay mini pigs)* của Việt Nam qua, bán khá đắt tiền, hơn cả ngàn đô la để làm thú cưng trong nhà vì giống nầy rất thông minh.

Mạ tôi thì thương gia đình chị nghèo, mỗi năm bà cho chị tiền về quê thăm Mẹ, mỗi lần đi thì giấu gói quần áo trước ngõ để tránh tụi tôi biết, không cho chị đi. Mẹ của chị có khi mỗi năm, có khi vài năm mới có thể đủ chi phí để đi thăm con gái mình, mỗi lần bà trở về làng quê là Mạ tôi gởi theo nào vải vóc, đồ ăn. Lúc đó tôi còn nhỏ để thấy rằng, không biết nghèo đến độ nào để tội nghiệp nhưng vẫn biết mình may mắn hơn nhiều người khác, không phải đi làm "osin". Mạ tôi làm khai sinh cho chị, khai như con, chị lớn hơn anh Châu nhưng luôn là vai em, anh Châu cũng gọi là chị. Mạ tôi cũng cho chị đi học lớp ban đêm Bình Dân Học Vụ, lúc đó mở ra cho những người mù chữ để biết đọc biết viết,

[47] *Đồ ăn cho heo thường là cám, rau khoai hay mấy cây chuối sứ sau vườn, chặt cây chuối xuống, lột các vỏ cứng bên ngoài, còn lại cái lõi non, thái nhỏ, trộn thêm rau muống cắt nhỏ, nấu lên cho nó ăn.*

có lẽ chị không thích nên Mạ tôi cũng không ép. Tụi tôi mỗi ngày thêm lớn và đi Hướng Đạo nên việc chị phải lo cho chúng tôi ngày càng ít đi. Mạ tôi biết có con gái trong nhà bà hay ví, như quả bom nguyên tử, thời đó mà có con gái chưa chồng chửa hoang là làng xóm còn phải đuổi ra khỏi làng, mang tiếng cả đời, nên Mạ tôi thấy lúc chị quen anh Bợt, nhà cũng nghèo nên phải ở làm thợ rèn ở Nghẹo Dàn Xay với Bác Địch, làm về các loại cửa bông thẩm mỹ (Wrought Iron Gates and Fences), chị quen anh là do hay đến lấy nước ở cái giếng vào những mùa hè hạn hán khi cái giếng công cộng Bà Thầy ở đường rầy xe lửa không còn nước để vét. Mạ tôi cho hai người làm đám cưới năm 1963 thì chị sinh đứa con trai đầu lòng năm 1965 tên Tỵ (anh) tuổi Ất tỵ, thua tôi đúng con giáp. Anh Bợt sau khi lập gia đình, tuổi lính phải gia nhập quân đội cấp hạ sĩ quan (từ Binh nhì đến Thượng sĩ) vì vậy hai mẹ con vẫn ở tạm nhà tôi nên tôi hay chơi với cháu và cho nó mấy đồ chơi cũ của tôi chế ra và hướng dẫn nó tự chế đồ chơi chứ lúc đó làm gì có đồ chơi chế sẵn như bây giờ. Một hôm đang đứng chơi sau nhà bếp, Tỵ bỗng khóc thét lên, cả tôi và chị chạy lại, nhìn bên má có vết đỏ, nhìn lên mái tôle thấy có một lỗ hổng, dưới đất là đầu một viên đạn không biết từ đâu rơi xuống, may mắn cháu không sao. Tết Mậu thân 1968, anh Bợt về thăm nhà, cũng bị bắt ra khi tị nạn trong Dòng Chúa Cứu Thế, may mắn cho anh, anh bị tập trung trong khu lính và hạ sĩ quan, nên thấy tụi nó không để ý, anh tháo dây trói, trốn về nhà, nếu không đã bỏ xác ở Phú Thứ hay Khe Đá Mài rồi.

Gia đình nghèo, anh chị biết sống ở thành phố khó có thể bươn chải nên dọn về làng quê. Con trai đầu lập gia đình cũng tìm cách đi làm việc giúp cả gia đình nhỏ và lớn, cháu đi dẫn gỗ trên rừng và không may khi chuyên chở về, xe bị lật và cháu qua đời năm 2013. Lúc Mạ tôi còn sống và ở Mỹ, chị Bợt bị bể ruột dư phải đưa về Bệnh Viện Trung Ương Huế, BVVN chưa chữa là phải đóng tiền trước. Mạ tôi khi nghe mấy con cháu chị báo tin qua điện thoại đã gởi gấp về cho chị và nhờ vậy cứu chữa kịp thời. Có lẽ chị cũng đã thấy Mạ và tụi tôi đối xử với chị như chị em, con cháu trong nhà, không như là người giúp việc. Mạ tôi sau nầy hay gọi yêu chị là *"con Mệ Bợt"* vì chị đã qua mặt bà về con cháu nội ngoại, kể cả cháu gọi bằng Cố. Chị gọi lại Mạ tôi bằng *Mệ*.

Cuộc sống ở quê của chị sau khi lập gia đình có đông con cũng rất khó khăn, nhưng chị không bao giờ than hay xin gì hết vì luôn biết ơn Mạ tôi đã giúp đỡ nhiều rồi.

Mạ tôi kể lại, lúc qua thăm nhà chị ở làng, những bữa ăn là cơm chỉ có muối hột. Mạ tôi hỏi có cần giúp gì không, thì chồng chị mới xin cho một cái máy đập lúa để có thể làm lúa nhanh và dễ hơn. Khác với những người khác hay xin Mạ tôi tiền để sống, thì anh Bợt lại xin cái máy làm lúa để mưu sinh lâu dài, nên Mạ tôi cho ngay. Anh Bợt cũng là một người rất hiền lành, thành thật, cần cù, nên cả hai vợ chồng được nhiều người thương.

Tháng 9, 2022, khi nghe anh Lập và chị dâu tôi báo tin sẽ mang tro cốt Mạ tôi về an táng, dù đã cao tuổi, chị đã nhờ các con cháu đưa đến lăng mộ để từ giã bà cụ. Không những chị đến thăm, mà chị đã ăn mặc đàng hoàng, tháo giầy để bên ngoài lăng, đi chân không vào tạ lạy một ân nhân, một người chủ, người Mẹ nuôi của mình lần cuối một cách cung kính, trang nghiêm. Chị đã không có cơ hội được học và giáo dục cao như nhiều người khác, nhưng thái độ và hành động của chị đã làm gia đình tôi xúc động và nể phục. Đây là một gia đình nghèo mà tôi phải dùng những đức tính sau để mô tả: chất phát, thật thà, ngay thẳng và hiền lành.

Hiên nay tuy vẫn nghèo nhưng anh chị sống hạnh phúc bên con cháu. Anh chị có 8 con (*có 3 đứa hữu sanh vô dưỡng*), 14 cháu nội ngoại và 4 cháu cố, nhà ở một làng quê bên con sông Bồ thuộc làng Cổ Bi, xã Phong Sơn, chị năm nay đã 85 tuổi nhưng vẫn còn khỏe mạnh, một điều đáng mừng.

Hình cả gia đình, chị Bợt là người đứng sau tôi, để tóc dài bên trái.

Chị cúng lạy, từ giã người Mẹ nuôi tại lăng mộ năm 2022.

ANH TÔI

Anh kế tôi sinh năm 1949, tuổi Kỷ Sửu. Lúc anh sinh ra Thầy tôi đã trải qua thế chiến thứ hai, nạn đói Ất dậu thêm Việt Minh cướp chính quyền nên mộng ước của ông cho nước Việt biểu lộ trong việc đặt tên cho hai đứa con trai, lấy hai chữ chính trong bốn chữ để nói lên cái mong ước của đa số dân chúng thời bấy giờ Độc ***Lập*** và ***Hòa*** Bình. Ước mong thật nhỏ mà đến hơn nửa thế kỷ sau vẫn chưa có trên quê hương đất Việt dấu yêu.

Và vì chữ lót Ngọc của họ Hoàng nghe không được luôn vần với chữ Lập, ông lại có dụng ý khác khi đưa chữ Thống thế vào chữ lót Ngọc, ẩn ý dùng thêm ***Thống Nhất*** trong việc đặt tên, có lẽ tuy mất trước khi hiệp định Geneve nhưng ông đã tiên liệu người Pháp sẽ chia đôi đất nước. Nghĩa đen và nghĩa bóng của cả tên anh tôi là điều mong ước của con dân đất Việt bất cứ thời nào. Ông chỉ mất trước khi đất nước chia đôi mấy tháng xem như đã Độc Lập vì Thực dân Pháp đã rút về giao quyền kiểm soát cho dân Việt nhưng từ đó nội chiến lại bùng nổ trên đất Việt. Mãi cho đến 1975 thì đất nước Thống Nhất, không còn phân chia hai miền. Như vậy cái tên của anh xem như đã ứng vào quê hương Việt Nam sau 26 năm. Tên tôi thì đến nay sau nửa thế kỷ từ ngày Thống Nhất vẫn chưa thấy đâu, mọi người vẫn mờ mắt trông chờ Hòa Bình và Tự Do để cái câu bất hủ của ai đó *"Không gì quý bằng Độc Lập Tự Do" (Nothing is more precious than independence and freedom)* là sự thật hiển nhiên trong đời sống được toàn dân chấp nhận. Chuyện nầy khó thực hiện nếu chính quyền không phải cho dân và vì dân mà chỉ do một số nhỏ lợi dụng quyền lực của mình để ép buộc đối phương phải phục tùng quy luật của họ đặt ra. Điều đó trái ngược với định nghĩa của hai chữ Tự Do (freedom) cả về tinh thần lẫn vật chất.

Anh sinh ra cũng là lúc Thầy tôi vì những chuyến công tác xa nhà, có "vợ bé" và có bầu với ông. Mạ tôi đã phải phấn đấu để vượt qua nhiều thử thách về tinh thần trong giai đoạn nầy. Lớn lên trong hoàn cảnh như vậy nên anh tôi cũng như tôi cố gắng học để người Mẹ của mình không thất vọng. Lúc cả nhà dọn về An Cựu sau khi Thầy chúng tôi mất, anh phải ở tạm nhà người quen để tiếp tục cho xong bậc tiểu học tại trường Trần quốc Toản trong Thành nội. Nhà Chú Thím Diếp là một người đàn em của Thầy tôi lúc còn sinh tiền nên ở đó cũng tạm ổn, chỉ phải gia đình đó không ăn cay như gia đình tôi nên khi về An Cựu anh không thích ăn cay như cả nhà mà Mạ tôi phải nấu đồ ăn ít cay hay không cay. Muốn ăn cay, anh Châu và tôi phải cắn thêm trái ớt "*chìa vôi*" chấm ruốt vào những mùa lạnh ở Huế hay những lúc ăn tô bún cá ngừ có nguyên cả trái ớt nấu chung nhưng anh tôi thì phải mấy chục năm sau mới làm được.

Anh học trường trung học Nguyễn tri Phương sau khi đậu vào lớp đệ Thất, trường nầy chỉ có Đệ nhất cấp (lớp 6-9) nên sau đó phải chuyển lên Quốc Học (QH) cho Đệ nhị cấp (lớp 10-12). Cả nhà tôi đều theo ban Toán B và sinh ngữ chính Pháp Văn trừ chị tôi chọn Anh văn.

Ngoài các lớp phổ thông tại trường, anh học thêm buổi tối về Pháp văn tại Trung tâm văn hóa Pháp. Năm Đệ Nhất Quốc Học, anh đã xong chương trình của phòng Thông tin Pháp tại Huế (Centre Culturel Francais) nhờ vậy tiếng Pháp của anh rất khá và sau nầy giúp anh khi vào Sài Gòn, phải vào phỏng vấn với Cha Giám Đốc Cư xá Đắc Lộ người Canada. Đây là cư xá nói hoàn toàn tiếng Pháp do các Linh Mục Công giáo quản trị nên rất khó vào, phần nhiều dân học trường Tây, mỗi năm chỉ nhận khoảng 3 đến 5 người. Năm trước đó, có anh Lý gia Tín (HĐ ở Huế vào), anh Lê Hân, năm sau có anh tôi và anh Lê chí Nghị được nhận vào, tất cả mấy anh đều được học bổng USAID và đi du học Mỹ năm 1967, 1968 [48].

[48] *Học bổng USAID do chính phủ Hoa kỳ tài trợ tài chánh cho chương trình Đại Học 4 năm tại các trường ĐH ở Mỹ, theo nhiều người, còn khó hơn học bổng Colombo đi Tân Tây Lan. Học bổng được nhân viên Hoa kỳ xét đơn và phỏng vấn. Năm anh tôi nộp đơn, có 1000 học sinh nộp, qua hai kỳ sát hạch, chỉ còn 200. Sau phỏng vấn còn lại 60 người, anh tôi là sinh viên du học được chọn trong số nhỏ đó.*

Anh học giỏi hơn tôi nhiều, anh học thêm Toán từ anh Luyện con bà cô vì anh Luyện là giáo sư Toán. Anh cũng đọc nhiều sách nhất là tiểu thuyết kiếm hiệp của Kim Dung thời đó. Lúc đó muốn đọc sách thì đi thuê, đọc xong cuốn nào trả lại mượn cuốn tiếp vì các bộ sách nổi tiếng như Cô Gái Đồ Long, Thủy Hử hay Tây Du Ký mỗi bộ có cả hơn trên 20 cuốn, tác giả Kim Dung lại muốn câu khách nên cứ kể một hồi lại nhắc sang chuyện khác, cứ thế làm người đọc sách thời đó cứ mê mẫn để xem chuyện đi đến đâu. Sau nầy khi các phim bộ được đóng phim, có người mê xem cả tập nầy qua tập khác cho đến sáng đi làm. Tôi may mắn mượn được ở Thư Viện Đại Học nhờ Akela BH làm quản thủ ở đó nên không phải đi thuê sách như anh tôi, mỗi lần đổi sách phải đạp xe đạp hoặc trên đường đi học về, tiệm thuê sách ngay đường Duy Tân qua khỏi cầu An Cựu trước khi đến Miễu đại Càng phía bên phải. Có lần mấy bà cô đến nhà, ăn trưa cùng gia đình tôi thấy anh vẫn vừa ăn, vừa chăm chú đọc sách, họ về nhà nói với mấy người con của họ là phải *"học giỏi như thằng Lập con Mụ Đội Hoa, tau thấy nó vừa ăn mà vẫn học, hèn chi mấy đứa đó thi mô đậu nấy!"* Họ đâu biết anh mê kiếm hiệp, nhà tôi đến giờ là phải ăn chung, mà anh thì mê Vô Kỵ đang tán Triệu Minh hay Tôn ngộ Không đang Cân đẩu vân đi giết yêu quái.

Anh vào Hướng đạo nhiều, học thêm võ thuật và giỏi hơn tôi, từ Sói con anh đã là Đầu đàn nhất thuộc Ấu đoàn Chi Lăng dưới quyền Akela Quỳnh Hoa. Phải là đầu đàn thuộc đàn trắng mới được Akela và mấy trưởng cho lên Đầu đàn nhất. Bây giờ nghĩ lại thấy các chị trưởng thiên vị sao đó, mấy đàn đen, xám hay nâu ít khi thi được về nhất như trắng, không lẽ các chị sắp các em màu trắng hơn trội mấy em kia?

Anh lên Thiếu đoàn thì tôi còn đang Ấu mà sói con thì được các chị cưng, đi trại cũng có đồ ăn sẵn, chỗ ngủ thì trên sàn như ở Thuận An, các trưởng bao vậy hết không như thiếu đoàn phải tự lo hết từ phương tiện di chuyển cho đến sinh hoạt ăn uống để huấn luyện về căn bản lãnh đạo, mưu sinh và tự trị.

Lúc tôi gần lên Thiếu đoàn, Mạ tôi nói với anh "*cho Hòa lên cùng đội Sói với Lập để đi họp chung hay đi trại cho tiện*". Đó là suy nghĩ của bà nhưng tôi không ngạc nhiên mấy khi Ấu đoàn cho lên 8 em mà Thiếu đoàn Bạch Đằng có 4 đội Sơn Ca, Sư Tử, Sói và Sấu, tôi không vào đội Sói cùng anh mà lọt qua đội Sư tử với anh Lộc và anh Trung.

Hùng lên đội Sói, anh Lập là đội trưởng, Trần đình Tuấn lên Sư tử có anh Trần đình Lộc là anh ruột của Tuấn đang là đội trưởng (*mất tại Montreal, Canada năm 2022*), gia đình anh Lộc ở nhà sách Ái Hoa, trong gia đình đều là Hướng đạo, cũng là chủ Rạp Ciné Hưng Đạo nên sau nầy tụi tôi được đi coi phim không trả tiền, sướng kể gì, lúc đó tôi mê xem mấy anh họa sĩ vẽ phông, mỗi lần có phim mới, họ vẽ trên phông vải lớn treo lên trước rạp, tay họ thoăn thoắt, vẽ thật lẹ, mầu sắc thật đẹp, sau khi anh Lộc lên Kha, anh Tùng kế nhiệm (sau nầy là BS BVTƯ Huế). Bốn đội trưởng lúc tôi lên đoàn là: Sư tử: *anh Trần đình Lộc (mất 2022)*; Sói: *anh Hoàng Thống Lập* (USA); Sơn ca: *anh Lý gia Nhẫn* (Australia) và đội Sấu là *anh Diệp Ngọc Tiếp*.

Còn tôi thay vì lên đội Sói, có anh đang là đội trưởng ở đó thì lại lên đội Sư tử, lúc đó anh Lê trọng Trung đang là đội phó, phụ tá anh Lộc, anh Trung là con của bác Xáng, trưởng ty Thanh niên Huế, người em anh Trung là Hiếu cũng cùng trong đội của tôi, anh tôi chơi thân với anh Lộc và Trung *(San Jose, California)*, và cái đội nầy được tiếng là "*sướng*", toàn dân "đẻ bọc điều". Đội của tôi gọi là "đội nhà giàu", tức là có đội quán (nhà xe của gia đình anh Trung-Hiếu đường Nguyễn Thành trong thành nội).

Chắc anh tôi đã biết câu "*bụt nhà không thiêng*" nên để tôi lên học hỏi từ các anh khác. Không biết lúc đó lên cùng đội với anh thì bây giờ ra sao chứ lên Thiếu không lâu thì Hướng Đạo mở ra ngành Thanh (1965 từ 15-18 tuổi) và các anh lớn trong đội rời thiếu đoàn, giao lại cho đám nhỏ tụi tôi. Sau biến cố Mậu Thân, mất đi mấy trưởng và đoàn sinh sinh hoạt không còn đều vì chiến tranh ngày càng khốc liệt nên sau 1972 tụi tôi không còn cái may mắn đi cắm trại ở xa mà lui tới chỉ họp ở Vườn Đoát hay QH, ĐK.

Nói về anh tôi mà cũng nói tới cuộc đời Hướng đạo khá nhiều vì trong thâm tâm, riêng tôi vẫn nghĩ nhờ có HĐ mà cả gia đình tôi may mắn sinh hoạt và với sự hỗ trợ của Mạ tôi, chúng tôi nên người, dù thiếu đi người Cha trong gia đình. Cả nhà dù trai hay gái cũng biết tự nấu ăn, may vá vì Mạ tôi có cái máy may Singer đạp chân mà anh tôi đã may cả cờ đội và đoàn, tôi thì chỉ biết phá và may bao gối là thứ dễ nhất.

Anh xong tú tài hai tại Huế thì vào Sài Gòn học tiếp Đại Học năm 1967. Nhờ tiếng Pháp khá trôi chảy qua những tháng ngày học thêm tại Huế anh được nhận vào Cư xá Đắc Lộ (Alexandre de Rhodes) ở Sài Gòn, anh xin du học và được nhận qua học bổng US-AID của Hoa Kỳ, lịch trình sẽ lên máy bay mồng 7 sau Tết Mậu Thân 1968. Về Huế ăn Tết và kẹt lại nhưng cũng may, chương trình du học phải hoãn lại vì các du học sinh dù ở đâu cũng bị ảnh hưởng, nên anh về lại Sài Gòn và đi du học cùng năm.

Anh cùng nhóm du học sinh đến California và học hai năm đầu tại California State University Fullerton, California rồi chuyển về University of Florida ngành Công Chánh (Civil Engineering). Sau khi tốt nghiệp cử nhân (Bachelor), anh xin học tiếp và lẽ ra về lại Việt nam vào khoảng 1975 vì anh đã gởi các đồ đạc về trước, nhưng may mắn thay anh chưa về vì đang trình luận án thì tháng tư 1975 đến. *(Đầu năm 1975, USAID đã chuẩn bị và gởi vé máy bay cho anh hồi hương, lịch trình tháng 8, 1975 sau khi ghé họp (conference) một tuần ở Washington, DC. Trên đường về, anh sẽ ghé ngang Úc cùng một lượt về nước với vị hôn thê, chị Tường lúc đó cũng vừa xong học bổng Colombo. Rất may, tháng 4, 75 xảy ra trước lịch trình hồi hương nếu không cả anh chị đều bị kẹt lại VN như anh Nguyễn văn Trai (USAID), về nước, sau nầy qua định cư tại Canada).*

Khi biết anh Châu và tôi qua được Thái Lan ngày 29 và sau đó Camp Pendleton, California, anh bảo cứ gọi điện thoại *Call Collect* (người nhận trả tiền sau khi Phone Operator móc nối). Lúc đó các hãng điện thoại cho dùng cách nầy nếu bên gọi phải dùng điện *thoại* công cộng để gọi cho người nhận. Không biết anh phải trả hết bao nhiêu tiền điện thoại khi tụi tôi còn trong trại tị nạn.

Sau một tháng trong trại tụi tôi được anh nhờ ông Ted Srygley lúc đó là võ sinh Cương Nhu Karate đang là Giám đốc của thư viện Y khoa Shands Hospital tại Gainesville bão lãnh. Tụi tôi đến Gainesville, Florida nhưng không ở với Sponsor ngày nào mà anh và anh Lê Trọng Hiếu (đội phó Sư tử, thiếu đoàn Bạch Đằng) ra thẳng phi trường đón về cư xá đã thuê tại Glen Springs Manor. Anh Thanh phi đoàn trưởng Thiên Ưng 233 cũng đi cùng chúng tôi vì anh không có ai và cũng không muốn ở lại trại tị nạn một mình chờ bảo trợ.

Anh xong Luận án (*thesis*) vào khoảng cuối năm 1975. Chị Lệ Tường, thủ khoa ĐK và là hôn thê của anh thì đỗ Tú Tài 2 năm 1970, du học tại New Zealand qua học bổng Colombo. Lúc còn là học sinh QH, nghe học sinh nào mà du học với học bổng Colombo là tụi tôi lé mắt vì phải giỏi lắm mới vô được, các học bổng Hoa kỳ thì dễ hơn nhưng bị hạn chế không cho học về các ngành Y khoa. Chị ra trường 1974, qua Úc làm việc thì kẹt lại 1975, anh tôi làm giấy tờ bão lãnh qua Mỹ năm 1976 và anh chị làm đám cưới giản dị tại võ đường Karate Cương Nhu (CN), University Avenue tại Gainesville vào lễ phục sinh năm 1976. Đám cưới chỉ trong vòng thân nhân và các võ sinh CN, võ đường chỉ có mấy cái ghế nên ai cũng đứng cả, các món ăn làm ở nhà mang đến nên anh chị hay nhắc đám cưới chỉ tốn vỏn vẹn 300 đô la mà vẫn hạnh phúc như thường, không cần phải xài nhiều tiền cho đám cưới.

Sau khi tốt nghiệp Cao Học về Công Chánh (Master of Civil Engineer) ở UF, anh về thành phố thủ phủ Tallahassee, Florida và làm việc với Bộ Công Chánh tiểu bang Florida (Florida Department of Transportation) F.D.O.T. cho đến khi về hưu với chức vụ Giám Đốc Điều Hành Giao Thông (Chief) State Trafic Engineer and Manager, Trafic Engineer and Operations Ofice). Ngoài ra anh còn giữ chức vụ Chủ tịch hội Công Chánh tiểu bang Florida. Ngoài công việc, anh còn là võ sư Karate thuộc môn phái Cương Nhu và võ đường tại thủ phủ tiểu bang mang tên Phượng Hoàng (Phoenix Center) và trong khuôn viên trường Florida State University.

Anh chị có một trai đầu xong Đại Học Stanford, ra trường thì mở nhà hàng làm chủ các món ăn đặc biệt gọi là *Freshrolls*, cháu gái thứ nhì học UF và làm cho Chính phủ Liên Bang về đường sá giao thông vận tải của tiểu bang Arkansas, có bằng chuyên môn (PE) về kỹ sư công chánh với chức vụ Giám Đốc về Giao thông (Division Administrator) của tiểu bang Arkansas. Cháu gái út thì sau khi xong Stanford University học tiếp ngành Cao học quản trị kinh doanh (MBA) với trường nổi tiếng Northwestern Kellogg School of Management (Đây là trường nổi tiếng, đứng đầu về kinh doanh (Business Stategies) trên nước Mỹ) và đã, đang làm cho các hãng nổi tiếng như Disney, Apple, DoorDash [49](Director of Global Strategies)…

Thành công của anh chị và các cháu có lẽ một phần nhờ lối giáo dục gia đình, chị đã là học sinh đứng đầu *(Valedictorian)* trường Nữ Đồng Khánh nổi tiếng ở Huế mà Mẹ của chị là phụ tá Hiệu trưởng của trường, cháu trai đầu và cô Út cũng đứng đầu (*Valedictorian*) trường trung học Leon County thành phố Tallahassee và cả hai đều được nhận, theo học và ra trường tại trường Đại học nổi tiếng Stanford University, California.

Anh được chọn vinh danh qua chương trình Vẻ Vang Dân Việt do nhà báo Trọng Minh (California) tổ chức và tuyển chọn cho các người Việt thành công trên đất Mỹ. Anh chị về hưu và định cư tại Venice, Florida tuy các con còn làm việc ở các tiểu bang California, Denver và Arkansas.

---

[49] *DoorDash, nơi cháu út của anh làm việc, năm 2013 do 3 sinh viên ngoại quốc đang học tại Stanford University mở ra, lúc đầu chỉ đi đưa thức ăn đến tận nhà cho khách hàng ở PaloAlto, đến 2020, với dịch Covid đã thành một công ty lớn toàn cầu vì nhu cầu của khách hàng ngày càng tăng. Mấy ông chủ đã trở thành tỷ phú.*

Gia đình anh tôi.

Hình bên trái anh chụp năm 1984 với võ sư Ngô Đồng (mất năm 2000), người sáng lập môn phái Cương Nhu Karate tại Huế (1965) và University of Florida (1971). Võ Đường Phượng Hoàng, Tallahassee, Florida (1987) (bên phải).

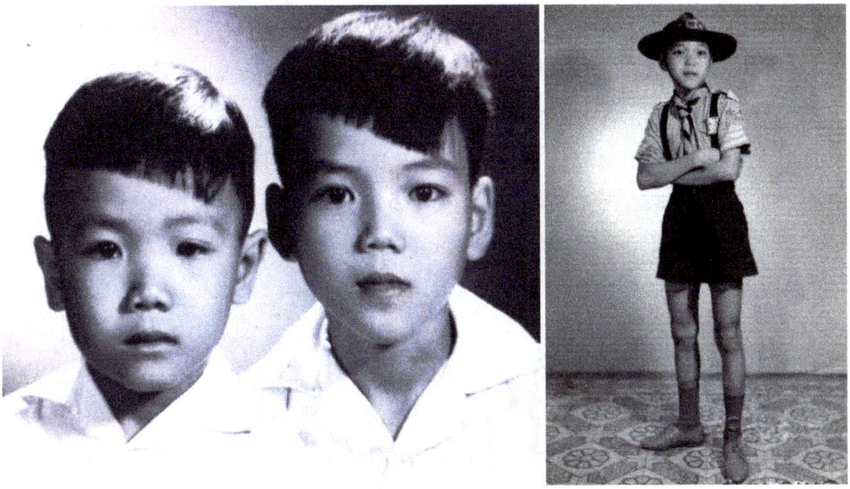

Hai anh em-Hình chụp khoảng năm 1958-1963-Anh tôi Đầu đàn nhất Sói Chi Lăng.

Bức hình chụp Hè năm 1970 lúc anh cả tôi còn Trung Úy phi đoàn Song Chùy 213 (mặc áo bay bên phải) và Dược sĩ Trung Úy Nhảy dù Nguyễn mậu Trinh (bên trái) tại phi trường Tân Sơn Nhứt lúc đưa anh Lập về lại Mỹ và hôn thê chị Lệ Tường đi du học Colombo tại New Zealand sau khi anh Lập về thăm nhà.

CHỊ TÔI 1945-2021

Gia đình tôi chỉ có chị là con gái. Chị sinh năm Ất Dậu, 1945 là cái năm dễ nhớ vì nạn đói ở Việt Nam và thế giới. Không biết lúc đi khai giấy tờ Mạ hay Thầy tôi đâu mà đưa cho bà cô đi làm khai sanh dùm, bà có cô con gái cũng đặt tên là Gái nên khi người làm giấy tờ hỏi con bé tên gì, bà bảo tên Gái, thế là cái tên nó vận vào người chị suốt đời. Chị rất ghét cái tên đó vì Thầy Mạ tôi không có ý định đặt tên đó cho chị. Khi lớn lên chị hỏi cách làm thủ tục đổi tên thì văn phòng thừa phát lại bảo phải có lý do mà lý do thông dụng nhất là trùng tên với những người trong gia đình, ông bà đã mất sợ phạm húy thì đổi được nhưng phải có bằng chứng như gia phả phải ghi trong đó thì họ sẽ cho đổi nhưng vẫn phải dùng tên cũ một thời gian với tên mới ví dụ: Hoàng thị Gái tự Như Nguyên.

Thấy khó khăn và phải viết tên, đổi lại trong gia phả dù tạm thời là điều mấy người lớn tuổi kiêng kỵ nên sau đó không làm nữa chứ nếu làm thì tên chị sẽ là Hoàng thị Như Nguyên hay thêm dấu nặng là Nguyện. Ý định đổi tên hủy bỏ cho đến khi chị qua Mỹ cả gia đình, lúc vào quốc tịch thì chị đổi ý vì thấy không cần thiết nữa, người ta gọi chị là Ms. Hoàng vì dùng họ chứ không dùng tên như ở VN, vả lại khi đến Mỹ, nhân viên sở di trú Mỹ (Immigration) làm giấy tờ đã ngạc nhiên khi gia đình chị không ai có cùng họ *(last name)*. Chồng chị trong hoàng tộc nên phải theo câu thơ cho thứ tự đặt tên, mục đích để biết cao thấp trong họ. Chồng họ Vĩnh tên Quý, con trai họ Bảo tên Sơn, con gái thì họ Huyền Công Tằng Tôn Nữ… chị họ Hoàng vì ở VN lúc lập gia đình không đổi họ chồng như bên Mỹ. Tuy họ là Nguyễn Phước nhưng ít ai dùng đến vì không biết thứ bậc trong họ nên cứ theo câu thơ: Miên Hường Ưng Bửu Vĩnh… Bảo Chế Định Long Trường…

Lớn lên trong hoàn cảnh chiến tranh, sau khi chị xong tiểu học ở trường Đoàn thị Điểm trong thành nội, cả nhà dọn về An Cựu và năm1959 chị thi đậu vào trường Nữ trung học Đồng Khánh lớp Đệ Thất. Chị chọn Anh văn sinh ngữ chính nhưng các anh em trong nhà đều chọn Pháp văn, chỉ có khi lên lớp 10 thì chọn ban Toán B là ban mà con gái ít chọn vì học gạo thì ít mà Toán là môn khó nuốt. Còn nhớ lúc bắt đầu tiểu thuyết của văn sĩ Quỳnh Dao (*tên thật là Trần Triết, người Đài Loan*) vừa mới phổ biến tại Việt Nam, chị tôi là người mê các cuốn sách của bà đến đỗi lúc nào cũng thấy có một cuốn với chị, từ Dòng sông Ly biệt, Bên dòng nước đến Xóm vắng… mà sau nầy đã được chuyển qua phim bộ chứ thời đó thì phải đọc sách. Chị mê truyện của bà nên nhiều người lầm tưởng chị dùng cả bút hiệu của nữ sĩ đặt tên cho cô con gái út sau nầy, thật ra tên Cô Út do chồng chị đặt, lấy trong hai câu thơ của truyện Kiều [50]: *"Hài văn lần bước dặm xanh, Một vùng như thể cây Quỳnh cành Dao"* [51].

Xong Tú tài I năm 1964, chị lên lớp 12 năm 1965 và chọn thi vào Sư Phạm Quy Nhơn (SPQN) sau khi thi Tú Tài 2 vào tháng 5, 1965. Đây là ngành thuộc về Bộ Giáo dục mà khi ra trường sẽ chuyên dạy từ lớp 1 đến lớp 5 bậc tiểu học, nếu giáo viên nào bổ túc bằng Tú Tài II thì sẽ được đi tu nghiệp tại Sài Gòn và sau đó chuyển lên dạy Trung Học Đệ Nhất cấp (lớp 6 đến lớp 9). Bắt đầu khóa I, chỉ mở tại Thành phố Quy Nhơn nên các sinh viên phải ở nội trú nếu từ các tỉnh khác đến, nhiều nhất là ở Huế vào. Chị vào trường tháng 9 1965 khóa 4 SPQN cùng với một số bạn gái ĐK trong đó có chị Đông Hải rất thân và là *roommate* của chị trong suốt thời gian học. Đến năm 1970 vì số giáo sinh từ Huế vào học đông quá nên mới mở thêm Sư Phạm khóa 7 tại Huế học ở Quốc Học dẫy lầu bên gần dinh Tỉnh trưởng. Chị ra trường tháng 5 năm 1967, tháng 7 thì chọn nhiệm sở tại Quảng Ngãi (QN) và cuối năm về Huế ăn Tết thì gặp biến cố Mậu Thân. Về đây (QN) dạy

---

[50] *"Truyện Kiều* hay còn gọi là *Đoạn Trường Tân Thanh"* tác giả Nguyễn Du (1765-1820) gồm 3,254 câu, nổi tiếng và đưa vào chương trình Quốc văn Trung học, theo thể thơ lục bát. Hai câu có hai chữ được chồng chị lấy ra đặt tên cho cô con gái út là hai câu 143 và 144.

[51] Cây **Quỳnh** hay **Quỳnh Hoa,** tên khoa học: *Epiphyllum,* Họ: *Cactaceae, có lá mà không có cành.*

Cành **Dao** cũng được gọi là "cây xương cá", có cành mà không có lá. Tên khoa học: *Euphorbia Tiricabira*, Họ: *Euphorbiaceae.*

Cả hai loại cây nầy đều là dược thảo, dùng cho thuốc Nam để chữa bệnh.

một thời gian thì chị xin chuyển về Hòa Vang, Đà Nẵng. Lúc đó anh đầu tôi phục vụ tại phi trường Đà Nẵng nên hay ra ăn trưa và dẫn theo mấy bạn KQ của mình. Chị tôi, từ lớp gia chánh trường Nữ ĐK, nấu món Huế rất ngon nên mấy anh cũng mê, có anh hỏi anh tôi để tán chị nhưng anh tôi biết đời sống mấy ông pilot không muốn em mình làm góa phụ, nên cũng không khuyến khích anh nào nhào vô cả. Thời gian sau, chị xin chuyển về dạy lớp năm tại trường Lê Lợi, lúc đó tôi đã vào Sài Gòn học. Đây là ngôi trường ngay trung tâm thành phố trước Kho bạc (Ngân Khố) và Nhà Bưu điện, bên cạnh là trường nữ Jeanne d'Arc mà tụi tôi hay gọi *Răng Đa*, mấy cô bé *nội trú* ở đó phá như quỷ khi đám con trai đi ngang qua dù các sơ nữ tu giám thị nghe nói rất nghiêm khắc và dữ.

Chị dạy tại Huế cho đến 23 tháng 3 thì anh Thành bạn anh tôi theo lời dặn của anh tôi xin theo trực thăng của Đại Tá Phước ra Huế để đưa chị tôi và Mạ tôi vào phi trường Đà nẵng cùng chiếc Yamaha màu xanh của chị.

27 tháng ba thì vào Sài Gòn với chuyến bay của Thiếu tá Hiếu phi đoàn phó Thiên Ưng 233 và đến 29 tháng 3 thì mất Đà Nẵng. Chị tôi và Mạ tôi ở tạm nhà chị Dung cho đến 20 tháng 4 thì vào trong phi trường TSN tạm trú tại cư xá gia đình gần cổng Phi Long. Lúc tôi và anh tôi từ giã sáng 29 tháng 4 để tìm cách ra phi đạo tìm máy bay thì Mạ và chị tôi kẹt lại TSN và về lại nhà chị Dung khi phi trường bị chiếm, sau đó phải về lại Huế và trình diện với chính quyền mới.

Chị kẹt lại Sài Gòn, về lại Huế và bị phạt không cho dạy lại trường cũ Lê Lợi và cho đi dạy ở trường xa hơn ở Phú Vang và phải đi học tập cải tạo ở Ái Tử Bình Điền hơn 1 năm. Đây mới thấy chế độ trả thù đê tiện của CS, chỉ một giáo viên phái nữ mà chúng cũng không chừa, nói chi ở trong quân đội hay chính quyền.

Không rời Sài Gòn những ngày cuối tháng tư cùng tôi và anh tôi, tuy ở trong phi trường Tân Sơn Nhứt vào những ngày giờ phút cuối, chị phải về lại Huế đi dạy lại ở Vỹ Dạ và quen với anh Quý, giáo sư Âm nhạc và kịch nghệ Huế. Anh là con trai độc nhất trong gia đình thuộc Hoàng tộc, ở kiệt Bình Minh ngay Đập đá, Vỹ Dạ. Anh chị làm đám cưới giản dị tháng 4 năm 1977 tại nhà. Trước khi CS chiếm miền Nam, các tin đồn đưa ra là khi họ vào, sẽ buộc các cô gái miền Nam lấy các thương binh của họ. Do đó sau tháng tư, nhiều cặp tình nhân vội vã làm thủ tục đám cưới. Tuy là thầy giáo về âm nhạc, kịch nghệ nhưng thơ văn của anh cũng khá nhiều, kể các bài thơ anh phổ nhạc, lúc đám cưới của tụi tôi anh đã viết tặng bài thơ có các chữ đầu ghép lại thành một câu tuy tên của bà xã tôi rất đặc biệt, khó tạo các vần thơ:

Bài thơ của anh Vĩnh Quý tặng vợ chồng Hòa-Tươi nhân ngày thành hôn:

Ngọc *kết từ đây rạng rỡ nhà,*

Hòa *chung một nhịp bản tình ca*

Xuân *xanh mãi mãi tình son sắc*

Tươi mát luôn luôn nghĩa mặn mà

Trăm núi nghìn song, chàng cạnh thiếp

Năm *châu bốn bể, bạn bên ta*

Hạnh *phùng xin chúc đôi giai ngẫu*

Phúc *ấm muôn đời nở vạn hoa*

Khi tôi về thăm nhà năm 1988, tôi khuyên chị cùng gia đình bổ túc hồ sơ bảo lãnh qua diện ODP thì chị nói anh Quý, chồng chị không muốn đi ngoại quốc vì không biết qua đó, anh còn tiếp tục dạy âm nhạc được không, chứ không muốn đổi nghề. Anh tốt nghiệp trường Quốc Gia Âm Nhạc và Kịch Nghệ Huế, biết sử dụng các loại nhạc cụ, chính là hắc tiêu, nhưng các nhạc cụ cổ truyền như đàn tranh, nguyệt, anh đều chơi được. Tôi nói với anh: *"Mỹ là xứ tự do, anh muốn* làm gì tùy ý không ai bắt buộc*"*.

Định cư tại Mỹ qua chương trình O.D.P. (Orderly Departure Program) anh chị đến Tallahassee và sau đó dọn về Orlando. Anh chị có con trai đầu và hai cô con gái. Cả ba sau khi xong bậc trung học và đều tốt nghiệp cử nhân tại trường University of Florida (UF). Cậu con trai đầu ra trường với ngành Kỹ sư cơ khí và công nghệ (Bachelor of Mechanical and Industrial Engineering), cô con gái kế về Finance của College of Business và cô út thì sau khi xong BS ở UF, học tiếp về MA in Library thuộc University of South Florida, nhưng sau khi đi làm một thời gian không thích lại tiếp tục học ở Nova University ngành Phụ tá Bác sĩ (Physician Assistant). Cứ nhớ lúc mấy cháu nhỏ còn học ở UF, chị cuối tuần nhớ con, xách xe nấu đồ ăn mang lên Gainesville cách Orlando chừng hơn 2 tiếng lái xe không cần bản đồ mà lúc đó chưa có máy định vị (GPS) như bây giờ.

Sau khi các con đã tốt nghiệp, chị lại phải lo cho Mạ tôi vì Mạ tôi ở với con gái thì hợp hơn là ở với con dâu. Đến chừng 2016 thì chồng chị bị bệnh lãng trí (Alzheimer) nhưng chị nhất định không cho anh vào nhà dành cho người già mà ở nhà săn sóc, qua đến 2017 thì đổi qua thành phố DeBary để cô con gái út đi làm bệnh viện gần hơn và nhà rộng hơn vì chị phải lo cho cả hai người già, chồng và Mẹ.

Chồng chị ngày càng yếu và đến lễ Tình Nhân Valentine năm 2019 thì anh vào bệnh viện và ra đi sau mấy tiếng đồng hồ, chị tôi hụt hẫng và buồn tuy biết bệnh của anh ngày càng tệ.

Sau khi chồng chị ra đi, sức khỏe Mạ tôi ngày càng yếu, không ăn uống được nhiều và phải có y tá đến giúp vào buổi tối đỡ gánh nặng cho chị và cho đến lễ Mother's Day năm 2019 thì Mạ tôi ra đi.

Chỉ trong vòng mấy tháng mà mất đi hai người thân, chị suy sút thấy rõ khi tụi tôi lên thăm. Định là sẽ lên thăm nhiều thì tháng 2 năm 2020 tôi báo cho chị biết sẽ đình hoãn chuyến đi VN họp mặt 50 năm QH của tôi vì Covid-19. Tình hình Covid tại Mỹ ngày càng tệ nên ai ở nhà nấy, chỉ liên lạc qua phone hay *facetime*. Giỗ đầu của Mạ tôi năm 2020 cũng không gặp gia đình được cho đến giỗ năm hai vào tháng năm 2021 thì chị thông báo cho anh đầu tôi là Bác Sĩ cho chị biết bị ung thư phổi giai đoạn cuối dù trước đó chị đã báo riêng cho chúng tôi. Ai cũng buồn, các con chị về đông đủ họp mặt, đi thăm thành phố St. Augustine xem như lần cuối. chị đã có dự định đi theo vợ chồng tôi về VN và đi Nhật chơi khi hết Covid, nhưng không ngờ sẽ không bao giờ thực hiện được. Chị cũng không có dịp xem được cuốn sách của tôi ra đời.

Dù *chemo* và thuốc men nhưng cũng không ai tránh khỏi Sanh Lão Bệnh Tử. Chị gởi *text* cho tôi và anh tôi lúc được đưa vào phòng cấp cứu ER sáng thứ sáu 13 tháng 8 một tuần trước lễ Vu Lan, tháng tám dương lịch năm 2021. Buổi sáng thứ bảy hôm sau thì mấy cháu cho biết tình trạng của chị không mấy tốt đẹp nên tôi thông báo cho anh Ngân chị Đông Hải, bạn chị ở Tampa là tụi tôi quyết định lái xe lên thăm chị ở Bệnh Viện (BV) DeBary ngay.

Đi được nửa đường đến Vero Beach thì các cháu phone cho biết sau khi BV đưa chị xuống phòng Hospice dưới lầu thì chị ra đi và BV vì lý do Covid đáng lẽ ra chỉ cho vào từng người một, nhưng họ đã cho cả hết gia đình và anh Ngân chị Đông Hải cũng đến từ Tampa sau tụi tôi cả tiếng vì kẹt xe. Chị ra đi trong tiếc nuối của con cháu, bạn bè người thân và sự cấm đoán của dịch Covid, mọi người đã cố gắng đến với chị lần cuối. Như vậy chị đã gặp được những người thân thiết nhất của chị lần cuối. Mong chị ra đi thanh thản. Nếu có kiếp sau thì xin cho chị không phải làm phận đàn bà như chị hằng mong ước.

Hoa Quỳnh (bên trái). Cây Dao (bên phải)

Text message chị gởi vào thứ sáu 13 tháng 8 năm 2021 lúc xe cứu thương đưa chị vào ICU. Không ai nghĩ chị ra đi luôn ngày hôm sau vì chị còn dùng iPhone để nhắn tin và vẫn viết đầy đủ các dấu bằng tiếng Việt.

BẠN HỮU
TRANG NHẬT KÝ RỜI CỦA BẠN TÔI

Đây là trang "nhật ký rời", viết gọn tạm trên bao thuốc lá tại phi trường U-Tapao, Thái Lan ngày 30 tháng 4 năm 1975 của Thiếu Úy Nguyễn văn Chánh cho người yêu kẹt lại Sài Gòn về những giờ phút cuối cùng tại phi trường Tân Sơn Nhứt. Viết lại từ bản chụp với sự thỏa thuận của Thiếu Úy Chánh. Chánh là bạn thời trung học Quốc Học cùng với tôi từ lớp 6 đến lớp 12 và cả khi đến Mỹ học ở University of Florida.

Ngày 29 tháng 4 năm 1975: 4 giờ sáng Việt Cộng (VC) bắt đầu pháo kích hỏa tiễn 122 ly vào phi trường Tân Sơn Nhứt (TSN) từ ba hướng Nhà Bè, Hóc Môn, Gò Vấp…và hình như có nội tuyến nên những mục tiêu bị pháo rất trúng vào chỗ đậu các phi cơ F5, EC-47, AC-119K, C-130, A-37, UH-1H…và một số cơ sở, văn phòng Bộ Tư Lệnh Không Quân (BTLKQ), Khu Gia Binh, (Cảng Hành Khách)KQYHK, Cổng Phi Long…

9 giờ sáng, tôi vẫn còn ở văn phòng (An Ninh Không Quân gần cổng Phi Long), nghe và nhận công điện trên tầng số Motorola Côn Sơn (tên gọi cho cấp cao nhất để dùng trên các tầng số), kiểm kê thiệt hại do cuộc pháo kích trong đêm sơ khởi: Hầu hết phi cơ phản lực A-37 PKG bị nổ hoặc cháy (31 chiếc), Trực thăng UH-1H phi đoàn 259G bị cháy hết (10 chiếc), EC-47, F5 và C-130 (6 chiếc).

9 giờ 25 phút sáng có báo cáo trên tầng số Côn Sơn C-130 và C-119, một số hành khách, quân nhân và hoa tiêu đủ loại leo lên phi cơ C-130 và C-119 đã taxi ra phi đạo và cất cánh.

9 giờ 45 có báo cáo của Qui Nhơn 2 (QN2): bốn người Thiếu tá Mai, Mỹ, Quang, Hà thêm Đại úy Lộc và Thiếu Úy Nhẫn và rất nhiều nhân viên của ngành (ANKQ) đã leo lên C-130 để đi. *Anh* trình cho Lam Sơn, Hồng Hà (HH)và Hồng Hà 1 (HH1) và 2 (HH2) nhưng không nghe trả lời.

9 giờ 50 QN 2 báo cáo HH1 và HH2 lên phi cơ C-130. Thế là hết...Hoàng Robert, Kiki khóc trong máy gọi HH, anh và Trung úy Tường trấn an nhưng Hoàng vẫn cuống lên. Trung úy Nhã (Hùng Cường) và Đại úy Thuận (Chiến Thắng), Thiếu tá Thuần gọi Côn Sơn hỏi tình hình ra sao và việc di tản phi cơ (?). Trung úy Tường không dám trả lời rõ ràng vấn đề vì sợ anh em mất bình tĩnh, mà theo *anh* thì lúc nầy còn gì nữa đâu mà dấu, bình tĩnh thì có gì sợ mất phải không em?. Thủ Đức 1 (TĐ 1) gọi Thủ Đức (TĐ) nhưng không nghe trả lời. Trước đó TĐ có ra chỉ thị: *"Anh em tìm cách ra phi đạo và lên phi cơ.."*. HC kẹt ở số 4 Nguyễn Bỉnh Khiêm [52] làm sao lên TSN được?. Có lẽ Trung úy Nhã và con cái kẹt hết ở dưới đó vì giới nghiêm 24/24 từ 5 giờ 20 chiều ngày 28 tháng 4 sau khi 3 chiếc A-37 bỏ bom TSN.

10 giờ 30 phút sáng: Cường, Vĩnh và Chánh lên xe Jeep 0198, mang theo đủ súng đạn và chở thêm một số nhân viên PTSN, Biên Hòa, sở (ANKQ) chạy theo hướng ra phi đạo. *Anh* muốn chạy ngang cư xá để lấy thêm một số áo quần đã chuẩn bị sẵn trong xách tay nhưng Cường lái xe nên không chạy về cư xá, vả lại không thằng nào trong bọn nghĩ đến việc chạy làng nầy cả!. Lúc lên phi cơ mới nghĩ rằng mình đã bỏ lại quê hương.

Phi cơ EC-47 do Đại úy Tâm và Trung úy Lan chở 17 người kể cả tôi đáp xuống phi trường U-TAPAO, Thái Lan đúng 1 giờ 40 phút chiều (12 giờ 40 trưa giờ Thailand). Chiếc máy bay đi thẳng từ TSN qua Hà Tiên và đến thẳng phi trường U-Tapao. Có lẽ đây là chiếc máy bay quân sự chở quân nhân cuối cùng đến từ TSN, sau đó chỉ thấy các phi cơ chiến đấu đến từ phi trường Bình Thủy, Cần Thơ. Không ghé ngang cư xá lấy áo quần nên sang đất Thái tị nạn mà chỉ với một bộ đồ trận trong người, không có gì trong

[52] Đây là Cục An Ninh Không Quân (ANKQ), văn phòng chính, còn ở Cổng Phi Long là văn phòng điều hành của phi trường TSN. Các nhân viên của ANKQ, làm việc tại TSN, thỉnh thoảng biệt phái về 4 Nguyễn Bỉnh Khiêm để làm việc, và ngày 29 tháng 4, việc di chuyển từ đây (Đa Kao) về phi trường khá xa, lại giới nghiêm. Các loại máy bay có cánh (fixed wings) Mỹ viện trợ cho chiến trường Việt Nam như C-47, C-119, C-123, C-130 được trang bị thêm súng miniguns và cannons (gunships) thì được thêm một mẫu tự cuối AC-119K, AC47D-Spooky, AC-123K hay AC-130A/E/H Spectre hoặc gọi luôn ACK-119 biệt danh là "Stinger" hay "Shadow". Các phi hành đoàn có thêm các xạ thủ để sử dụng các cây súng gắn hai bên hông phi cơ phía sau. AC có lẽ là viết tắt của Armed Control.

người và đói quá sức vì từ sáng chả có gì vào bụng. Mãi đến 4, 5 giờ chiều mới thấy nhóm quân nhân Không quân Mỹ (USAF) đem đồ cứu trợ đến phân phát. Tuy đói, nhưng ăn chẳng thấy ngon chút nào, bánh mì, coca, chocolate và thuốc lá cho một người chưa từng hút thuốc. *Từ đây tôi là thân phận của một người tị nạn, mất quê hương và chẳng biết tương lai của mình sẽ đi về đâu.*

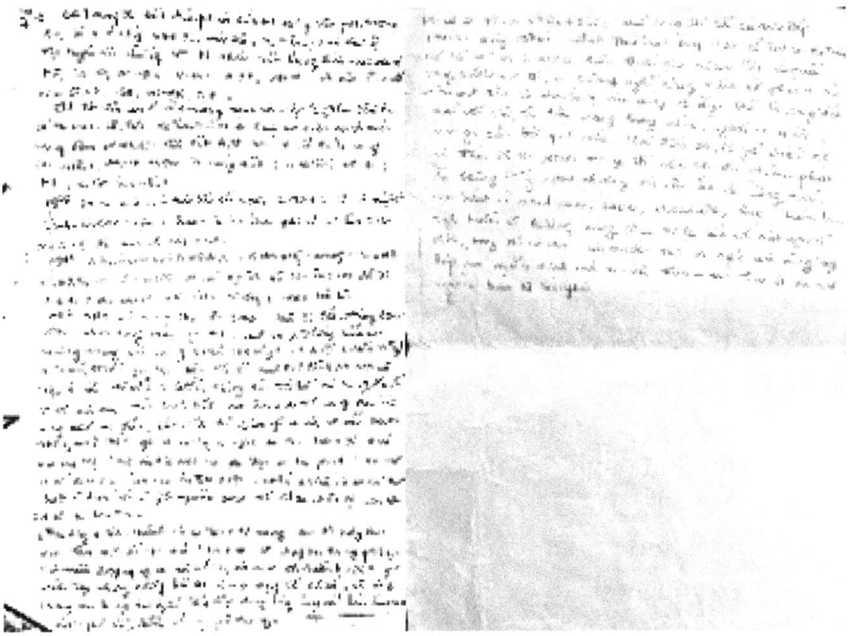

Trang Nhật ký rời trên giấy gói bao thuốc lá.

TRANG NHẬT KÝ VIẾT THAY CHO BẠN

Ở đời, người nào có thói quen viết nhật ký vào thì giờ rảnh rỗi buổi tối trước khi đi ngủ để ghi lại vui buồn, một cách diễn tả, kiểm điểm cái tâm trạng (nội tâm) của mình trong ngày, tâm hồn lắng đọng mà lúc còn trẻ hay về già thường có nhiều thì giờ hơn lúc phải bận rộn vì công việc và gia đình hằng ngày thời niên thiếu.

Thói quen về viết của tôi từ lúc đi Hướng Đạo, từ ấu đoàn cho cuốn sổ việc thiện làm mỗi ngày và cũng từ lúc chị Akéla cho vào Thư viện Đại Học Huế để mượn và đọc sách. Con gái tôi thì không hiểu lúc nhỏ đã tự viết *Daily Journal* là thói quen từ đâu sau những chuyến đi chơi nhỏ của gia đình, cũng làm như tôi hồi nhỏ, viết lên những hàng chữ thư pháp (*Caligraphy*) mỗi đầu trang nhưng tôi hoàn toàn không hay biết lúc đầu. Viết là cũng để cho mình đọc chứ ai có *may mắn* lắm mới được xem của người khác vì đây là chuyện riêng tư: "*sống để dạ, chết mang theo*".

Dài dòng như vậy vì *nhật ký* là viết cho mình, chứ ai lại đi viết dùm cho bạn, chuyện lạ trong đời, dù trong cuốn sách nầy đã có bạn viết và cho tôi dùng nó khi biết liên quan đến đề tài của cuốn sách. Bạn không thích viết, thích đọc sách như tôi thì viết dùm cho tâm sự của bạn đã kể lại, đơn giản thế thôi.

Bạn tôi gia đình đông hơn cả mười người nên những ngày cuối tháng tư, Sài Gòn náo động, người anh cả chỉ có được một vé di tản theo DAO trong phi trường TSN đi Guam, đã nhường lại cho cô em út để lên được máy bay do Mỹ di tản vào khoảng ngày 27 tháng 4, cả gia đình sau đó cũng di tản được dù người anh rể đầu không muốn đi, chỉ muốn ở lại chiến đấu vì đang phục vụ trong QLVNCH. Tôi nghe kể, ở Đà nẵng, trước đó ai cũng biết *Club Danube*, người chị cả làm ở đó, nhiều quân nhân để ý đến chị, anh vào quán, để ngay quả lựu đạn trên bàn để tán chị, thế là ít ai dám tới gần. Rồi cũng cùng nhau đến được trại tị nạn, lúc từ nhà đi di tản, gấp rút đã lấy nhầm cái vali của người nhà vì hai cái giống nhau nên không mang theo được gì quý giá giúp được cho những ngày đầu đến Mỹ. Duyên cơ đưa đẩy, một số sinh viên du học tại University of Florida lúc đó xin đi vào trại tị nạn, mục đích vừa giúp những người mới đến, luôn tiện đổi *visa* từ dạng du học qua I-94 tị nạn (refugees) để có được các ưu tiên về công việc làm ở Mỹ. Một anh du học sinh quen với người chị của bạn tôi nên vì thế về định cư tại Gainesville. Nhà bảo trợ là một gia đình có *business* làm đẹp cho các thú cưng của khách hàng nên họ nghĩ chắc mọi người sẽ học nghề và làm cho họ, nhưng chỉ một thời gian ngắn không quen và thích hợp với công việc, nhiều người Mỹ họ xem thú vật còn hơn cả con người nên mấy anh chị em bỏ và ghi danh đi học. Có lẽ tôi là một trong những người đầu tiên đi học lại nên khi đến trường, thấy có người Việt vào làm đơn đi học là tôi sốt sắng giúp vì đang đi làm thêm ở Student Activities [53] lúc đó, bà xếp của tôi, Elaine Meade là người gốc Phần Lan, có mái tóc bạch kim rất đẹp cho tôi làm về danh sách sinh viên mới và thẻ sinh viên (SFID card), đồng thời bà khuyến khích tôi nên giúp cho người đồng hương nếu có thể. Giúp nhiều nhưng chỉ để ý một người con gái có cái *má lúm đồng tiền* và nhất là đôi mắt buồn mà tôi đã gọi là nét *"duyên ngầm"*, làm các loại giấy tờ, hồ sơ xin học bổng rồi dần dần thân nhau hơn.

Tụi tôi ở cùng cư xá, đi học Santa Fe, trường nhỏ nên hay gặp nhau ở *Cafeteria*, đến khi qua U of F thì học hai phân khoa khác nhau nên không có dịp gặp nhau nhiều, phần đông sinh viên Việt Nam lúc đó học ngành kỹ sư (Engineering). Tôi ra trường trước, đi làm, ai cũng có cuộc sống riêng tư, ngại quấy rầy người khác. Không ích kỷ, tôi luôn mong nàng có được cuộc sống hạnh phúc. Bẵng đi một thời gian, nàng có chồng, chuyện bình thường như mọi người trong huyện vì lúc đó, tôi đang vẫn mãi mê đi tìm *"Lá Diêu B*ông" [54].

Học giỏi, ra trường với mảnh bằng kỹ sư điện toán (Bachelor of Science in Computer Engineering), một cái bằng không hề dễ lấy nên được IBM nhận làm việc, rồi lấy chồng, làm cùng hãng. Nàng có bốn con, và cũng lúc chồng bị *layoff*, ra tìm việc làm riêng với những người Việt Nam, sau những lần xa nhà, những cuộc vui thâu đêm với những người bạn mới, trốn tránh trách nhiệm làm chồng, làm cha đã đưa đến tan vỡ hạnh phúc. Cái bất lợi của cả phái Nam hay Nữ khi có nhiều người theo đuổi là làm sao chọn cho đúng người. Rất nhiều người không quý những gì mình đã và đang có, thả mồi bắt bóng.

[53] Đây là văn phòng nhỏ của trường Santa Fe College lo về các dịch vụ sinh hoạt cho sinh viên của trường, sau nầy đổi lại là Student Life, trong đó kể cả vấn đề thể thao hay văn hóa, chiếu phim, làm thẻ sinh viên (SFID). Tôi được trả qua chương trình Work Study, $2 cho mỗi giờ và làm 20 tiếng cho mỗi tuần. Chưa học Kiến Trúc ở Mỹ nhưng đã ở VN nên viết chữ đẹp, tôi được giao viết tay các tấm phông hay banner để treo quảng cáo trong trường, có khi chỉ là các tấm poster nhỏ vì lúc đó chưa có computer và printer cho dịch vụ nầy, tất cả phải viết và làm bằng tay.

[54] *Thi sĩ Hoàng Cầm sáng tác bài thơ "Lá Diêu Bông" năm 1959, đến năm 1990 thì nhạc sĩ Trần Tiến phổ thành nhạc "Sao em nỡ vội lấy chồng", ai cũng biết ngọn lá nầy không bao giờ có thật.*

Một người bạn tôi ở McLean, có bà cô ruột, lúc tôi đến nhà chơi, cô kể lại, lúc cô học ở ĐK thời 1950, cô là một người khá đẹp ở Huế thời đó, một trong số bạn trai cô không để ý và thương nhưng cứ mãi theo đuổi, *"trồng cây si"*, lúc cô từ chối đã lấy *"hai cái nắp son"* đánh vào ngực mình, sợ anh ta tự làm hại, cô trở thành *"thương hại"*, sau khi có mấy đứa con, cũng tò te với vợ bé, cô nói: *"đàn ông thời dễ* có mấy kẻ chung thủy, hiếm lắm con ơi!". Giọng cô kể nghe buồn buồn, mà tếu nên tụi tôi hay đến nhà nghe cô kể chuyện tình duyên xưa lận đận vì các ông chồng có lắm vợ. Hai yếu tố quan trọng của người đàn ông là bổn phận và trách nhiệm nên chưa hẳn những người theo đuổi đã chung tình sau khi lấy nhau. Thời đó, ngay cả thời nay, nhiều ông không thấy quý những gì mình có được, cứ viện cớ *trai năm thê bảy thiếp,* phần mấy nàng, khi có quá nhiều người theo đuổi, không ai hoàn toàn, đến lúc phải chọn lựa, nhiều khi vì duyên nợ, chọn nhầm người.

Nay thì nàng đã về hưu, vui với con cháu và rảnh thì đi chùa, làm việc thiện để lại phước đức sau nầy.

NGƯỜI ANH HÙNG CỦA TÔI, ĐẠI ÚY NGUYỄN HOÀNG ÂN

Đã 38 năm rồi sao? 38 năm từ ngày đen tối đó, tôi cứ suy nghĩ mãi về anh, có nên viết về anh không?,anh là người đàn em thân tín của anh tôi, thuộc phi đoàn tản thương Cứu tinh 257 thuộc Không đoàn 51 Chiến thuật, Sư đoàn I không quân tại Đà nẵng, người mà tôi chỉ tình cờ gặp được có mấy lần, lần thứ nhất, năm 1973 biết anh về Sàigòn lấy máy bay trực thăng mang ra Đà nẵng cho phi đoàn 257, đang học Đại học tại Saigòn, tôi không có phương tiện về nhà ăn Tết, ở lại Sàigòn thì buồn, vì không bà con, mọi nơi đều đóng cửa, xin anh đi theo, anh chở tôi trên chiếc Honda, vào phi trường Tân Sơn Nhứt, máy bay đổ đầy xăng, ghé lại căn cứ KQ Nha Trang lấy thêm xăng, đã quá trưa, anh mua cho tôi chiếc bánh mì thịt, ăn xong, có thêm một người nữa lên máy bay, anh nầy to cao, đẹp trai, mặc bộ đồ màu đen, tay mang đồng hồ cũng màu đen, có mã tử, tay anh xách một bịch nhỏ cũng màu đen, ngồi sau chỉ có anh nầy và tôi, anh nhìn tôi, tôi nhìn anh, hai người đều yên lặng, máy bay thả anh xuống ngay dưới một ngọn đồi, cây cối um tùm, anh nhảy xuống, biến mất sau đám cây, sau đó tôi mới biết anh thuộc đám nhảy toán, biệt kích…

Máy bay đáp xuống phi trường Đà nẵng sau khi đã ghé phi trường Chu Lai để đổ thêm xăng, lúc xuống tàu, tôi mới nhìn rõ người cho mình đi nhờ, anh là Trung úy, mang hai bông mai vàng, bảng tên để *Nguyễn Hoàng Ân*…Anh chở tôi vào phòng trực phi đoàn chờ chuyến bay đi Huế, và sau đó lại có duyên gặp anh vào ngày 18 tháng 1 năm 1974, lúc đó tôi đang chờ máy bay đi Huế cùng ông anh để ăn Tết, thì được biết ông anh phải ra với Hạm đội Hải quân và đi cùng với anh Ân vì Trung Cộng đang bao vây Hoàng và Trường Sa, các phi đoàn có lệnh cấm trại, từ dạo đó tôi không còn gặp anh vì tôi ở luôn tại Sàigòn, không có dịp về phi trường Đà Nẵng như trước.

Ngày 28 tháng 3 năm 75, Đà nẵng thất thủ, dân chúng kéo nhau Nam tiến, đường bộ đã bị gián đoạn từ trước, trong phi trường Đà nẵng, các loại phản lực hay vận tải đã bay về phi trường Nha trang, một số trực thăng thì bay qua phi trường Non nước tránh pháo kích, số phi cơ còn bay được theo nhau về hướng Nam. Tối hôm đó, tuy là 16 tháng 2 âm lịch, sáng trăng, nhưng trời đầy mây và sương mù, ngoài ra, trực thăng phải tiếp tế nhiên liệu tại phi trường Chu Lai ở Quảng Tín vì không đủ xăng về đến Phù Cát hay Nha Trang, *lúc đi, gấp gáp, nhiều chiếc không đầy xăng không đủ để đến phi trường quân sự Phù Cát,* nay phi trường Chu Lai đã mất trước đó, nên một số phi cơ phải *đổ* thêm xăng, có lẽ Cộng quân đã biết vậy nên cho quân chặn lại ở những vùng nầy, một số trực thăng bị bắn rơi, một số phải đáp khẩn cấp dọc theo bờ biển vì hết xăng rồi bị bắt, tất cả gọi nhau kêu cứu trên tần số *guard*, trực thăng của anh chở những người tị nạn phải đáp xuống vì sắp hết xăng, chỉ sau đó không lâu đã bị bao vây, tước hết vũ khí và trong bọn chúng có cả các sĩ quan cao cấp, họ bắt một phi công dùng trực thăng bay vào Quảng Ngãi, vừa làm chiến lợi phẩm và để đưa họ đi quan sát mặt trận, anh tình nguyện đi, người đàn em cùng bay với anh từ Đà Nẵng là Thiếu Úy Đăng *đòi* đi theo nhưng anh đuổi xuống, bảo rằng *chỉ mình anh là đủ, co-pilot và các quân nhân khác hãy ở lại làm con tin,* anh Đăng kể lại, anh chỉ thấy lúc đó, cặp mắt của anh Ân nhìn anh trông rất dữ, đỏ ngầu, vừa như ra lệnh, vừa như cái nhìn cuối cùng để vĩnh biệt. Anh dùng chiếc trực thăng đáp sau của Đại úy Hùng vì chiếc nầy còn xăng, nghe vậy các sĩ quan Việt cộng lên tàu, dùng súng uy hiếp anh bay về hướng Nam trên chiếc máy bay nầy.

Anh cất cánh, nhưng anh đã không bao giờ đáp nữa, vì anh đã lên thật cao, thật cao rồi quyết định cho rơi xuống…thật sự anh đã "*đâm*" xuống với một tốc độ thật nhanh…chiếc tàu vỡ tan trên mặt biển trước mặt mọi người…

Tôi nghe tin anh, tôi bàng hoàng, sửng sốt, tôi buồn, tôi đã khóc, nhưng rồi tôi vui vì anh đã không hy sinh ngoài chiến trận như bao người đồng đội của anh, mà anh đã làm một quyết định hy sinh đời mình, không dễ mấy ai làm được, không tham sống sợ chết…không đầu hàng quân giặc, thật không hổ danh anh hùng… anh đã chết, nhưng anh vẫn còn sống mãi mãi trong tôi …Anh ra đi để lại người vợ trẻ và hai đứa con thơ, đứa con trai nhỏ nhất chưa đầy một tuổi.

Anh đã bay cao, bay cao, không bao giờ trở lại nhưng trong lòng tôi, luôn có một đóa hoa hồng cho anh, chỉ mong một ngày khi đất nước thật sự thanh bình, tôi ước mơ đi trên những đại lộ Nguyễn Khoa Nam, *Lê văn Hưng, Lê Nguyên Vỹ, Trần văn Hai, Hồ Ngọc Cẩn,* Phạm văn Phú, Nguyễn Hoàng Ân…

Viết ngày 29 tháng 3 năm 2009

Cố Đại Úy Nguyễn Hoàng Ân-Tranh Họa sĩ Vũ Khai Cơ-Australia 2013

Bổ túc thêm 29 tháng 3 năm 2013
Ngày giỗ thứ 38 của Cố Đại Úy Nguyễn Hoàng Ân

Trước ngày giỗ thứ 37 của anh (2012), tôi liên lạc được với người co-pilot của anh, Thiếu úy Đặng vũ Đăng ở tiểu bang Oregon (anh Đăng cũng là đàn em của anh Châu ở phi đoàn Cứu tinh

257) để xác nhận những tin tôi đã nhận được về anh Ân *cách đây 3 năm. Anh Đăng là nhân chứng sống lúc anh Ân hy sinh, anh buồn buồn kể lại câu chuyện* và được thêm tin chị cùng các cháu đã định cư tại Hoa kỳ. *Trước cái giỗ lần thứ 38 cho anh* mà gia đình anh đã chọn ngày 29 tháng 3, *tôi đã được Họa sĩ Vũ Khai Cơ từ Úc châu vẽ dùm cho bức tranh về anh, gởi về California cho gia đình anh đúng ngày 29 tháng 3 năm 2013. Con trai của anh Ân, Nguyễn Hoàng Bảo đang định cư tại Nam California đã thay mặt gia đình nhận bức tranh vẽ trên canvas.* ***Anh Ân: Anh có biết, mọi người không bao giờ quên và vẫn luôn nhớ về anh.***

TƯỞNG NHỚ MỘT NGƯỜI BẠN – BÙI BĂNG BIM

Không biết Trung Tâm Văn Hóa Hoa Kỳ còn được gọi là Hội Việt Mỹ ở Huế văn phòng tại đường Lý Thường Kiệt được mở từ lúc nào nhưng đây là nơi tôi thường hay đạp xe đến đọc sách vì căn nhà nhỏ như một thư viện, có máy lạnh, tại đây, tôi thích nhất là mấy tạp chí *Thế Giới Tự Do*, in mầu rất đẹp nhất là lúc đó các phi thuyền Apollo từ chuyến 11 đã chụp nhiều ảnh về quả đất lúc trên đường đến mặt trăng và đây cũng là nơi xin học thêm Anh ngữ dạy vào ban đêm nhưng họ lại mượn dạy ở trường Quốc Học vì số người học khá đông. Sinh ngữ chính của tôi là Pháp văn nên lên đến lớp 10 thì thêm Sinh ngữ phụ là Anh văn, tôi xin ghi danh và họ cho thi xếp lớp để các học sinh có trình độ gần ngang nhau dễ học chung với nhau. Tôi gặp Bim cũng ở đây và cả hai đứa cũng được xếp chung một lớp, học ban tối ở QH thì tụi tôi hay đến sớm và vào lớp. Bim có người chị cũng học thêm Anh văn, chị hay đi chiếc PC và trường QH cho học sinh vào cổng chính đường Lê Lợi, đậu xe tại nơi chỉ dành cho Giáo sư và nhân viên vào lớp học ban ngày.

Lớp của Bim và tôi, phần nhiều được dạy bởi các giáo sư người Mỹ làm tại MACV, có văn phòng ở đường Duy Tân, có lần ông Thầy anh văn người Mỹ, tóc vàng mang đến cây đàn guitar cổ điển, ông ta viết mấy lời hát trên bảng và bắt đầu hát nhạc dân ca, đầu tiên là bài 500 dặm (500 miles)[55]:

If you miss the train I'm on, you will know that I am gone
You can hear the whistle blow a hundred miles
A hundred miles, a hundred miles, a hundred miles, a hundred miles
You can hear the whistle blow a hundred miles...

[55] Đây là bản dân ca Hoa Kỳ khoảng thập niên 1960, còn có tên là *"500 Miles Away from Home" hay "Railroaders' Lament" nổi tiếng với ba ca nhạc sĩ Paul, Peter and Mary mà khi du học Hoa Kỳ về Không quân năm 1966, anh Châu tôi đã mang về cái máy đĩa 33 tour hiệu Sylvania, khoảng mấy chục đĩa hát có cả dân ca mà cái nào cũng hay. Cái máy nầy tự động, xếp một chồng đĩa lên, nó sẽ rơi xuống từng cái, sau cái cuối cùng là nó tắt. Tôi mê cái máy nầy và mấy cái đĩa anh mang về lúc đó.*

Không biết tâm sự của ông Thầy dạy anh văn, một người Mỹ được biệt phái qua Việt Nam về ngoại giao, tình nguyện dạy thêm Anh văn cho người bản xứ buổi tối có giống như bài hát hay không mà ông hát và đàn rất hay. Ý của bản nhạc là "*một lời than thở của một du khách xa quê, hết tiền và quá xấu hổ khi trở về*". Tôi đã được nghe ở nhà qua đĩa chính của Peter, Paul and Mary (PPM), nhưng thấy Bim thì chăm chú, có lẽ được nghe lần đầu, sau buổi học tôi nói khi nào bạn rảnh và thích về nhà mình nghe máy đĩa, nghe mấy lần cũng được.

Lần sau đó ông Thầy hát **BLOWIN' IN THE WIND:** Bob Dylan

How many roads must a man walk down

Before they call him a man?

How many seas must a white dove sail

Before she sleeps in the sand?

How many times must the cannon balls fly

Before they're forever banned?

The answer, my friend, is blowin' in the wind

The answer is blowin' in the wind.

Tuy bản nào ông Thầy Mỹ nầy hát cũng hay cả nhưng một bản mà tôi thấy bạn tôi trầm trồ, trầm tư nhất là bản: **DON'T EVER TAKE AWAY MY FREEDOM** *(Đừng bao giờ lấy đi sự tự do của tôi)* của Peter Yarrow cũng nổi tiếng với PPM có mấy lời sau:

Chorus:

Don't ever take away my freedom, don't ever take it away

We must cherish and keep that one part of our lives

And the rest we're gonna find one of these days...

One of these days

I always thought that I'd see in my own lifetime

An end to poverty, injustice and war

But now I've learned that that job will take a long, long time

So there's one thing that must endure

Tạm dịch:

(Điệp Khúc)

Đừng bao giờ lấy đi tự do của tôi, đừng bao giờ lấy đi

Chúng ta phải trân trọng và giữ đó là một phần cuộc sống của chúng ta

Và phần còn lại chúng ta sẽ tìm thấy một trong những ngày này...

Một trong những ngày này

Tôi luôn nghĩ rằng tôi sẽ nhìn thấy trong cuộc đời của chính mình
Chấm dứt nghèo đói, bất công và chiến tranh
Nhưng bây giờ tôi đã học được rằng công việc đó sẽ mất rất nhiều thời gian
Vì vậy, có một điều phải chịu đựng...

Trong đời, đây là lớp Anh ngữ đặc biệt và đáng nhớ nhất vì ông Thầy người Mỹ trẻ tóc vàng không dạy văn phạm hay ngữ vựng như những lần khác mà lúc qua Mỹ mới thấy rằng cách học nầy giúp rất nhiều cho tôi và chắc bạn tôi cũng thích vì tôi thấy bạn chăm chú hơn các lần học chung với các thầy cô chú trọng nhiều cho văn phạm.

Năm 1972, sau lệnh tổng động viên, các bạn cùng năm sinh với tôi lần lượt đi trình diện nhập ngũ trong đó có Bim, các lớp anh văn học thêm cũng không còn các Thầy người Mỹ vì phần nhiều họ đã về nước theo chiến dịch Việt Nam hóa nên chuyển lại cho các Thầy Cô người Việt, chú trọng nhiều về ngữ vựng, văn phạm thay vì đối thoại, trường học cũng trở thành nơi tản cư của dân chúng vùng giới tuyến. Tôi mất liên lạc với Bim từ đó. Xong Thủ đức, Bim về phục vụ tại miền Tây, nhưng từ 1973-1975 lúc tôi ở Sài Gòn không có cơ hội gặp lại các bạn thời trung học ở Huế đã vào lính trừ Chánh (ANKQ) và Hải (Lôi Hổ). Qua đến trại tị nạn Pendleton, tôi tìm kiếm các bạn cũ và bạn Hướng Đạo, ngoài Chánh đi cùng một lần, Hải cũng qua được giờ phút chót, các bạn khác đều bị kẹt ở Huế hay ở Việt Nam.

Lúc đang viết cuốn sách phần Anh ngữ, khoảng tháng trước đây, tôi gõ Google tìm kiếm thử có thấy Bim hay chị T. Cươm trên Google hay mạng xã hội nhưng không thấy hiện lên. Những cái tên đặc biệt khó trùng với ai. Sáng chủ nhật, 20 tháng 11 thì tôi dậy sớm, uống xong ly cà phê thì mở thử Facebook xem có gì lạ không. Tôi thường không thích các trang mạng xã hội vì vàng thau lẫn lộn, nên chỉ để nghe nhiều hơn nói thì bỗng thấy trang hồi ký của anh Lê Phiếu [56] hiện lên với bức hình trẻ của bạn tôi, chỉ thấy cái tiêu đề bên dưới *"Anh Hùng Bất Khuất thà chết không chịu nhục"* làm tôi lạnh người, đúng là người bạn của tôi. Nghe giọng đọc, tôi như được đi trở lại Lòng Hồ, Sông Mực, thuộc tỉnh Thanh Hóa, một nơi tôi không hề biết đến, một trại tù cải tạo trên rừng sâu, nước độc chỉ được kể lại của một bạn tù còn sống sót sau những sự trả thù và chà đạp nhân phẩm của cán bộ thắng cuộc. Nơi đây cũng là nơi bạn Bim của tôi ra đi vĩnh viễn ngày 30 Tết năm Bính Thìn (17 tháng 2 năm 1977).

Bạn đã chọn cho mình sự ra đi dũng cảm tại đây ngày cuối năm âm lịch Bính Thìn trước khi bạn qua 24 tuổi, một người bạn vắn số mà tôi biết khi đã vượt qua quá sự chịu đựng như trong bài hát ngày nào bạn và tôi đã nghe trong lớp anh văn, một cái chết mà hai năm sau gia đình mới được biết vì chế độ cai trị hà khắc, trả thù của phe thắng cuộc miền Bắc lúc đó, có lẽ cái tính cương trực của bạn đã làm phe thắng cuộc tìm cách bịt miệng và thủ tiêu

[56] *Anh Lê Phiếu là một sĩ quan không quân Việt Nam Cộng Hòa ngành phản lực F-5 đồn cứ tại phi trường Đà Nẵng, vào tháng 3, 1975 không kịp di tản, bị kẹt lại và đi tù cải tạo Cộng Sản. Anh viết lại những hồi ký trên facebook và youtube kể lại những thời chinh chiến của Việt Nam Cộng Hòa.*
Bài về chi tiết cái chết của bạn Bim do anh Phiếu kể qua Youtube: https://www.youtube.com/watch?v=4_0YNFJenE0

bạn vì đó là nghề của người Cộng sản. Mẹ của bạn, một người Mẹ như bao người Mẹ Việt nam khác, thương con, vẫn tháng ngày lên trại tiếp tế sau ngày bạn mất, đâu biết rằng con mình đã ra đi nơi thế giới khác và đến 44 năm sau câu chuyện thương tâm nầy mới được kể lại bởi những bạn tù của bạn. Một nén hương trễ cho bạn dù đã cố tâm tìm kiếm tin tức 48 năm qua. Nay thì trong suốt cuộc đời còn lại của tôi, vào mỗi giao thừa hằng năm, sẽ xin thắp cho bạn một nén hương.

"Anh Hùng Tử, Khí Hùng Bất Tử".

Vĩnh biệt bạn Bùi Băng Bim.

CHUYỆN CỦA NGƯỜI BẠN ANH TÔI PHI ĐOÀN TRƯỞNG THIÊN ƯNG 233

(Viết lại theo câu chuyện anh kể cho tôi).

Anh Nguyễn văn Thanh là người đã cho tôi và gia đình đi ké máy bay trực thăng Huế-Đà Nẵng-Huế khá nhiều lần, người mà Mạ tôi thích vì anh lái nhẹ nhàng và lúc đáp nhiều người lầm tưởng vẫn đang còn "*hover*", vì vậy có biệt danh là "*muỗi*". Thiếu tá Thanh, phi đoàn trưởng của phi đoàn Thiên Ưng 233, thuộc Không đoàn 51 Chiến Thuật, SĐIKQ, Bộ Tư Lệnh KQ cho thành lập thêm hầu tiếp nhận máy bay viện trợ của Mỹ và nhu cầu khẩn bách của chiến trường để hỗ trợ cho các cuộc hành quân, mục đích cũng để huấn luyện cho các pilot học bay trong nước tại Việt Nam sau chương trình "Việt nam hóa" *(Vietnamization)*. Loại máy bay sử dụng là UH-1, phần nhiều là "slicks", tức là loại chỉ có hai cây đại liên M-60 phía sau chứ không có *minigun* hay *rockets* như trực thăng võ trang của phi đoàn Song Chùy 213.

Tối 28 tháng 3, 1975 phi trường Đà Nẵng bị pháo kích nặng, các phi đoàn trưởng ra lệnh đưa trực thăng qua Non nước [57] tránh đạn, ai ráng lo lấy phi đoàn của mình, một phần vì chưa có lệnh di tản, chỉ nghĩ rằng sẽ về lại phi trường sau khi hết pháo kích. Vì thời tiết xấu tối hôm đó, sương và mây mà lại có trăng (*16 Âm lịch*), anh dặn các đàn em chờ sáng nếu có thể và nhớ lấy thêm

---

[57] *Sau khi TQLC Mỹ rút đi, căn cứ nầy được Không quân miền Nam Việt Nam sử dụng, nằm phía Đông Nam của phi trường quân sự Đà Nẵng, gần biển, từ đây dọc bờ biển đến phi trường quân sự Chu Lai dưới 100km.*
Phi trường quân sự Chu Lai do Mỹ xây dựng qua hãng RMK-BRJ Raymond International and Morrison-Knudsen, *sau nầy thêm* Brown & Root, Inc. and J. A. Jones Construction Company (*người kỹ sư của công trình nầy Mr. Larry Courtney sau là xếp của tôi ở hãng Greenhorne & O'Mara Inc. tại Maryland/Tampa*), *phi đạo có thể dùng cho pháo đài bay B-52. Sau tháng 4, 1975, dân chúng lấy hết các miếng xi-măng của phi đạo và "taxiway" mang về nhà xài làm phi trường bất khiển dụng. Từ Non nước đến phi trường Phù Cát tuy hơn 200km nhưng nếu không bay đường thẳng và máy bay nặng vì chở nhiều người thì lại càng tốn xăng hơn.*
Năm 1965, lúc xây dựng, người ta lấy tên phiên âm theo tiếng Hán của Trung Tướng Victor H. Krulak, Thủy Quân Lục Chiến Hoa Kỳ (USMC) để đặt cho phi trường Chu Lai.

hai thùng xăng dự trữ (55 gallons drum, để có thêm hơn 700 lbs. xăng), phi cơ đầy xăng mà không tiếp tế được tại Chu Lai (Quảng Tín) đã lọt vào tay VC, thì không đủ để đến phi trường Phù Cát hay Nha Trang. Tuy được dặn kỹ nhưng một số pilot vì hấp tấp chỉ đổ đầy xăng và khởi hành ban đêm, bị rớt vì hết xăng và bị bắt làm tù binh, một số bị bắn, tàu hư phải đáp và cũng cùng chung số phận.

Khoảng 5 giờ, ngày 29 tháng 3, trời gần sáng, thời tiết khá hơn, anh cho phi đoàn di tản vào Nha Trang. Riêng anh, cùng Trung Úy Đức (copilot) mang theo hai thùng phuy JP-4 đáp, đổ thêm xăng khoảng Quảng Tín, không quên thủ hai cây đại liên hai bên để phòng ngừa quân địch nếu họ đến. Chiếc nào đi được thì đến nơi, sau đó tiếp tục vào Tân Sơn Nhứt, chiếc nào không đủ xăng hay đáp khẩn cấp vì bị bắn thì phi hành đoàn đều bị bắt sống. Nghe kêu cứu trên tầng số *"guard"* mấy chiếc đáp gần Tam quan, Bồng sơn vì hết xăng nhưng lúc đó anh cũng không làm gì được tuy rất đau lòng.

Cũng may, trước đó một tháng, vợ anh có bầu gần sinh, nên anh đã đưa cả gia đình vào Sài Gòn, nhờ vậy mới rảnh tay cho công việc. Đến Sài Gòn, gia đình ở tạm ngoài phố và vợ anh sinh cô con gái ngày 28 tháng 4, 1975. Khi CS pháo kích vào phi trường TSN tối 28 tháng 4, 1975 thì sáng 29 anh quyết định vào phi trường để xem tình hình. Đến TSN khoảng 6 giờ sáng, anh đi bộ từ cổng Phi Long đến cư xá trong đó có Mạ, chị tôi và gia đình Thiếu tá Hiếu, phi đoàn phó 233 của anh. Thấy tình hình gấp rút, anh nhờ anh tôi chở ra cổng, mục đích ra lại ngoài phố với vợ con nhưng nhờ anh Quân cảnh bắn chỉ thiên không cho ra mới cùng tôi và anh Châu ra phi đạo kiếm tầu bay. Như đã kể trong câu chuyện của tôi, anh Thanh đến Gainesville và ở cùng vì anh chỉ có một mình lúc di tản, may anh không ra cổng được vào giờ chót và nghe lời anh em tôi, cũng không về lại theo chiếc tầu Việt Nam Thương Tín ở Guam, nếu không, vừa làm khổ gia đình, vợ con với hơn 10 năm tù như Trung tá Cao Quảng Khôi (PĐT) hay Thiếu tá Tạ Thái (c) (PĐP) của 213 hay PĐP Hiếu của anh bị kẹt lại.

Sau khi mấy anh em đi làm ở Holiday Inn và hai ông anh tôi bị rể ông chủ là Manager nhà hàng xài xể, anh đi kiếm việc làm cho một hãng Kế Toán Accounting James Moore. Ông chủ bị Muscular Dystrophy từ lúc 14 tuổi, ông học rất giỏi, ra trường và dạy tại UF cũng như mở hãng riêng. Ông và vợ ông rất tốt, anh chỉ giữ chiếc xe hơi riêng, lo đổ xăng đầy, giúp ông từ nhà đến sở rồi ông cho anh ngồi học bài. Anh học nhiều khóa cùng tôi, anh học cẩn thận nên điểm rất cao. Anh dự tính sau khi xong Santa Fe thì sẽ qua UF học tiếp như anh tôi sau nầy nhưng đang làm việc và đi học thì tin tức từ New Orleans, Louisiana cho biết các pilot trực thăng Việt Nam tị nạn đang được các hãng dầu tuyển dụng đi bay lại. Nên nhớ phí tổn để đào tạo và huấn luyện một phi công trực thăng rất cao, và nếu người đó có nhiều giờ bay và kinh nghiệm như không quân VN, sẵn sàng công việc ngay lại càng khó hơn. Do đó hãng PHI tuyển dụng nhiều sĩ quan KQVN ngành trực thăng và những người đi trước đã chuyền miệng nhau để về Louisiana là chuyện thường tình năm 1975. Bây giờ thì họ tuyển dụng các cựu sĩ quan không quân Mỹ đã qua huấn luyện trong quân đội.

Anh dọn về khu Harvey, New Orleans, sau khi đã lấy lại bằng bay, và với kinh nghiệm bay nhuyễn như anh thì có việc đi bay lại không khó. Gia đình vợ con kẹt lại tại VN mà đứa nhỏ nhất sinh ngày 28 tháng 4 thì anh cần phải có ngay việc làm và lợi tức để khi có cơ hội là giúp gia đình. Sự lựa chọn nào cũng có cái lý do của nó, nếu tiếp tục đại học thì mất thêm 4 năm và dĩ nhiên trong thời gian đó, khó có thể dư về tài chánh, học bổng chỉ đủ xài. Anh tôi không đi bay lại vì như đã nói, máy bay không có súng, không cảm thấy *an toàn*, anh Thanh thì đi bay lại vì cần lợi tức để giúp gia đình. Từ chiếc Huey UH-1(Bell) trong quân đội tại Việt Nam, anh đổi qua bay Bell 206L-3 của hãng *Southern Natural Gas* (El Paso Energy Pipeline) cho đến khi về hưu năm 2006, chiếc trực thăng hãng Bell Helicopter Corp. đã gắn liền với suốt cuộc đời của anh. Anh và gia đình dọn về phía Tây Bắc của Houston sau hưu trí. Sức khỏe tốt, anh vẫn đi đánh tennis cùng bạn bè.

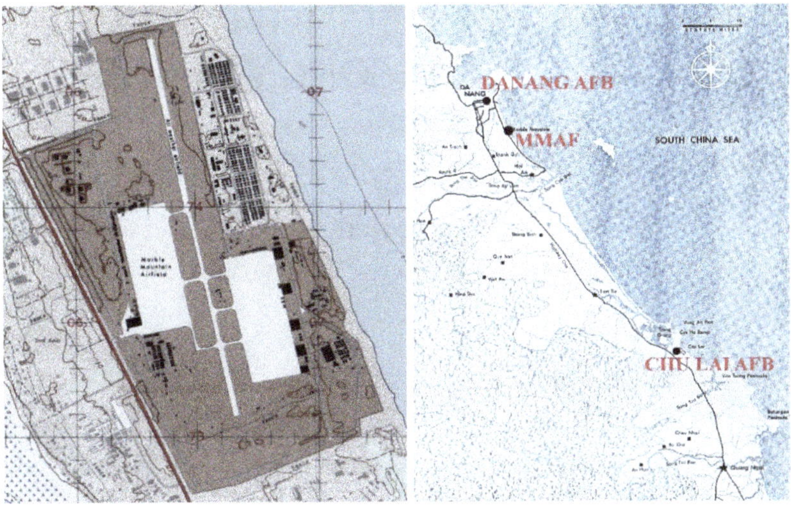

Bản đồ Phi trường Non nước (MMAF) hướng Đông Nam phi trường Đà Nẵng (trái).
Vị trí Phi trường Đà Nẵng, Non nước và phi trường Chu Lai (phải).

Đây là bức hình anh tôi mang theo được năm 1975.
Hàng đứng từ trái sang: Các Anh: Khôi, Huyên, Mai, Thục(c), Thái(c), Tân, Châu, Nguyện(c), Tiến(c), Hải, Hậu.
Hàng ngồi từ trái: Các Anh: Long, Lộc(c), Dương, Thanh, Khánh.
Bức hình chụp lúc các anh đã xong khóa Huấn Luyện về trực thăng UH-1 với huấn luyện viên/cố vấn Hoa Kỳ khoảng 1970.

NGƯỜI VIỆT NAM
ĐƯỢC KHẮC TÊN Ở CÔNG VIÊN HOA KỲ

Nguyễn Trà

Đây là bài viết đăng trên báo do anh Nguyễn Trà thực hiện khi ngạc nhiên nhìn thấy công viên có khắc tên người Việt mà anh biết.

Anh Nguyễn Trà là Đại Úy Không quân đã phục vụ tại phi đoàn trực thăng Hoàng Ưng 239, Không đoàn 51 Chiến thuật, Sư đoàn I KQ tại Đà nẵng mà phi đoàn trưởng là Trung Tá Nguyễn Anh Toàn, người đã từng cho tôi đi ké máy bay Huế-Đà nẵng nhiều lần. Anh Trà có vợ ba con hiện đang định cư tại thành phố láng giềng của Lake Park và hay dùng công viên để đi bộ, ngắm cảnh mỗi buổi chiều. Anh chị Trà cũng là ông bà mai của tôi. Xin cám ơn anh chị.

Vào những buổi chiều mặt trời khuất núi, ánh nắng tan dần, gió hiu hiu thổi từ biển Đại Tây Dương vào thật nhẹ nhàng êm dịu, vợ chồng tôi thảnh thơi thả bộ xuyên qua những dãy *condos* cao vời vợi, rồi đến công viên để tập thể dục và hóng gió biển. Chúng tôi thường qua lại công viên này nhiều ngày chỉ chú ý vào thắng cảnh và kẻ bộ hành, nhưng lần này dừng lại bia đá, thấy tên của người Việt Nam Hoàng Ngọc Hoà. Tôi không mấy ngạc nhiên với cái tên quen thuộc, Hòa là người tôi quen biết từ lúc còn ở Việt Nam.

Khi chạy loạn tôi gặp Hoà tại trại *Pendleton, California*, lúc đó là một sinh viên của trường đại học Sài Gòn, dáng dấp trẻ trung, tuổi đôi mươi. Hơn mười lăm năm sau tôi gặp lại Hòa ở Nam Florida, vừa gặp tôi thấy khác hẳn, Hòa đã tốt nghiệp trở thành một kiến trúc sư, nhân viên của hãng chuyên về xây cất các cơ sở thương mại và tư gia, tại Boca Raton Nam Florida. Lúc này dáng dấp chững chạc đạo mạo, đúng là một công chức thứ thiệt, vào thời điểm Hòa sắp sửa lập gia đình.

Anh của Hòa, Anh Hoàng Ngọc Châu là niên trưởng của tôi, anh theo học khóa 65 không quân phi hành, tôi gần gũi anh những ngày phục vụ trong quân đội, vả lại phòng tôi ở gần phòng anh, câu lạc bộ Trần văn Thọ, trong căn cứ không quân Đà Nẵng. Anh được bay hai loại máy bay trực thăng: ban đầu bay H-34, về sau chuyển qua UH-I, giữ chức trưởng phòng an phi rồi đến trưởng phòng hành quân thuộc phi đoàn Song Chùy 213 và Cứu tinh 257, không đoàn 51 chiến thuật, sư đoàn I không quân. Trước năm 1975 anh đã thuyên chuyển vào Biên Hòa. Tên tuổi anh nổi bật loan truyền trong ngành trực thăng ai cũng biết, anh được tri ân và nhận lãnh những huy chương cao quý của quân lực VNCH sau những phi vụ hành quân Lam Sơn 719 Hạ Lào và lấy lại căn cứ *Bastogne* (phía Tây của cố đô Huế thuộc quận Nam Hoà). Anh đã bị thương nặng khi trực thăng võ trang của anh bị bắn rớt vì hỏa lực phòng không lúc vào cứu đồng đội tại đồi *Tchepone* và thoát khỏi tử thần, anh mang được chiếc trực thăng hư hại nặng về đáp tại hậu cứ và ngất xỉu vì máu ra nhiều quá. Không Quân Hoa kỳ phải đưa anh ra hạm đội để chữa các vết thương, ngày nay anh vẫn còn mấy mảnh đạn trên người vì họ không thể lấy ra. Từ những chiến công oanh liệt mang chiến thắng về cho đơn vị, anh là một Hoa tiêu trực thăng đàn anh bay võ trang *gunship* xuất sắc của Sư Đoàn I Không Quân nói riêng và VNCH nói chung, anh được ân thưởng những huy chương cao quý của Quân Lực Việt Nam Cộng Hòa. Hiện tại anh đang sống dưỡng già ở thành phố Orlando thuộc tiểu bang Florida. Anh là một tấm gương cho các khóa đàn em như chúng tôi noi theo, can trường, say mê chiến đấu bảo vệ Miền Nam tự do, những năm sau đó chúng tôi thay thế anh trên chiến trường thuộc Vùng I Chiến Thuật tái chiếm Sa Huỳnh, Mộ Đức, Đức Phổ, Mùa Hè Đỏ Lửa, Cổ Thành Quảng Trị…

Từ ngày gặp lại Hòa, tôi liên lạc thường xuyên, Hòa làm việc tại Boca Raton một thời gian, sau trở về làm việc cho Town of Lake Park, cho đến ngày hôm nay, hiện đang giữ chức vụ cao cấp của thành phố Lake Park. Có một lần tôi đến Lake Park cần xin vài giấy phép tôi được gặp Hòa ở trong một *office* trên lầu, có thư ký riêng hướng dẫn vào gặp, văn phòng thật khang trang và ngăn nắp.

Thành phố Lake Park ở phía Bắc của West Palm Beach giáp ranh giới với Palm Beach Gardens có nhiều công viên đẹp, mát mẻ làm cho du khách chú ý và viếng thăm. Một công viên rộng lớn gần năm mươi mẫu đất nằm cuối đường Park Avenue mang tên Lake Shore Park, vừa xây dựng khoảng mười năm trở lại được nối liền với Kelsey Park, tuy hai tên khác nhau nhưng được nối liền coi như một công viên rộng lớn. Hai bên hai dãy *building condos* cao lớn, công viên thơ mộng và lãng mạn, có nước biển, có bãi cát, có nơi câu cá , những dãy dừa xiêm uốn nghiêng mình trên mặt nước, các *benches* để thực tập các môn thể dục, có chỗ nướng *barbecue*, có sân *tennis,* trời về chiều những bóng cây chiếu xuống mặt nước với những gợn sóng khi ẩn, khi hiện nhẹ nhàng, gió biển nhè nhẹ thổi vào cảm giác thật tuyệt vời, chúng tôi dành nhiều thì giờ để đón nhận và tận hưởng thiên nhiên. Ngay giữa trung tâm công viên được dựng một tượng đá thật đẹp và cao lớn được ghi tên những cơ quan bảo trợ và các nghị viên đã chấp thuận đồ án công viên như ông thị trưởng, ông phó thị trưởng… khoảng mười tên trong đó gồm có tên Hoàng Ngọc Hoà.

Nhìn thấy tên người Việt Nam chúng tôi hết lòng trân quý và hãnh diện. Cách đây ba mươi bảy năm, chúng ta là những người tỵ nạn đến đây tìm kế mưu sinh, hôm nay đã được dân bản xứ Hoa Kỳ tri ân khắc tên trên bia đá để tưởng nhớ, những trân quý, ân huệ đóng góp tích cực xây dựng cho xứ sở, không phải chỉ hôm nay mà còn lưu truyền các thế hệ về sau, bia đá tên Hoàng Ngọc Hoà vẫn còn mãi mãi. Xin giới thiệu cùng độc giả có dịp đi trên đường xa lộ Interstate Highway I- 95 ra exit Northlake Boulevard đi về hướng đông ra biển đến cùng đường gặp đường US 1 quẹo phải khoảng 500 thước sẽ thấy công viên Lake Shore Park nằm bên trái. Một vị Tổng thống Hoa Kỳ đã khởi đầu cuộc chiến Nam Bắc Việt Nam, Tổng Thống John F. Kennedy, được dân chúng Hoa Kỳ mến phục đã nói: *"Đừng hỏi tổ quốc đã làm gì cho bạn, mà hỏi bạn đã làm gì cho tổ quốc"*. Hòa cũng là trưởng hướng đạo thành lập đoàn hướng đạo Lạc Hồng ở vùng Nam Florida, giữa thập niên 1990. Ban đầu sinh hoạt đều đặn, phát triển nhanh chóng, nhưng dần dần vì công việc làm ăn, các trưởng đổi đi tiểu bang khác nên đoàn hướng đạo Lạc Hồng thiếu nhân lực tạm đóng cửa, nghe tin sẽ sinh hoạt lại trong nay mai.

Khi Hội Phật Giáo Palm Beach Chùa Lộc Uyển thành lập trường Việt Ngữ Bồ Đề để cho con em học tiếng Việt tôi mời Hòa để hướng dẫn sinh hoạt, Hòa hăng hái, sẵn sàng tiếp tay và nhờ sự quen biết, Hòa đã mời các cô thầy của hướng đạo đến hướng dẫn trường Việt Ngữ Bồ Đề (VNBĐ) lúc đầu, đó là cảm niệm chân tình của trường VNBĐ đối với Hoàng Ngọc Hoà trong những năm trường Việt Ngữ Bồ Đề còn phôi thai, *vạn sự khởi đầu nan.*

Gần hai triệu người Việt tỵ nạn cộng sản được chính phủ Hoa Kỳ bảo trợ, Chính phủ và nhân dân Hoa Kỳ là ân nhân của người Việt tỵ nạn, để tỏ bày sự ưu ái cám ơn, chúng ta sẽ trả ơn bằng những công tác xây dựng xứ sở Hoa Kỳ, những người như giáo sư toán học Nguyễn Xuân Vinh, thiền sư Nhất Hạnh… đã được chính phủ Hoa Kỳ tri ân, rải rác trên các thành phố, tiểu bang của Hiệp Chủng Quốc Hoa Kỳ như: California, Texas, Washington rất nhiều người Việt Nam làm việc cho chính phủ, đóng góp cho xứ sở Hoa Kỳ vừa là xây dựng, vừa là bổn phận của họ. Những thế hệ con cháu cũng tình nguyện nhập ngũ vào những năm tháng trước đây bây giờ đã trở thành những cấp bậc đáng kể như trung tá, đại tá, và chúng ta sẽ có những vị tướng trẻ, tài ba của người Việt tỵ nạn nằm trong quân sử của Hoa Kỳ. Ngay con cháu chúng ta cố gắng học hành đỗ đạt cũng đã góp phần xây dựng cho quê hương Hoa Kỳ. Vì cuộc chiến ý thức hệ và phi lý của Việt Nam suốt hai mươi năm trước đây, ngày nay mỗi một người lại có trách nhiệm và phục vụ hai tổ quốc, chúng ta hoan hỷ và thi hành, vì số kiếp đã trót sinh ra giữa thời tao loạn, trên quê hương Việt Nam nhỏ bé nghèo khó, thiên tai, chiến tranh, phân ly… Ôi quê hương Việt Nam đau thương của tôi!

KỶ NIỆM VỚI HAI NIÊN TRƯỞNG TRẦN LÊ TIẾN VÀ PHẠM VƯƠNG THỤC

Hoàng Văn Thư

Đây là bài viết của Đại Úy Hoàng văn Thư thuộc phi đoàn võ trang Gunship Song Chùy 213 đồn cứ tại phi trường Đà Nẵng về trận Hạ Lào Lam Sơn 719 năm 1971 mà anh tôi Hoàng Ngọc Châu thuộc phi đoàn nầy trước khi chuyển qua phi đoàn tân lập Cứu tinh 257 chuyên về trực thăng tải thương và tiếp tế cho các nơi đóng quân bị bao vây không đến được bằng các cách khác. Thường những phi vụ nầy xảy ra ban đêm, tắt hết đèn và bay thấp để tránh phòng không nên rất nguy hiểm vì không có minigun hay rockets để tự vệ như Gunship.

Đại úy Hoàng Văn Thư là đàn em của các anh trong bài nầy, hiện đang định cư về hưu với gia đình tại thành phố Savannah, Georgia. Cám ơn anh đã cho phép sử dụng bài nầy trên cuốn sách của tôi.

Đại úy Trần Lê Tiến đã hy sinh tại "đồi Trần Lê Tiến" năm 1972. Đại úy Phạm vương Thục đã ra đi tại California năm 2012 vì bạo bệnh.

Đây là những người trong phi đoàn của anh Châu mà tôi đã có dịp gặp, xin đi máy bay "chùa" Đà Nẵng-Huế. Xin một nén hương cho các anh đã nằm xuống.

Cuộc hành quân Lam Sơn 719 trên chiến trường Hạ Lào tháng 2/71, tuy khốc liệt, nhưng cũng là cơ hội để các anh em pilots trực thăng chúng tôi vừa mãn các khóa huấn luyện UH-1 (K/1-2-3-4) tại trường bay Hunter, Georgia, có dịp thử lửa và trau dồi thêm kinh nghiệm tác chiến cho những trận chiến kế tiếp trong cuộc chiến Việt Nam sau này.

Mặc dù sau hơn sáu tháng bay hành quân liên tục, với nhiều giờ bay và mớ kinh nghiệm tác chiến đã khá vững vàng; nhưng trên thực tế, ba đứa chúng tôi - Tài, Hoàng và tôi - đều chưa có giờ bay huấn luyện để *"check out"* ra hoa tiêu chánh, nên khi cuộc HQ Lam Sơn 719 tới, chúng tôi chỉ được xếp ngồi cạnh các đàn anh gạo cội của phi đoàn Song Chùy 213, cùng nhau lao mình vào chiến trường Hạ Lào, coi như vừa hành quân vừa là những phi vụ huấn luyện. Nếu may mắn sống sót sau chiến trận, đương nhiên chúng tôi sẽ trở thành những Hoa Tiêu Chánh! Cả tôi, Tài và Hoàng đều vui mừng chấp nhận sự đổi chác ấy không cần đắn đo, suy nghĩ.

Trong khi đó, cũng vì nhu cầu chiến trường, các khóa đàn em ở những phi đoàn khác, tuy về nước sau nhưng được cho ra hoa tiêu chánh (HTC) trước, chỉ với một khóa huấn luyện cấp tốc ngắn ngủi bởi các IP/ Mỹ của phi đoàn Black Cat (USMC) bên căn cứ Mable Mountain Air Base (Ngũ Hành Sơn, Non Nước). Họ trở thành những thành phần nòng cốt của phi đoàn tân lập, PĐ 233, và được bay "team" với nhau trong suốt cuộc hành quân Lam Sơn 719. Dù hiểm nguy, nhưng vẫn là niềm hãnh diện mà mỗi phi công đều mong đợi trong đời bay; cái ngày được toàn quyền chủ động trong tay lái, kể cả quyền "vung vít" cho thỏa chí tang bồng!

Tôi, Nguyễn tấn Tài, và Nguyễn văn Hoàng vừa mãn khóa 70-02, một trong những khóa đầu tiên trong chương trình *Vietnamization*. Về Nước July 13, một tháng sau ra trình diện đơn vị liền (Aug. 06, 1970). Tuổi trẻ hình như không biết sợ, đứa nào cũng nóng lòng muốn tham gia cuộc chiến, mặc kệ số phận ra sao! Hoàng có gia đình ở Tam Tòa nên coi như có số may mắn nhất; không ngờ chưa đầy một năm sau, Hoàng bị tử thương trong một phi vụ *gunship* đêm cùng với Hoàng tất Đắc (khóa 1-Hunter) ngoài vùng biển Mỹ Khê, Ng.Tấn Tài quê Sài Gòn, sau này chuyển qua Chinook, về Biên Hòa , PĐ 237, cũng bị bắn rớt, chết trên chiến trường Bình Long-An Lộc. Tất cả đều bởi định mệnh oan nghiệt mà nên! Trong đời bay trực thăng có lẽ không mấy ai dám cậy tài năng mà sống sót! Hay không bằng hên.

Ngày bốc thăm ra đơn vị, vị Thiếu Tá / Sĩ Quan trưởng phòng Nhân Viên / BTLKQ, sau khi đọc một danh sách đặc biệt của BTL với khoảng 20 người có lẽ do thân nhân, cha mẹ, đã khéo léo biết cách bồi dưỡng đúng chỗ, nên các anh em ấy được ưu tiên về các phi đoàn ở Biên Hòa và Cần Thơ, coi như may mắn được phục vụ vừa gần gia đình, vừa gần Sài Gòn, chắc chắn sẽ an toàn hơn. Số còn lại, sau đó mới tới lượt chúng tôi chia nhau ra bốc thăm cho vui. Dù sao thì BTL/KQ cũng đáng được vinh danh là binh chủng tương đối còn công bằng hơn các đơn vị tác chiến khác!

Căn cứ 41 / Đà Nẵng, tháng 8/1970, mới chỉ có hai phi đoàn trực thăng: PĐ 213 và PĐ 219. Tất cả còn trực thuộc Không Đoàn 41 / Chiến Thuật cùng với các phi đoàn *"fixed wings"* như PĐ 516 (A-37) và PĐ110 (L-19). Phi đoàn 213 đã được trang bị trực thăng UH-I nhưng PĐ/219 vẫn còn bay H-34. Hai phi đoàn ở sát, đối diện nhau, trong tình hàng xóm đậm đà, bạn bè cũng hay qua lại giao du. Phần đông các cấp chỉ huy 219 cũng từ gốc 213 mà ra và ngược lại. Cả hai phi đoàn cùng tọa lạc đằng sau khu Phòng Khánh Tiết của phi trường, gần sân đậu VIP. Sau này với đà bành trướng của Không Lực VNCH và trước khi có cuộc hành quân Hạ Lào / Lam Sơn 719, các phi đoàn trực thăng được tách khỏi KĐ 41/CT để trở thành Liên Đoàn 51 / Tác Chiến, có thêm PĐ / 233 vừa thành lập. Tuy nhiên, trong trận chiến Hạ Lào, chỉ một mình Phi Đoàn 213 có một phi đội *gunship* để hộ tống cho các slicks của cả ba phi đoàn 213, 219 và 233 [58].

Tháng 2/71, mùa Đông giá lạnh, toàn bộ phi đoàn 213, từ pilots đến cơ phi xạ thủ, kể cả y tá phi hành, nhân viên văn thư... được lệnh bay ra biệt phái ở căn cứ Ái Tử / Đông Hà, trong khu doanh trại cũ của U.S. Marines bỏ lại. Đông Hà, miền địa đầu giới tuyến, là vùng đất khô cằn sỏi đá như sa mạc, xen giữa núi và

---

[58]Chú thích thêm của tác giả:
Không Quân Việt Nam thời VNCH (RVNAF) đặt tên các phi đoàn như sau: Dùng 3 con số, hễ con số đầu tiên là số lẻ (1, 3, 5, 7, 9) thì con số cuối sẽ là chẵn và ngược lại (2, 4, 6, 8): Con số đầu cho biết về nhiệm vụ của các phi đoàn: Phi đoàn liên lạc: 110, 120... Trực thăng: 213, 215, 219, 233, 239, 257. Đặc nhiệm: 314. Vận tải: 423, 435, 437... Khu trục: 516, 528, 538... Quan sát/Không ảnh: 716, 720. Võ trang/Tiềm kích: 819, 821. Huấn luyện: 918, 920.
Phi đoàn 820 Hỏa Long, phi đoàn độc nhất ngoại lệ dùng cả hai số chẵn, đầu và đuôi.
Biệt đội 615 dùng oanh tạc cơ/thám kích B-57B Canberra được ngưng hoạt động tháng 4/1966 vì loại máy bay nầy gặp nhiều vấn đề trên chiến trường Việt Nam. Sau đó không còn phi đoàn nào dùng con số 6 đầu tiên nữa.

biển. Mặt trong, hướng Tây, Trường Sơn, với núi non trùng điệp; sừng sững như những bức trường thành vĩ đại chắn ngang biên giới hai nước Lào-Việt. Mặt ngoài, biển Đông chói sáng như tấm gương khổng lồ, ánh nắng gay gắt thiêu đốt vạn vật, làng mạc xơ xác tiêu điều, cỏ cây lưa thưa, trụi lá... Các núi nằm sát bìa ngoài, gần quốc lộ, chỉ toàn là những núi đá trọc, với những tiền đồn quân sự như Rockpile, Sark, Fullers... là cửa ngõ dẫn vào căn cứ Khe Sanh. Ban đêm, sương lạnh từ vùng núi kéo xuống dữ dội, tạo nên một vùng sương mù *"ground fog"* mênh mông trắng xóa, không còn phân biệt đâu là ranh giới giữa Biển và Đất. Mỗi tối, sau phi vụ trở về hậu cứ ở Đông Hà, cũng là BCH tiền phương của LĐ 51/Tác Chiến, anh em phi hành đoàn chỉ biết quây quần chung quanh những bi-đông rượu rẻ tiền cùng với những hộp C-Rations [59] làm mồi để chống lại những cơn gió lạnh ray rứt, hầu tìm giấc ngủ say mê sau một ngày mệt mỏi nơi chiến trường. Dù vậy, được đặt chân lên tuyến đầu của Vùng Hỏa Tuyến vẫn là niềm hãnh diện chung cho mỗi chiến sĩ, bất kể binh chủng nào, dù là BB, BĐQ hay KQ, Nhảy Dù, TQLC...

Mỗi buổi sáng, khi mặt trời còn chưa kịp lên, thì chúng tôi đã hối hả cất cánh rời biệt đội Đông Hà để bay vào Khe Sanh túc trực phi vụ trên những ngọn đồi bên cạnh phi trường hoặc dưới bóng mát của những tàng cây cafe trái chín đỏ rói, trong khu đồn điền cũ của Pháp gần Lang Vei, đang bị khai quang để mở rộng thêm chiến địa. Ban đêm, gió lạnh lùa vào những khu *barracks* trống trải, tường che chỉ có một nửa; giấc ngủ chập chờn, nên buổi sáng anh em dậy sớm cũng dễ dàng. Các trực thăng, cả Mỹ lẫn Việt, từ những căn cứ kế cận như Ái Tử, Carroll, Cà Lú... cùng nhau tua tủa bay lên náo nhiệt, đèn "*beacon*" lấp lóe đầy bầu Trời như đom đóm. Mỗi chiếc, sau đó, cứ thế tự động đi tìm vị trí, nối đuôi nhau theo một hàng dọc, như những toa xe lửa biết bay. Tất cả cùng

---

[59]  *C-Rations là loại đồ hộp ăn liền thời chiến cho quân đội Mỹ lúc đó gọi là MCI-Meals Combat Individual (được thế bởi MRE-Meals Ready to Eat sau nầy). Các loại thịt, trái cây, bánh ngọt được bảo quản trong lon thiếc, mở nắp bằng một cái khóa xếp gọi là P-38, biệt danh "John Wayne" do TQLCHK đặt, được chế ra từ năm 1942. Con số 38 được gọi vì sẽ quay mất khoảng 38 lần để mở nắp lon.*

bay theo lề phải con thung lũng ngoằn ngoèo dẫn vào Khe Sanh. Bên dưới, từng đoàn công-voa của các đơn vị Bộ Binh cũng đang chậm chạp, khó nhọc vượt qua từng ngọn đèo.

Vừa vào tới Khe Sanh. Trời sáng dần, anh Phạm vương Thục và tôi đáp xuống phi trường; còn đang "refill" thêm, thì trên tần số, Hành Quân Chiến Cuộc / Liên Đoàn 51 /Tác Chiến đã liên lạc cho phi vụ phải bay vào BCH / Lữ Đoàn 3 / Dù trên Căn Cứ Hỏa Lực 31. Anh Thục lấy chi tiết phi vụ: "Một gunship hộ tống cho hai chiếc H-34 của PĐ 219". Nhận lệnh xong, chỉ vài phút sau, chúng tôi *"rendezvous"* được với hai chiếc H-34 đang chờ trên vùng Đèo Lao Bảo. Có lẽ vì không đủ phi cơ, nên phi vụ chỉ có một *gunship* hộ tống cho hai chiếc "*slicks*". Như thường lệ, tôi bay hoa tiêu phụ, anh Thục trưởng phi cơ.

BCH / Lữ Đoàn 3 Dù. Đồi 31 còn gọi là căn cứ Hỏa Lực 31, nằm cách biên giới Lao Bảo chừng hơn 40 phút bay theo hướng Tây Bắc, với Đ/tá Trần đình Thọ / Lữ Đoàn Trưởng. Đường bay này chúng tôi đã ra vô nhiều lần nên rất quen thuộc, chả cần coi bản đồ. Nếu ở cao độ trên 2000ft, từ Đèo Lao Bảo có thể nhìn thấy Đồi 30, Đồi 31 và Tchepone trong thế tam giác là những *"check points*" mà chúng tôi luôn nhớ để dễ định tọa độ các Landing Zone (LZ) khác và bay cho an toàn. Đồi 31 không cao lắm, đã được khai quang trống trải và rất rộng lớn so với các đồi thấp hơn bao quanh các mặt phía Tây và mặt Bắc hoặc mặt Nam là những tiền đồn nho nhỏ để canh chừng bảo vệ Bộ Chỉ Huy Lữ Đoàn Dù trên đỉnh 31. Không hiểu vì sao hướng Đông là tuyến vào của trực thăng khi cần yểm trợ, tải thương hay tiếp tế, nhưng lại bỏ ngỏ không có phòng thủ nên không được khai quang, rừng cây rậm rạp bao trùm cả hệ thống đường mòn HCM nằm chằng chịt như lưới nhện ở bên dưới, không biết con đường nào là chính. Khác với chiến trường Kampuchea toàn là rừng già thưa thớt thì ở Hạ Lào cây rừng từ thung lũng có thể vươn cao gần ngang đỉnh núi.

Từ bên này biên giới Vietnam, Trường Sơn Tây đổ xuống thành một vùng thung lũng mênh mông rộng lớn, rất phì nhiêu. Chính nhờ rừng cây rậm rạp mà trực thăng dễ tránh né nếu bay ở cao độ thấp (low level). Phía cuối thung lũng là con suối dài ngoằn ngoèo như con rắn đen khổng lồ, bò ngang qua chân Đồi 30, căn cứ hỏa lực đầu tiên của QLVNCH do đơn vị Pháo Binh trấn giữ. Đường bay tuy tương đối an toàn, nhưng mỗi lần bay qua thung lũng, tôi vẫn luôn đề phòng, tránh trường hợp để phi cơ lơ lửng lưng chừng trời, làm mồi ngon cho phòng không. Con tàu mỏng manh, liều mình cắm mũi đâm xuống dòng suối tối đen, vẫn bám chặt lấy địa hình địa thế, rồi lẹ làng cắt ngang cho mau chóng. Suốt thời kỳ Hạ Lào, tôi giữ thế "*low level*" làm thế bay chính nên may mắn chưa lần nào bị bắn. Ngày ấy ống khói trực thăng chưa được chế cong lên như sau này nên cũng rất khó tránh né, ngoại trừ bay thấp.

Mỗi khi vào vùng, tôi và trưởng phi cơ thường hay bàn tính, dự trù sẵn từng thế bay, cơ phi xạ thủ cũng sẵn sàng trong thế thủ, hai bên "miniguns" dương lên oai hùng, chỉ chờ có dịp nhả đạn!

Tuy còn là *copilot* nhưng tôi rất được các đàn anh tin tưởng cả về khả năng chấm bản đồ cũng như những thế bay tác chiến. Trên vùng Trời xa lạ, anh em tin tưởng nhau, sinh mạng phi hành đoàn cũng phó thác cho nhau. Mỗi lần phải đổi toán thay thế, các anh Trần Lê Tiến, Nguyễn Văn Thanh, Hoàng Ngọc Châu, Phạm Vương Thục, đều không muốn để tôi về Đà Nẵng, coi như vừa hợp rơ vừa có số hên với nhau.

Ngày còn học quân trường Thủ Đức, khóa 5/68, tôi rất mê thích môn Địa Hình, thích tìm hiểu những vòng cao độ màu nâu chằng chịt trên tấm bản đồ hành quân. Không ngờ, khi mới về phi đoàn 213, Đ/úy Trần duy Kỳ, tân TPHQ, lại giao cho tôi và Nguyễn tấn Phát, nhiệm vụ mỗi ngày xuống phòng Quân Báo / KĐ 41, ghi chép các tin tức an ninh chiến sự và lãnh bản đồ về cho anh em đi bay. Đúng là thích hợp với sở trường sở thích của tôi. Từ đó, Tôi và Phát cũng trở thành đôi bạn thân thiết. Sau Phát đổi về Biên Hòa và bị rớt làm tù binh trên chiến trường Kampuchea.

Sáng nay, anh Thục và tôi cũng vẫn theo phi trình thường lệ như những lần trước. Từ Đèo Lao Bảo bay tới Đồi 30, rồi từ đó lấy hướng *West* vô thẳng Đồi 31. Như đã liên lạc sẵn, ba phi cơ, một lượt lao xuống thật thấp, trên mặt rừng rậm rạp, cùng nhắm hướng bay vào. Hai chiếc H-34, slicks, nối đuôi nhau bay trước. Chiếc gunship, anh Thục lái, bọc phía sau, vừa tầm quan sát cả hai, nhưng không bắt buộc phải theo *formation* nhất định, để mỗi chiếc có thể dễ bề tránh né cho an toàn. Âm thanh động cơ và cánh quạt của ba chiếc trực thăng, xèng xẹc chém vào không khí, vang dội rùng rợn trên vùng không gian tĩnh mịch của buổi sáng sớm. Chiến trường hôm ấy, tự dưng như có vẻ yên tĩnh hơn mọi ngày! Rừng núi im lìm không khói súng, các họng Pháo Binh 155 ly, trên căn cứ hỏa lực Đồi 30, vẫn yên lặng chờ đợi. Mặc dù đoạn đường khá dài, nhưng từ xa, chúng tôi đã có thể nhìn rõ được vị trí của Đồi 31.

Trước đây, một lần, tôi có dịp bay với Phạm văn Vui, một đàn anh từ trường bay Ft. Rucker, nhưng cũng mới vừa ra HTC. Chúng tôi chở Đại tá Nguyễn Đình Vinh, Tham Mưu Phó HQ / QĐI, vào Đồi 30 để thám sát chiến trường sau một trận tấn công mới xẩy ra đêm hôm trước. Khác với Đồi 31 là đồi đất, trọc lóc và thấp thoai thoải, không có cây cối. Đồi 30 như một vách đá thẳng đứng, bốn bề cheo leo hiểm trở, rừng cây rậm rạp bao quanh, ngọn cây vươn ngang tầm chóp núi, chỉ có trực thăng là phương tiện vận chuyển duy nhất để lên tới đỉnh. Vậy mà, một đêm, bọn đặc công Việt Cộng cũng đã trèo lên tận bãi đáp trực thăng nhưng bị quân ta đẩy lui, quân dụng còn ngổn ngang chưa kịp dọn... Tôi xuống lượm một chiếc nón cối màu kaki xanh xanh, bên những vũng máu còn loang lổ, định về làm kỷ vật chiến trường. Cái nón bị dấu mìn Claymore xuyên thủng nhiều lỗ, còn dính lại một cụm tóc nhỏ. Đ/tá Vinh muốn xin lại chiếc nón nhưng tôi từ chối. Sau này tôi mang về treo trong phòng ở khu cư xá độc thân Butler, được mấy bữa. Đêm nào tôi cũng mơ thấy hồn ma thằng VC về đòi lại cái nón, nên sau phải đốt bỏ nó mới được ngủ yên.

Ngày đầu có lệnh tiến vào nội địa Lào, bản đồ hành quân phát cho ngày hôm ấy chỉ được giới hạn theo mức tiến quân của các đơn vị bạn. Tôi bay với Đại úy Trần Lê Tiến, chiếc lead gun.

Chúng tôi lỡ bay quá giới hạn bản đồ một con suối mà không hề bị bắn. Các anh Nguyễn anh Toàn, Nguyễn văn Thanh, và Anh Thục bay theo sau. Bốn gunships cùng với chiến xa, một lượt ầm ầm, ồ ạt tiến vào đất Lào trên con Q/L số 9 từ ranh giới đèo Lao Bảo. Không khí trở nên rất hào hứng vui nhộn hơn là sợ sệt! Anh Tiến lái, tôi coi bản đồ, nhưng mắt và chân tay lúc nào cũng thủ thế sẵn sàng để nếu bất trắc gì vẫn có thể kịp thời "*take over control!*". Theo sau đoàn chiến xa là những chiến sĩ tinh nhuệ nhất của QLVNCH. Thiết Giáp, Nhảy Dù... tất cả cùng hướng tới mục tiêu cuối cùng là *Tchepone*. Trực thăng tiếp tục quần thảo lòng vòng, ngay sát trên đầu, để bảo vệ cho đoàn quân đang mò mẫm tiến chiếm từng bước trên con đường đầy cạm bẫy và cây lá rậm rạp. Trước sức vũ bão của quân ta, quân CSBV dù mạnh mấy cũng phải thủ thế chờ đợi và chúng tôi đã an toàn trở về nội địa không một vết đạn, vui mừng trong chiến thắng của ngày đầu tiên.

Sau này, anh Tiến bị tử thương trong một phi vụ gunship ở vùng núi phía Tây Bắc Huế cùng với copilot là Th/úy Ng. trọng Khanh, trước Mùa Hè Đỏ Lửa 1972, khi anh vẫn còn độc thân. Ngọn đồi sau đó được mang tên anh, ***"Đồi Trần Lê Tiến"***. Phi đoàn ai cũng rất thương mến anh. Với dáng mảnh mai, cao ráo, đẹp trai, gốc Bắc Kỳ; tính tình dễ thương, tiếu ngạo, trẻ trung, lúc nào anh cũng vui vẻ yêu đời... Những lúc hứng chí một mình, anh hay lúc lắc cái đầu, nghêu ngao, huýt sáo nhè nhẹ mấy câu hát ngắn ngủi, có lẽ của một bài ca mà anh rất ưa thích: *"Không ! Không !* Tôi không còn yêu em nữa..." . Bài ca này tôi đã nhiều lần thấy anh hát đi hát lại, không biết đời anh có oán hận một cuộc tình lỡ làng nào đó hay không?

Trở lại phi vụ vào Đồi 31, vì UH-1 bay lẹ và uyển chuyển hơn H-34, nên anh Thục và tôi phải bay vòng lại nhiều lần để chờ nhau. Khi tôi và anh Thục quay lui thì vừa lúc thấy chiếc H-34 thứ nhất rớt xuống lưng chừng đồi sau một tiếng "bộp" ngắn gọn và chùm khói trắng xì ra ở phần giữa đuôi của phi cơ. Tất cả cùng xẩy ra quá lẹ làng trong tích tắc. Phi cơ còn nguyên hình hài, chỉ cách bãi đáp vài mét; phần đầu nghiêng xéo một chút như kim đồng hồ chỉ về hướng C/c Tchepone, phi hành đoàn thoát ra vô sự... Anh Thục đáp xuống, vô "bunker" BCH Dù, xem tình trạng PHĐ ra sao. Tôi ở lại tiếp tục giữ máy ở thế " idle ", chờ đợi cỡ 15 phút. Tình hình an ninh chung quanh đồi vẫn bình thường, không có gì khẩn trương, chúng tôi cũng không bao giờ ngờ tình hình lại có thể thay đổi đột ngột như sau này; vì là BCH tiền phương lớn nhất của đơn vị Dù trên lãnh thổ Lào lúc bấy giờ. Sau đó chúng tôi cất cánh lên để nhường chỗ cho chiếc số 2 vào đáp. Trong lúc anh Thục còn đang định bay "circle around" thêm mấy " path " nữa để chờ chiếc H-34 số 2, đến lúc phi cơ vừa quẹo qua trái, trên mặt rừng góc Đông Nam thì có một tiếng nổ cực mạnh dưới bụng phi cơ, ngay sát chân đồi. Có lẽ, con tàu bị sức hút của khoảng "*vacuum*" bất ngờ nên lao chao như muốn rớt! Khi ấy, chiếc H-34 số 2 cũng vừa đáp xuống và báo cáo đã bị "trúng pháo" trên bãi đáp nên không cất cánh lên được! Cả hai chiếc H-34 đều bị hạ trên bãi đáp, không còn chỗ trống, và chiếc gunship nặng nề cũng chẳng làm được gì. Anh Thục đổi tay lái, bảo tôi bay ra, để anh liên lạc với BCH / Liên Đoàn 51/TC xin cho phi cơ "rescue" vô cứu, tình hình quanh đồi đã trở lại bình thường, không có dấu hiệu gì nguy hiểm hơn. Mọi người chắc chắn đều yên trí, đồi 31 là BCH lớn nhất của đơn vị Dù trên đất Lào, không ai nghĩ Cộng Sản có thể sẽ tiến chiếm quá dễ dàng.

Rất tiếc, hồi ấy LĐ 51/Tác Chiến mới thành lập, với ba phi đoàn trên vùng hành quân mà không có lấy một chiếc cấp cứu túc trực sẵn trên Trời như các hợp đoàn trực thăng của Mỹ, đến khi có tàu vô rescue thì đã quá trễ. Tình hình lúc ấy chưa đến nỗi bi quan lắm, chúng tôi còn thản nhiên bay ra bình thường, không bị một viên đạn nào bắn lên! Mãi vài giờ sau, quân CS Bắc Việt mới bắt đầu mở màn tấn công. Khói đen bốc lên giữa đỉnh đồi như những trụ antennas thẳng đứng, có thể nhìn thấy từ bên này biên giới. Sau Đồi 31 lại đến Đồi 30 rồi căn cứ Tchepone, cứ thế mà xụp đổ như quân đô-mi-nô! Và tiếp sau đó là những trang sử đau thương đầy máu lửa của cuộc triệt thoái trở về nội địa của QLVNCH. Hai phi hành đoàn của anh Giang và anh Chung tử Bửu, nếu có phi cơ cấp cứu kịp thời, chắc chắn các anh đã không bị bắt làm tù binh cùng với Đại tá Trần Đình Thọ và các chiến sĩ BCH Dù trên Đồi 31 sau đó.

Ngày ấy, những gì xẩy ra, đối với tôi đều như phép lạ! Tại sao trên cùng một bãi đáp Đồi 31, cả 3 chiếc vào đáp cùng một thời điểm, nhưng 2 chiếc H-34 đều bị bắn khi xuống bãi đáp còn chiếc gunship của anh Thục và Tôi lại được tha?. Nếu không có một sự che chở linh thiêng nào đó thì chắc chắn chúng tôi nếu không chết thì cũng đã cùng chung số phận với hai phi hành đoàn của anh Giang và anh Bửu / PĐ 219.

Quen biết anh Thục nhiều năm, nhưng mới đây trước khi anh mất, tôi mới biết anh là một tín đồ CG rất đạo đức; chắc chắn ngày ấy anh cũng đã tin ở phép lạ và sự che chở nhiệm màu nào đó như tôi, hoặc biết đâu tôi đã nhờ hưởng được những phúc đức của anh mà thoát nạn. Lần cuối có dịp gặp lại anh Thục ở Houston, Texas, vào dịp SĐIKQ hội ngộ năm 2010. Thấy anh ốm hơn ngày xưa rất nhiều nên tôi hỏi thăm, vì nghe tin anh bệnh mà không có dịp. Anh cười hiền từ, với cặp mắt vẫn nheo lại như lúc trước, mỗi khi anh em có dịp vui đùa. Anh nói: *" Bệnh sơ thôi có xá gì! Ngày xưa Hạ Lào còn chưa chết mà! "*. Làm tôi lại tưởng nhớ đến phi vụ của hơn 40 năm trước, cùng anh bay vào Đồi 31, BCH/LĐ.3/Dù, và những kỷ niệm ngày anh em còn chung phi đoàn 213 / Song Chùy... Hồi tôi mới cưới vợ, anh cũng mới được đề cử chức Phụ Tá Sĩ Quan HQ / 213 cho Đại Úy Trần Lê Tiến. Một hôm, tôi quá mê ngủ nên quên cả giờ bay, anh phải chạy xuống khu cư xá Butler đánh thức tôi dậy. Sau khi gõ cửa hoài không thấy trả lời, anh vòng qua lối cửa sổ, nhìn thấy lờ mờ sau lớp kiếng cửa sổ phòng tôi có gác đầy xoong nồi và chén bát... Anh sực nhớ tôi mới cưới vợ nên bỏ về không đánh thức tôi nữa. Sau này chỉ nghe anh kể lại cho vui mà không hề trách móc, làm tôi luôn ghi nhớ và quý mến anh.

Anh có vóc dáng lý tưởng mà các phi công VN ai cũng mơ ước: to lớn, cao ráo, đẹp trai, râu ria râm rạp... Anh không thua bất cứ một phi công Mỹ nào về kích thước nên các đồ bay anh mặc cũng của các phi công Mỹ mới vừa! Là một copilot có nhiều dịp bay bên anh, tôi thấy anh rất hiền lành, giọng nói cũng nhẹ nhàng, cặp mắt không to lắm, hơi nhíu lại một chút khi nhìn người đối diện với nụ cười như luôn cảm thông dễ dàng, tất cả đều trái nghịch với bề ngoài kếch xù, râu ria xậm đen của anh. Những ngày biệt phái, thỉnh thoảng buổi trưa có dịp bay về Đông Hà ra phố ăn trưa. Mấy cơ phi xạ thủ như Hết, Để, Mai... thường đeo thêm mã tấu đi bên cạnh, làm anh trông rất ngầu! Chúng tôi cũng hãnh diện lây trước con mắt ái ngại đang xầm xì của những người lính trận phong sương thuộc các binh chủng Dù, TQLC, hay BĐQ ở trong quán. Có lẽ họ cũng ngưỡng mộ trước kích thước cao lớn đồ sộ của anh.

Sau này tôi mới nghĩ thêm một lý do khác để giải thích tại sao VC đã không có ý bắn chiếc gunship của anh Thục và Tôi trên vùng Đồi 31 ngày ấy? Rất tiếc anh Thục đã mất nên anh em không có dịp cùng nhau mổ xẻ lại chuyện xưa. Tôi còn nhớ rất rõ, hôm ấy anh Thục mặc bộ đồ bay Nomex màu cứt ngựa hơi vàng vàng của US Marine Pilot, với cái áo Jacket da mầu nâu của US Navy Pilot mà anh hay mặc, và mang đôi giầy "boot" da màu đỏ lờn lợt. Anh cũng đội thêm chiếc nón rừng "rằn ri" của binh chủng Biệt Kích hay Nhảy Dù... Với vóc dáng kếch xù đồ sộ của anh cùng với nước da ngăm đen, râu ria rậm rạp; nếu Việt Cộng có dùng *telescope* mà quan sát thì chúng cũng sẽ lầm tưởng anh là một phi công Mỹ, lai đen hoặc gốc Mễ. Có lẽ vì thế mà chúng đã buông tha không dám bắn, vì không muốn cho Mỹ (US Air Forces) có lý do để can thiệp làm hư hỏng kế hoạch sắp tấn công của chúng. Chúng tôi đã bay lòng vòng "low level" trên mục tiêu suốt cả nửa giờ, ngay trong tầm súng AK nhưng chúng vẫn không hề bắn lên một viên mà chỉ muốn triệt hạ 2 chiếc H-34 của anh Giang và anh Bửu. Thực sự phải có một lý do đặc biệt nào đó? Hay là lúc ấy chúng đã thắt chặt vòng vây quanh đồi 31 nên không muốn bị lộ tẩy làm hư kế hoạch tấn công? Và nếu sức hút của khoảng "vaccum", do tiếng nổ mà chúng tôi gặp phải, cũng chính là họng súng pháo kích lên chiếc H-34 thứ nhì, thì điều ấy chứng tỏ quân BV đã tiến rất sát chân đồi mà BCH Dù vẫn chưa hay biết gì; cũng như chúng tôi đang bay ngay trên miệng súng mà may mắn được chúng buông tha.

Sau cuộc hành quân 719, tôi không còn mấy tin tưởng vào hỏa lực của gunships và những trái rockets. Sức công phá của rocket trên vùng rừng núi Hạ Lào chỉ tạo được một cụm khói tí hon như nhúm bếp vừa le lói khỏi tầm ngọn cây đã hòa tan theo làn gió. Sau khi ra hoa tiêu chánh, tôi xin trở về với nghiệp bay slicks. Với tôi, đời "Slicks" nguy hiểm nhưng thú vị hơn! Trực thăng khó nhất là đáp chứ không phải bay, nhất là phải đáp sao cho an toàn trong những điều kiện éo le của chiến trường, của địa thế hiểm trở và thời tiết khó khăn. Sự thử thách càng cao thì thú vị càng nhiều, đó là cái thú bay "Slicks". Mỗi phi vụ hoàn tất an toàn trở về, tự nó đã mang lại một chút cảm giác chiến thắng!

Tại vùng I chiến thuật, núi rừng dầy đặc, khó khăn hiểm trở. Mọi hoạt động hành quân đều nằm trong vùng núi. Trực thăng UH-1 là phương tiện duy nhất, bên cạnh các hoạt động quân sự của các đơn vị Bộ Binh. Trong đời bay trực thăng năm xưa, có thể do cơ may nhưng cũng có thể vô tình, mà tôi đã tìm được thế bay nào đó, khả dĩ có thể tránh né hữu hiệu, nên rất ít khi bị bắn; làm tôi không tin, chiến trường VN, kể cả Hạ Lào và Kampuchea, lại có nhiều phòng không như các bạn pilots khác, thường diễn tả lại.

Thực tế, tôi luôn đề phòng, lo sợ bãi đáp bị pháo kích nhiều hơn là sợ phòng không bắn rớt. Vũ khí phòng không là loại vũ khí cộng đồng, xoay sở chậm chạp và đòi hỏi phải có những xạ thủ chuyên môn, cần thiết cho chiến trường miền Bắc nhiều hơn ở miền Nam nên chắc chắn không thể được phân phát bừa bãi cho bọn du kích; ngoại trừ các mặt trận lớn với quân số cấp sư đoàn như trận Quảng Trị hay Bình Long - An Lộc nhưng cũng chỉ giới hạn trong một phạm vi nhỏ bé nào thôi. Điều quan trọng là phải luôn nắm vững tình hình trước khi thi hành phi vụ, nghiên cứu kỹ càng các vị trí bạn và địch chung quanh bãi đáp; do đó những phi hành đoàn chịu bay thường xuyên sẽ ít gặp nguy hiểm hơn những người lâu lâu mới đi bay. Tóm lại, không phải mọi nơi mọi lúc, chỗ nào cũng có phòng không dầy đặc như lưới lửa! Nào là 12ly7, nào là SA-7, 37 ly, 57 ly trực xạ... Tất cả có lẽ chỉ là những huyền thoại, được tô điểm thêm cho đậm màu sắc chiến tranh và chiến trường được hào hùng hơn mà thôi!

Chỉ có một lần, tôi được tận mắt chứng kiến những luồng tia lửa màu cam của SA-7 từ một ngọn núi ở phía Đông Bắc quận Ba -Tơ bắn theo chiếc trực thăng của Tr/tá Cao Q. Khôi, PĐT 213, vị niên trưởng khả ái của chúng tôi. Hôm ấy, anh Khôi từ hướng quận Mộ Đức bay vào để quan sát cuộc đổ quân vào Ba-Tơ / Quảng Ngãi. Vì là cuộc đổ quân quan trọng và nguy hiểm do hai phi đoàn 213 & 239 đưa một đơn vị thuộc Tr/đoàn 4, Sư đoàn 2/BB từ sân bay Đức Phổ vào giải tỏa cho quận lỵ Bato đang bị bao vây cả tuần lễ chưa chiếm lại được. Có lẽ anh lo lắng cho các đàn em, vì trước đó mấy ngày, Phi Đoàn 239 đã phải hy sinh một phi hành đoàn của T/úy Hoàng Vũ & Toản. May mắn hôm ấy, anh Khôi bay cao và lẹ, phi cơ cũng đã được trang bị loại ống khói mới với kiểu cong lên trời, nên đạn chỉ bay sẹc qua đuôi, trước con mắt kinh hoàng của chúng tôi. Còn lúc ấy, có lẽ chính anh Khôi cũng không hề hay biết mình đang bị SA-7 dí theo!

Quận lỵ Ba Tơ nằm trong vùng thung lũng giữa 3 quận Minh Long - Ba Tơ - Gia Vực, bao bọc bởi ba mặt núi. Chỉ có hướng từ Gia Vực bay ra là vùng thung lũng khá rộng, đủ cho 2 hợp đoàn xoay sở trường hợp có bất trắc. Do đó, tôi mới chọn lấy hướng vô Gia Vực rồi bay ngược trở ra, dù đường bay có xa hơn mấy phút. Từ phi trường Đức Phổ, tôi lead 10 chiếc slicks, với 4 gunships hộ tống, bay xuống khu rừng rậm ở phía Nam, ngang qua tiền đồn Biệt Động Quân của Th/tá Dư, một LZ rất quen thuộc đối với các phi hành đoàn 213 trước đây. Từ đó, chúng tôi bắt đầu low level, băng rừng vào hướng West, tất cả bay theo hàng dọc cho dễ tránh né và khi đáp cũng đáp từng chiếc một. Bốn gunships theo sau, hộ tống hai bên. Hai hợp đoàn vào tới sát chân núi mới quẹo phải, rồi ôm sát sườn núi phía Bắc, men theo đường thung lũng bay ngược trở ra Ba Tơ, vẫn với cao độ rất thấp. Không ngờ nhờ sự thay đổi ấy, vô tình (hay may mắn), đã vô hiệu hóa được các dàn hỏa tiễn SA-7, nếu có nhắm sẵn, từ dãy núi phía trước (East), chặn ngang Đức Phổ và Ba Tơ, mà chúng đã bắn lên phi cơ của Tr/tá Khôi, bây giờ sẽ không có tác dụng gì đối với chúng tôi; bởi vì SA-7 là loại vũ khí chỉ bắn theo đuôi chứ không có hiệu quả gì với thế trực xạ "diện đối diện". Có lẽ nhờ vậy mà hai hợp đoàn, 10 slicks và 4 gunships, đã an toàn hoàn tất phi vụ, trở ra, không chiếc nào bị bắn! Phi vụ hôm ấy tôi còn nhớ có Đ/úy Nguyễn như Huyền, Đ/úy Trần văn Hòa bay các slicks số 2, số 3 theo sau, tàu của Tr/úy Trần tâm Sơn báo cáo bị "chip detector" nên cho ở lại sân bay Đức Phổ standby!

Thường thường, phi trình "hành quân" của trực thăng, trong mỗi phi vụ, được coi là nguy hiểm, nhưng trên thực tế rất ngắn! Cái khoảng không gian mà anh em hay ám chỉ là "vào vùng", chỉ nằm trong khoảng 1-2 miles cuối cùng gần bãi đáp, tức là trong vòng cận tiến mà thôi. Nếu chiến trường nào cũng đầy rẫy phòng không thì trực thăng mới cất cánh lên đã bị bắn rớt hết! Mức độ nguy hiểm để bay từ tỉnh này đến tỉnh kia hầu như không có, nếu từ cấp tỉnh đến cấp quận, vùng nào nguy hiểm lắm có lẽ cũng không quá 1%. Tương tự các phi vụ bay từ cấp sư đoàn đến các trung đoàn thường là phi vụ liên lạc với mức nguy hiểm 0%. Từ BCH trung đoàn đến BCH tiểu đoàn cũng tương đương như từ Tỉnh đến Quận. Vậy thì còn lại sự nguy hiểm chỉ ở những mục tiêu cấp Đại đội hay Tiểu đội mà tầm hoạt động của họ thường không quá BCH /Tiểu Đoàn chừng 3 -5 miles là cùng. Nhiều bãi đáp vừa từ BCH cất cánh lên đã thấy LZ, khoảng cách ấy chính là phi trình thực sự của mỗi phi vụ trực thăng khi "vào vùng" hành quân mà mỗi phi công tùy theo kinh nghiệm chiến trường có thể tính toán cách vô, đáp, cất cánh sao cho an toàn. Trong bốn hướng vô ra, nhất định phải có một lối "safety" hơn! Khúc nguy hiểm nhất chính là lúc phi cơ chậm lại để vào "short final", tức là trong vòng bán kính 1mile cuối cùng quanh bãi đáp, hoặc lỡ bãi đáp bị pháo kích bất ngờ.

Các phi công Mỹ thường quá chú trọng đến yếu tố an toàn kỹ thuật, phải theo hướng gió, phải có trái khói đánh dấu bãi đáp v.v... Ngày xưa các phi vụ trực thăng vận còn thả pathfinders xuống trước để ném trái khói và hướng dẫn phi cơ đáp tại chiến trường, nên trực thăng Mỹ bị rớt cũng nhiều. Mùa Hè Đỏ Lửa năm 1972, trong vùng núi phía Tây tuyến phòng thủ Mỹ Chánh gần quận Phong Điền tỉnh Thừa Thiên, trực thăng Mỹ rớt ngổn ngang dưới các thung lũng, bên những dòng suối khô cạn ngay cạnh chân đồn, các phi cơ vẫn còn nguyên vẹn hình hài; nhưng có lẽ các pilots Mỹ lúc nào cũng coi trọng nguyên tắc "safety first!" nên bỏ chạy sớm, ít *liều* hơn phi công Việt Nam.

Đây là một chiếc trực thăng võ trang (Gunship) của phi đoàn Song Chùy 213 KQVN

Một chiếc trực thăng H-34 của phi đoàn Song Chùy 213

Các phi công trực thăng Việt nam ở vùng núi, như Vùng I, không xa lạ gì với những thế đáp núi táo bạo tùy theo điều kiện chiến trường đòi hỏi, bất chấp cả hướng gió ngược xuôi. Đáp núi không phải lúc nào cũng từ trên xuống mà nếu cần, có thể múc lên từ thế low level, bất ngờ đánh lừa địch, trong trường hợp bãi đáp đã được cảnh cáo đề phòng pháo kích... Muốn xuống mau, đáp lẹ và gọn, phải xoáy xuống (spiral approach) như cái phễu, với ít đường zig zag ngoạn mục, cho khỏi bị "overshoot" bãi đáp. Đáp núi cần chính xác, không để bị "overshoot" nhưng cũng không thể "undershoot" và khi cất cánh cũng phải đề phòng bị "over torque" vì địa thế cao, thiếu sức nâng của cánh quạt (up lift). Gió núi càng lớn, nếu xuống càng lẹ sẽ bớt được ảnh hưởng của turbulance. Đâm đầu cắm mũi xuống bằng "cyclick", phi cơ sẽ rớt mau lẹ hơn là chỉ với "collective down" như thế đáp thường lệ. Các bạn từ vùng trong khi mới đổi ra vùng núi, quen thế "normal approach", tà tà vừa "flare" lại, vừa đẩy "collective down"; phi cơ đã không xuống còn tạo điều kiện cho gió càng bốc lên, không tài nào xuống núi nổi. Phi cơ cứ như diều gặp gió, lơ lửng mãi trên không trung. Gặp bãi đáp lưng chừng 2/3 núi, chỉ có thể đáp và cất cánh cùng một hướng. Khi vào thì như nhắm núi mà đâm vô, nhưng lúc cất cánh ra, bắt buộc phải "hovering" lùi rồi lẹ làng cắm mũi xuống thung lũng mà "gain speed" (giả) cho mau kẻo bị "stalled"... Đó là những chiến thuật bay của pilot VN nằm ngoài sách vở huấn luyện ở trường bay. Tại chiến trường Iraq năm 2003, sau khi hàng loạt trực thăng bị bắn rớt, mãi tới năm 2007, mới nghe tin các phi công trực thăng Mỹ phải thay đổi chiến thuật bay để tránh né.

Ngày xưa, tôi rất khâm phục tài năng của các phi công tải thương đêm thuộc phi đoàn Cứu Tinh 257. Càng hãnh diện hơn vì các anh đều xuất thân từ PĐ 213 qua như: Nguyễn Hoàng Ân, Dương tấn Long, Vũ Ô, Trần Long, Vũ văn Hiền, Đỗ quốc Hùng, Đặng vũ Đăng... Đáp núi ban ngày đã khó thì ban đêm còn khó khăn gấp bội!

Đa số các phi vụ ở vùng núi chỉ có một bãi đáp, nên leader lúc nào cũng phải hy sinh một mình tìm cách lọt vô trước, nếu an toàn, sau đó mới đến lượt các wingman. Vai trò của leader trong mỗi phi vụ HQ rất quan trọng trong việc dẫn giắt hợp đoàn vào bãi đáp cho an toàn, nhất là đối với những bãi "Hot". Nó đòi hỏi sự thông suốt về địa hình địa thế cũng như tình hình an ninh chung quanh bãi đáp và những phán đoán chính xác của leader. Sự tương quan giữa các vị trí bạn và địch cũng như một ván cờ, trong bốn hướng nhất định sẽ tìm được một lối ra vô "safety" hơn. Rất tiếc ngày xưa các phi hành đoàn thường bay theo sự hướng dẫn của "C & C" mà đa số là những sĩ quan tham mưu phi đoàn, lâu lâu mới có dịp ra vùng hành quân một lần, đâu có am hiểu tình hình chiến sự thay đổi mỗi ngày.

Sau Hạ Lào, tháng 11/ 71, phi đoàn 213 lại biệt phái vào Biên Hòa, tăng cường cho SĐ3/KQ đang đương đầu với hai chiến trường Bình Long / An-Lộc và Kampuchea cùng một lúc. Vùng đất lạ nhưng không có núi nên chúng tôi đa số có vẻ không mấy đề phòng. Một lần, nhận phi vụ một mình, một slick, chẳng cho gunship hộ tống, cũng không có phi cơ khác bay theo; tôi đáp xuống phi trường Lộc Ninh ở phía Tây Bắc tỉnh Bình Long để bốc đồ tiếp tế và lấy thêm tin tức an ninh cho phi vụ bay vào Bu Đốp tiếp tế cho đơn vị Biệt Kích. Chấm xong tọa độ trên bản đồ, ghi chú những check points cần thiết cho khỏi bị lạc đường bay. Tôi cất cánh lên, xác định hướng bay xong, cắm mũi lấy tốc độ. Qua khỏi khu rừng gỗ rậm rạp bên cạnh vòng đai phi trường Lộc Ninh, ở bên trái quốc lộ, rồi bắt đầu xuống "low level" bay theo Quốc Lộ 13 lên hướng Bắ. Con đường như đã bị hoang phế lâu năm, không xe, không người, cây cối phủ kín mặt đường y như Quốc Lộ 9 bên Hạ Lào. Tiền đồn Bu Đốp nằm sâu trong vùng biên giới Việt - Miên, ở hướng Tây Bắc, lẻ loi một mình giữa bốn mặt rừng già, cây cối lưa thưa bao quanh. Các binh sĩ vui mừng tiếp nhận chuyến hàng tiếp tế, Họ "unload" rất mau, chỉ mấy phút sau là xong. Tôi cất cánh lên trở về, cúi nhìn lớp hàng rào kẽm gai thô sơ bao bọc quanh đồn và bốn chòi canh thô sơ, không biết có ngăn cản nổi thú rừng ban đêm? Làm sao có thể chống đỡ được sự tấn công của VC? Lòng bùi ngùi thương cho thân phận mỏng manh của những người lính Biệt Kích còn ở lại nơi tiền đồn quạnh hiu.

Dù không chết. Họ cũng xứng đáng được tuyên dương là những chiến sĩ anh hùng cảm tử của QLVNCH!... Vẫn thế low level, phi cơ uốn lượn sát trên tầm ngọn cây để tránh né, nhẹ nhàng băng qua khu rừng già lởm chởm những cây khô không có lá, rồi lại theo quốc lộ 13 bay trở ra, đáp xuống phi trường Quảng Lợi trực "standby" tiếp... Địa thế vùng III tương đối bằng phẳng dễ đáp, nhưng rất nguy hiểm, khó xác định hướng nào an ninh hơn. Tôi nghĩ, thế bay hữu hiệu nhất để tránh né vẫn là "low level", càng thấp càng an toàn hơn. Chỉ ở độ thấp, trực thăng, dù gunship hay slicks, mới có thể biểu dương hết tất cả sức mạnh hùng hồn của nó.

Phi vụ cuối cùng (3/75) tôi và Lê tấn Đại bay vào Núi Tròn, trước ngày mất Quảng Ngãi, để tiếp tế tải thương cho một đơn vị của SĐ2BB. Nhờ low level, mấy thằng du kích cầm AK-47 ở xóm nhà lá dưới chân núi, thấy trực thăng cứ hùng hổ đâm tới cũng phải hốt hoảng chạy trốn vô nhà. Chúng tôi không bắn nên chúng (VC) cũng không bắn lại!

Sau chuyến biệt phái Biên Hòa, khoảng cuối tháng giêng 72, phi đoàn 213 trở về Đà Nẵng, sau đó lại lao đầu vào những trận chiến mới của Mùa Hè Đỏ Lửa 1972 và mặt trận Quảng Trị. Anh Trần Lê Tiến tử trận, anh Phạm Vương Thục rời PĐ 213, thuyên chuyển qua Phi Đoàn 239 tân lập, đảm nhận chức vụ TPHQ.

Anh Tiến & Anh Thục không còn nữa, nhưng hình bóng các anh có lẽ sẽ không bao giờ phai mờ trong tâm trí những người bạn đã quen biết, nhất là những cánh chim Song Chùy 213 đã một thời cùng các anh vùng vẫy ngang dọc trên khắp chiến trường của Vùng Trời Hỏa Tuyến!

Vĩnh Biệt Anh Tiến, Vĩnh Biệt Anh Thục !!!

QUỐC HỌC 1965 - 1972

Thân tặng các bạn học cùng chung mái trường Quốc học từ 1965 đến 1972 cùng quý phu nhân. Kỷ niệm ngày xưa của chúng ta còn đó nhưng nay mỗi người một đời sống, một phương trời khác biệt, vẫn nhớ đến nhau và cố gắng gặp nhau để hàn huyên, tâm sự.

GẶP LẠI BẠN HỮU CŨ QUỐC HỌC 65 - 72 SAU 45 NĂM.

Cổng trường Quốc Học Huế ngày nay.

HỘI NGỘ QUỐC HỌC NĂM 2017, 2018 TẠI FLORIDA, 2019 VIRGINIA

Thật sự, gặp nhau ở Mỹ đầu tiên chỉ có Liêm, Chánh và Hòa do vợ chồng Liêm qua Mỹ làm đám cưới cho con gái tại Virginia tháng 11 năm 2012. Tụi tôi được kéo vô phe nhà gái cho đông và vui.

Sau đó đến 2016, bạn Huệ nhân dịp đám cưới con gái tại Ponta Vedra Beach, Florida dự định tổ chức vào cuối tháng 5, muốn thêm vào cuộc hội ngộ QH. Vợ chồng Huệ tuy mới đến định cư tại Hoa Kỳ năm trước nhưng đã có nhã ý mời tất cả các bạn học ghé thăm tư gia và tham dự đám cưới cũng như nhân cơ hội nầy gặp mặt Quốc Học sau 45 năm rời xa mái trường (1972-2017). Thấy dễ nhưng thực hiện thì khó.

45 năm từ ngày rời xa mái trường, sau niên khóa 1971-1972, mỗi người một nơi, có bạn nhập ngũ, theo lời Huỳnh Xuất là *"xếp bút nghiên theo việc đao cung"*, người ở lại Huế, hay vào Sài Gòn tiếp tục học vấn, nhưng chúng ta vẫn không quên những kỷ niệm thời học trò, để rồi biến cố 30 tháng tư năm 1975 đã thay đổi hoàn toàn cuộc sống của mỗi người. Người may mắn qua Mỹ vào giờ chót, kẻ ở lại cay đắng mất hết từ đây, rồi vượt biên, rồi H.O., O.D.P., du lịch, đoàn tụ, cuối cùng chúng ta cũng thở được cái không khí tự do mà bao người bạn của chúng ta bên kia đại dương hằng mong ước vẫn chưa có được.

Cuộc hành trình từ ngày rời Quốc Học của chúng ta có một điều giống nhau là cùng chung mái trường thời thơ ấu, kính thầy thương bạn mà thế hệ sau khó có được.

Anh Hòe, Liêm, Hòa và Chánh, tiệc cưới tối 10 tháng 11 năm 2012 tại Virginia.

HỘI NGỘ QUỐC HỌC ĐẦU TIÊN SAU 45 NĂM

26/5/2017: Lúc đầu, thực sự chỉ có Chánh (Raleigh- North Carolina), Hòa (Palm Beach, Florida), Xuất (Denver, Colorado), Chính (Nam California) là dự định tham dự. Trưởng lớp Nguyễn văn Chánh được đề cử làm đầu tàu liên lạc và tổ chức cũng như phương tiện hay nơi ăn chỗ ở cho mọi người vì tất cả đều từ xa đến, trừ vợ chồng Huệ ở tại địa phương (Jacksonville, Florida) và cũng không chắc trong chuyến hội ngộ nầy sẽ có đủ các nàng dâu Quốc Học nhưng đến cuối cùng sự tham dự đông đủ của 8 cặp cộng thêm con gái của Đệ-Hồng (Hồng Vân), đã là thành công rất lớn cho cuộc họp mặt. Xin cám ơn các nàng dâu Quốc Học đã hỗ trợ cũng như tham dự cuộc họp mặt vì chuyến đi khá tốn kém về thời giờ và tiền bạc cho tất cả mọi người.

7/2018: Chúng tôi lại hẹn gặp nhau tại Florida, xuống xa hơn phía Nam một chút để đi hái trái cây. Năm nay có 6 cặp rưỡi, có vợ chồng Liêm-Phượng vừa qua Mỹ định cư, Huệ-Hương, Chính-Soan, Chánh-Linda, Quý-Hằng, Hòa-Tươi và Xuất, chỉ thiếu bà xã Xuất vì không xin nghỉ được. Những ngày vui tắm biển, đi xem viện bảo tàng về Rùa, câu cá…và bị *no-see-um* cắn. Hẹn năm sau, 2019 sẽ ghé nhà Liêm-Phượng nhân mùa hoa anh đào cho cuộc hội ngộ.

3/2019: Đến D.C. và Virginia lần nầy cũng có 6 cặp rưỡi, vợ chồng Xuất đầy đủ, thiếu hai vợ chồng Huệ-Hương, nhưng lại có thêm Thầy Thích hữu Nguyên (tục danh Nguyễn thanh Hải), về từ Ohio. Đất thủ đô thật nhiều cái hay và lạ, đi ăn nhà hàng, đi xem hoa, xem các thắng cảnh, nhất là các viện bảo tàng đầy nghẹt người. Nhà Liêm-Phượng có lẽ chưa có bao giờ đông người như vậy. Bị các bạn quậy phá một lần cho biết. Cám ơn chủ nhà đã kiên nhẫn và cho bốc thăm trúng đâu ráng chịu. Chúng tôi cũng đã lên lịch trình sẽ cùng về Huế, Việt Nam năm 2020 cho hội ngộ nửa thế kỷ. Dịch Covid đã làm hỏng dự định nầy tuy vé máy bay và mọi thứ đã chuẩn bị sẵn sàng từ 2019.

2/2022: Hẹn tái ngộ Nam Cali nhân dịp Tết Nguyên Đán nhưng cũng phải bị hủy bỏ vì dịch covid lên cao, khó đi lại bằng đường hàng không nên chỉ có các bạn ở tại địa phương họp mặt. Chúng tôi hẹn sẽ gặp nhau lại khi dịch covid lắng dịu và khi số đông các bạn đến tuổi 70, có lẽ sẽ là năm 2023.

2017-Florida - Trước nhà Liên Hương-Phúc Huệ

2017-Florida – Đám cưới con Huệ-Hương. Hình chụp trước tiệc cưới.

5/2017-Tiệc cưới đầy đủ mọi người, quan khách QH 65-72

Chụp hình kỷ niệm trước khi chia tay 2017

2018-Florida Hội Ngộ Quốc Học 65-72

2018-Florida. Cùng nhau đi hái trái cây – Vườn nhãn Ft. Pierce

2019-Washington, D.C. Hội ngộ Quốc Học – Mùa Hoa Anh Đào

3/2019 - Trước nhà bạn Nguyễn Xuân Liêm- Phượng tại Virginia.

2022: HỌP MẶT BỎ TÚI MỪNG LỄ CƯỚI 40 NĂM CỦA BẠN

Dịch Covid-19 đã làm chương trình họp mặt, hội ngộ hằng năm của QH65-72 bị gián đoạn sau lần gặp nhau tại mùa Hoa Anh Đào tháng 3 năm 2019 tại Virginia. Mãi đến năm 2021 thì tình hình sáng sủa hơn sau khi có thuốc chủng ngừa. Thế nhưng, vẫn chữ nhưng quái ác, bọn tôi mua vé máy bay, giữ chỗ khách sạn, định sẽ gặp nhau vào cái Tết Nhâm Dần tại Nam Cali, các bạn ở Cali cũng chuẩn bị đón tụi tôi, sẽ cho những buổi tối ăn uống, kèm đồ nhậu, chắc toàn món Huế. Gần Tết, dịch Covid lại bùng nổ tại tiểu bang lớn và đông dân nầy, các nhà hàng ăn tạm đóng cửa lại, thấy đi chơi mà có thể lây bệnh, mang bệnh về nhà có con nít, chưa được chích ngừa nên cả nhóm ở xa đình hoãn, chỉ để các bạn tại Cali gặp nhau vào tháng 2 năm 2022.

Đến gần giữa năm 2022, bạn trưởng lớp Chánh thông báo mọi người muốn gặp nhau thì đi "cruise", vừa nhân dịp kỷ niệm 40 năm lễ cưới của Chánh-Linda, đồng thời sinh nhật 70 tuổi của bạn Liêm.

Cuối tháng 8, 2022 tụi tôi bay về điểm hẹn Seattle, tiểu bang Washington, chỉ có 4 cặp vì số bạn khác, đang ở Việt Nam, sẽ đi VN hay đi họp nhóm khác, chủ trương ít thì chơi ít: Chánh, Quý, Liêm, Hòa thêm vợ chồng người em cột chèo của bạn Quý [60] là mười người tất cả, gặp nhau một ngày trước khi lên thuyền, trực chỉ Alaska, ghé thăm cái Kim Không gian (Space Needle) đã được xây dựng cho Hội chợ Quốc Tế năm 1962 và được giữ lại ngày nay cho du khách thăm viếng. Tòa nhà nằm trên tầng cao nhất phải lên bằng thang máy và được xoay quanh một trục quay chậm, được kiến trúc bằng loại kiếng không bể, nhìn xuống bên dưới.

Hôm sau, chúng tôi lên thuyền từ Pier 91, chiếc tầu lớn có tên "Reo mừng của biển cả" (*Ovation of the Seas)* chứa mấy ngàn người, ăn uống thả cửa, tầu ghé những điểm hẹn như Juneau (thủ

[60] *Tình cờ lần đầu gặp người em cột chèo của Bác sĩ Quý và khám phá anh là Nha sĩ Tùng, người đã cho anh Dược sĩ Trinh lên chiếc tầu Long Hồ di tản ngày cuối 30 tháng 4 tại bến Bạch Đằng. Người mà tôi vừa phỏng vấn hai tuần trước về câu chuyện của anh. Đúng là cái duyên không hẹn mà gặp.*

phủ tiểu bang Alaska), Skagway, Sitka và trạm dừng chân cuối Victoria ở nước bạn láng giềng Canada. Mỗi nơi một vẻ, cái đẹp thiên nhiên được người ta gìn giữ như của quý làm lòng càng thấy buồn thêm cho nước Việt của mình.

Sau gần 8 ngày lênh đênh, ghé bến, nhóm về lại bến tàu, ra phi trường về lại nơi chốn của mình. Cả 10 người đã phải thử Covid trước khi lên tầu, về lại thử cho chắc ăn, chỉ có một người bị dương tính cũng không đến nỗi nào. Hẹn gặp nhau trên các du thuyền vào những dịp khác.

Hình cả nhóm và bốn bạn Quốc Học và các nàng dâu QH.

Trạm dừng chân thăm thành phố Skagway, Alaska và Victoria, Canada

CHƯƠNG IX

ĐI HỌC BẰNG CHUYÊN MÔN
LÀM VIỆC VÀ VỀ HƯU

ĐI HỌC... BẰNG... CHUYÊN MÔN

Tại Hoa Kỳ cũng như cả thế giới, cuộc đời thay đổi khi bắt đầu có *Internet*. Trước đó điện thư (*email*) [61] đã làm thay đổi cuộc sống của nhiều người. Năm 1980, khi hãng IBM cho ra máy điện toán cá nhân (personal computer), nó không những thay đổi lối sống cá nhân mà còn ảnh hưởng đến cách làm việc vì các công ty nhỏ đã có thể cạnh tranh về lối làm việc mà trước đó chỉ có các công ty lớn hay cơ quan chính quyền mới có thể mua được các dàn điện toán đắt tiền gọi là *mainframe* dùng *network.* Tại Việt Nam, chính phủ Mỹ năm 1970 cho VNCH một hệ thống điện toán IBM tại Sài Gòn đã thay đổi các cuộc thi viết trên giấy qua trắc nghiệm gọi là thi IBM nhưng đòi hỏi các nhân viên sử dụng có trình độ và huấn luyện cao, mãi cho đến sau này họ mới có các sản phẩm ngày càng tối tân hơn, gọn và cũng dễ sử dụng hơn.

Lúc học tại University of Florida và ra trường trước 1980, chúng tôi phải dùng hệ thống *key punch*, tức là viết *program*, cho vào cái máy đánh chữ, bỏ một cái thẻ (card) bằng giấy cứng lên trên và gõ các chữ vào. Các chữ trên tấm *card* sẽ đục lỗ nó theo các ô đã dành sẵn. Các sinh viên phải cực khổ cầm cả một hộp thẻ mua ở nhà sách, chờ đến máy trống, phiên mình để ngồi xuống gõ. Sau đó xếp hàng, chờ bỏ vào máy để đọc thẻ của mình, máy đọc thì nhanh, chạy xoẹt xoẹt rồi trả lại thẻ, nếu không may máy bị kẹt, thẻ bị hư, thì phải vào lại phòng đánh máy gõ để thay thẻ mới. Các bạn sinh viên nào cũng hiểu lúc mới bắt đầu khóa học thì phòng điện toán vắng hoe, nhưng chỉ cần lúc thầy cô ra bài tập thì phải chờ, có khi cả tiếng mới đến phiên mình, mà đâu phải ai cũng giỏi để computer cho ra đáp số đúng ngay lần đầu, thế mới gọi là học. Cùng một lời giải mà có người chỉ dùng vài cái *card*,

---

[61] *Internet bắt đầu từ năm 1983.* Điện thư hay gọi tắt là email, đã được thử tại Đại Học Massachusetts Institute of Technology (M.I.T.) từ năm 1965 mà mãi đến 30 năm sau, 1995 mới phổ biến và thông dụng. Ngày nay trên thế giới, mỗi cá nhân có ít nhất một email và internet dùng để liên lạc, xử dụng hàng ngày qua máy điện toán hay điện thoại cầm tay.

cũng có kẻ ôm cả hộp. Đến khi thi *final* thì ôi thôi, sao mà đông thế, người là người, đứng xếp hàng dài chờ đến phiên mình, ai biết lo thì làm sớm, có kẻ chờ đến giờ chót, đúng sai cũng nộp bài thì có nhiều cơ hội đi học lại khóa tới. Nhiều sinh viên ngủ ngày chờ tới đêm, ít người hơn, có khi tổ trác, ngày cũng như đêm…thì có nước lo đi xin giấy bệnh từ Bác sĩ, xin *drop cua* nầy, khóa sau học tiếp. Đời sinh viên có những vui buồn không phải vì mình mà do máy móc gây ra.

Lúc tôi vào làm 1998, thành phố chưa có máy điện toán nào, chưa có *email*, chưa có luôn cả *internet*, tất cả đều dùng giấy bút, hồ sơ theo luật phải lưu trữ, có cái một hay 3 năm, có cái vĩnh viễn là một vấn đề vì các thùng giấy trong văn phòng ngày càng cao, phải gởi đi cất vào những nơi có điều hòa không khí để khỏi hư.

Lúc đầu tiên khi IBM giới thiệu sản phẩm của mình nhỏ gọn từ Junior đến XT, AT, dùng *hard drives* và *floppy disks* thì cũng lúc bên ngoài thị trường các hãng Radio Shack cũng cho ra máy Tandy, các hãng không tên khác nhái lại y chang mà chúng tôi gọi là *Clone*, rẻ và bán chạy hơn, thế là văn phòng IBM làm personal computer ở Boca Raton từ từ sa thải nhân viên và sau cùng không cạnh tranh được với máy clone làm ở China hay các nước rẻ về nhân công lắp ráp bán luôn cả văn phòng của mình.

Ngành điện toán (information technology), nay vì những phát minh về máy móc và nhu liệu đã trở thành thông dụng cho các hãng xưởng và ngay đến nhà nhà trở thành cái không thể thiếu, khỏi cần TV, điện thoại, máy hình… có computer là có hết, rồi thêm hãng Apple ngày 29 tháng 6 năm 2007 cho ra cái iPhone đầu tiên thì thế giới *information technology* của tụi tôi đảo lộn. Nhiều sáng chế tiện lợi ngoài thị trường thì đòi hỏi sự hiểu biết của người sử dụng càng cao. Dễ dàng để đưa 1 cái iPhone hay iPad cho đứa bé chưa biết đi, nó đã biết *quẹt qua, quẹt lại* nhưng nếu cần biết tại sao về chi tiết thì phải có những người như tụi tôi. Thế là trong thị trường bắt đầu đòi hỏi các chức vụ từ Giám đốc trở lên (Director), không những có thêm kinh nghiệm mà vì kỹ thuật thay đổi hàng ngày, phải có tài lãnh đạo để vượt qua nhiều thử thách.

Sau khi máy móc ngày càng thu nhỏ lại thì các trường đại học phải huấn luyện các sinh viên về kỹ thuật, làm bài ở dorm bằng laptop, không cần sắp hàng dùng keypunch, tuy nhiên về lãnh đạo và cao hơn thì hiếm thấy. Các trường Đại học bắt đầu cho ra chương trình huấn luyện về chuyên môn và đến 2005 thì Florida State University qua *Học viện của Chính phủ* (Florida Institute of Government) tại Tallahassee bắt đầu thử nghiệm chương trình CGCIO (Certified Government Chief Information Technology) và CPTM (Certified Public Technology Manager), cấp thấp hơn, lúc đầu với 1 năm huấn luyện, rồi 2 năm và sau giảm xuống còn 18 tháng. Hỗ trợ cho chương trình là *Hội Điện Toán dành cho các Chính quyền địa phương, tiểu bang Florida* (Florida Local Government Information Systems Asociation), viết tắt FLGISA. Được nhận theo học, ngoài các điều lệ về bằng cấp, còn kinh nghiệm 10 năm làm việc trong ngành với chính phủ với chức vụ Giám đốc (Director) hay cao hơn, phần nhiều là hội viên của hội. Phải chờ tới khóa thứ 5 thì tôi mới khăn gói đi học sau khi thành phố trả tiền học phí và *Xếp* của tôi cho phép. Học sau hai năm thì phải làm đồ án gọi là *Capstone Project,* được ban giảng dạy chấp thuận và về ngành của mình, phải ra trình bài dưới một ban Giám khảo gồm giáo sư hướng dẫn và các thành viên đã ra trường trước đó cho điểm đậu (P) hay rớt (F). Đây là một *tiểu luận án* mà ứng viên đã, đang và sẽ làm trong ngành. Trường hợp của tôi khá đặc biệt, đồ án của tôi nói về: *Tài lãnh đạo vượt ra ngoài ngành điện toán: "Sự đa dụng về các chức vụ cho một thành phố nhỏ" (Leadership beyond technology: Playing multiple roles in a small municipality)*. Đề tài của tôi chưa ai làm vì lý do trong những ai đã và đang đi học, chưa ai từng nắm luôn quyền hành Giám Đốc thành phố làm việc thẳng với Thị trưởng và các Nghị viên, và nhân cơ hội khi nắm quyền đó trong tạm thời, tôi đã làm cho *Information Technology Department* của mình mạnh lên cũng như một Tổng thống Hoa kỳ đến từ một tiểu bang thì hay giúp ngược lại cho chính tiểu bang của mình cũng không có gì là lạ cả. Chuyện đương nhiên thôi, ai có cơ hội cũng làm để khi mình về vị trí cũ người ta thích hay trọng mình hơn.

Xong lớp, tôi được chứng nhận vào năm 2011 và cứ ba năm một lần phải làm đủ 120 giờ về chuyên môn để giữ tiếp bằng nầy (Recertification).

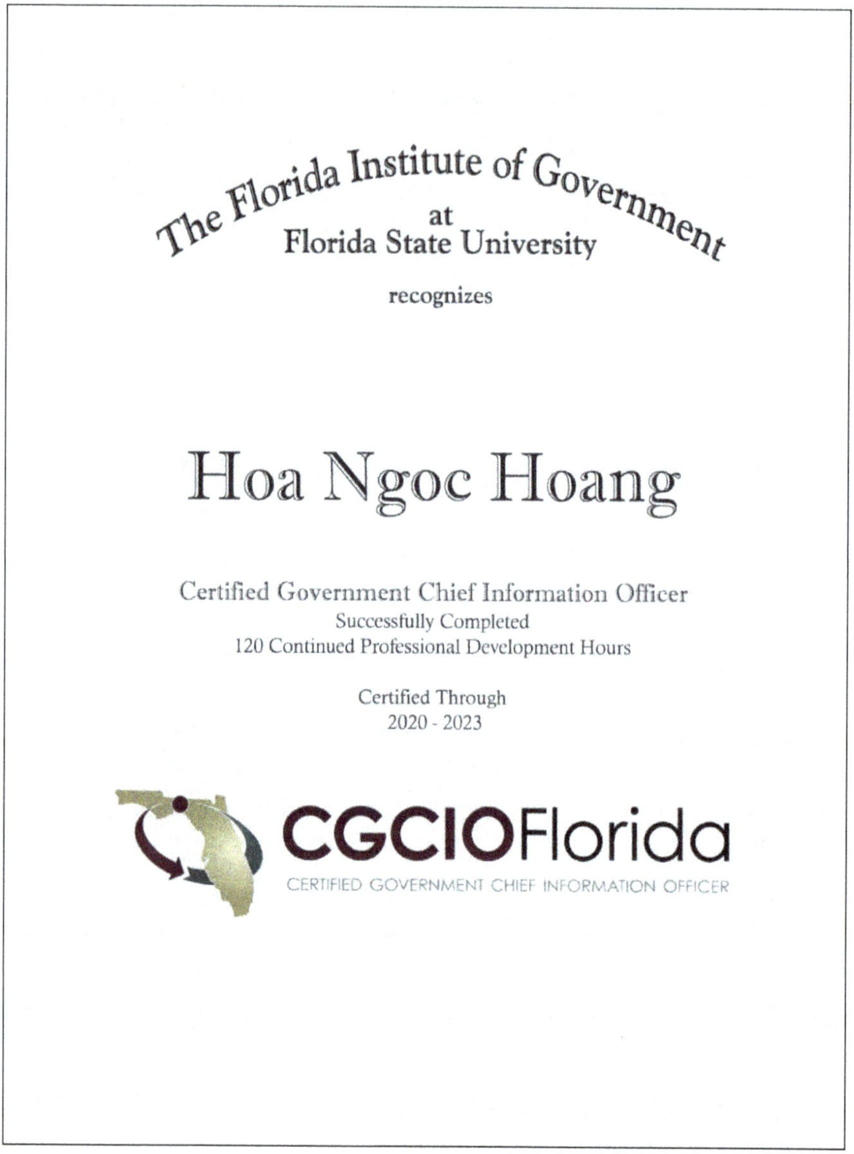
The Florida Institute of Government
at
Florida State University
recognizes

Hoa Ngoc Hoang

Certified Government Chief Information Officer
Successfully Completed
120 Continued Professional Development Hours

Certified Through
2020 - 2023

CGCIOFlorida
CERTIFIED GOVERNMENT CHIEF INFORMATION OFFICER

LÀM VIỆC VÀ VỀ HƯU - MY RETIREMENT

Đến Hiệp chủng quốc Hoa kỳ tị nạn với hai bàn tay trắng mà nhiều sắc dân trước đó phải mất khá nhiều thời gian để hội nhập và thành công, tôi vẫn nghĩ rằng đây là quê hương thứ hai, chỉ ở tạm vì chiến tranh, còn trẻ, mình cố gắng học hỏi để mai kia hoài bão trở về xây dựng đất nước Việt Nam của mình như ở Mỹ, không bao giờ nghỉ rằng sẽ ở đây suốt đời.

Với ước muốn đó tôi đã theo ngành Kiến Trúc (KT) thay vì kỹ sư như nhiều người bạn tôi. Trong trường KT mỗi năm nhận 50 sinh viên chỉ có tôi là người Việt, tất cả còn lại là người Mỹ trắng. Học xong, có tấm bằng trên tay, tôi định đi một vòng nước Mỹ nhưng đến Kansas City thì ngừng lại, bây giờ hoặc đi về Tây (California) hay phía Đông (Washington, D.C.), tôi chọn phía Đông. Sau khi được bạn bè giới thiệu tôi ở tạm nhà anh K., một sĩ quan KQ, phi đoàn trực thăng Lôi điểu 223 (Lightning Bird), anh ruột của người bạn học, có biết anh Châu ở Arlington, Virginia.

LEE GARDENS, ARLINGTON, VIRGINIA.

Khu cư xá Lee Gardens gồm nhiều *buildings* cho thuê, đây là một căn có 2 phòng ngủ, một phòng tắm, không biết các anh đã ở đó bao lâu nhưng khi tôi dọn vô ở tạm thì nhà đông nhưng rất vui, nấu ăn chung, lâu lâu có vài bóng hồng xuất hiện ghé chơi là nhờ anh chủ nhà đẹp trai, hào (đào) hoa, dân KQ thứ thiệt. Anh S. đang làm cho cơ quan NASA, đi vượt biên nên vợ con còn kẹt lại tại VN. Anh Hưng thì ngoài giờ đi làm, đi học, tình nguyện lo cho thuyền nhân người Việt tị nạn đến DC và vùng phụ cận qua chương trình tái định cư của Chùa Giác Hoàng, một cơ quan thiện nguyện, Toàn cháu anh Hưng thì đang theo bậc Trung học. Mới đến Mỹ trên dưới 5 năm nên tuy phương tiện eo hẹp, mọi người sống chung vui vẻ. Khi tôi có việc ở Maryland thì dọn qua nhà Jim Bo đi làm cho gần hơn.

1980 DỌN NHÀ DÙM NGƯỜI TA MUA ĐƯỢC CÁI NỒI CƠM.

Một hôm anh Hưng [62] rủ tôi lái xe dọn nhà cho một gia đình anh đã giúp đến định cư tại Manassas nhưng muốn về ở với gia đình người em tại Salem, phía Bắc thành phố Boston, tiểu bang Massachusetts.

Gia đình có 7 người, 2 người đi theo tôi trên chiếc xe U-Haul lớn chở tất cả đồ đạc, xe Ford của anh Hưng chở đồ ăn và mấy người còn lại đi theo. Lúc vào New York thì vừa trời tối, đường bị *"detour"*, xe cộ khá đông nên lạc nhau, lúc đó chưa có cell phone nên sau khi dừng lại và chắc là đã lạc nhau, tôi quyết định ngừng mua mấy ổ bánh mì cho ba người trên xe vì thức ăn đã để hết trên chiếc xe nhỏ, sau đó lái thẳng đến địa điểm, không chờ. Chưa có máy định vị GPS thời bấy giờ nên chỉ đi bằng bản đồ. Đến nơi, còn tối quá mệt, tôi xin chủ nhà cho mượn cái giường đánh một giấc đến sáng. Thức dậy, nghe ồn ào phía bên ngoài là xe anh Hưng và gia đình đã đến đang dọn đồ đạc từ xe xuống. Chúng tôi ăn trưa và từ giã về lại Virginia. Trên đường về, chúng tôi quyết định ghé phố Tầu New York ăn chiều, xong mua cái nồi cơm điện mang về. Tính toán chi phí xăng nhớt, số tiền nhỏ nhoi còn dư của hai anh em vừa đủ tiền mua cái nồi cơm điện. Chuyến đi ngắn mà apartment giờ đây có thêm cái nồi cơm, khỏi phải nấu cơm bằng nồi thường và muốn ăn lúc nào cũng có.

[62] *Anh Hưng quê làng An Bằng, Huế, phục vụ trên Duyên tốc đỉnh của Hải quân Việt Nam tại Đà Nẵng, sử dụng loại tàu do Mỹ viện trợ Patrol Craft Fast (PCF), cũng có tên là Swift Boats có vận tốc đến 32 knots dài 15 mét, tầm hoạt động từ 600 đến 800 cây số. Ngày 28 tháng 3 thì di tản từ Đà nẵng vào Cam Ranh, sau đó Vũng Tầu, trên tầu có tướng Trưởng, tư lệnh Quân đoàn 1. Đến 29 tháng 4 thì ra biển khơi và chuyển lên chiếc Dương vận hạm Nha Trang HQ-505 đến Subic Bay và Guam. Đến trại tị nạn Ft. Chaffee, Arkansas anh về định cư tại Kansas City và sau đó Northern Virginia.*

CÔNG VIỆC ĐẦU TIÊN VÀ CON ĐƯỜNG MANG TÊN TỰ DO Ở MỸ

1980: Gởi *"resume"* cho nhiều hãng quanh vùng phụ cận *"metro"* Washington, D.C.. Tôi được hãng JMT [63] ở Silver Springs, phía Bắc của Beltway 495 gọi phỏng vấn. Lần đầu đi phỏng vấn, dĩ nhiên là thiếu kinh nghiệm về tiền lương, chưa có kinh nghiệm, cần học hỏi thì trả bao nhiêu cũng được vì khi họ hỏi mình đã làm bao nhiêu tiền sau khi ra trường thì không có câu trả lời thích đáng. Ông Ben (Benjamin) nhận tôi đi làm, công việc chính là lo các bản vẽ (drafting), các bản vẽ ở đây cỡ lớn *"size D"* (30in x 42in) trên giấy *"vellum"* hay *"mylar"* (drafting film), bằng cả bút chì và dùng bút mực "*Pelican*" Koh-I-Nooh Rapidograph. Đây là loại polymer trong cứng dầy 3 hay 4 mil. có thể nhìn xuyên qua được nên vẽ cả hai mặt. Mặt sau của nó để vẽ các dữ liệu đã và đang có, không thay đổi, có nghĩa là phải vẽ ngược, có khi phải lót cả hai thứ trên cái bàn vẽ có bóng đèn bên dưới, tôi gọi nó là *"bàn đèn"* (light table) để vẽ ngược (*mirror*), thường là địa hình (topography) đang có của miếng đất sẽ là đồ án cho đường sá, nhà cửa…hệ thống thoát nước. Mặt chính của nó là phần sẽ thiết kế tương lai cho đồ án, như vậy nếu cần xóa để thay đổi, sẽ không phải đụng đến phần địa hình không được thay đổi ở mặt sau. Họ đã nghĩ ra cách đó làm cho bản vẽ khi in ra (blue prints) chỉ có một mặt gồm cả thiết kế và những gì cần thiết cho việc làm đường sá, cống rãnh và nhà để đưa cho các công ty xây dựng. Phần nầy về *planning, land development* thuộc về cả các kỹ sư công chánh hay kiến trúc, sau đó mỗi căn nhà lại có cấu trúc riêng, bên ngoài thì các kiến trúc sư về phong cảnh lo (*landscape architect*). Chỉ riêng về trường Kiến Trúc ở Mỹ có 4 ngành khác nhau: Kiến Trúc (*Architect*), Phong cảnh (*Landscape*), Nội thất (*Interior Design*) và Xây dựng (*Construction*). Ai có phần vụ đó và làm việc với nhau để có được các dự án và đồ án đẹp nhất nếu có thể.

---

[63] Đây là hãng về Kiến Trúc và kỹ sư Công chánh: nhà cửa, đường sá, cầu cống. *Johnson, McCordic (Mirmiran) & Thompson, P.A., in Silver Spring, MD,* được thành lập năm 1971 và đến nay, sau hơn 50 năm, vẫn còn hoạt động.

Lúc cần, tôi vẽ được cả hai tay nên chỉ trong vòng 3 tháng, các dự án cần vẽ mặt sau tôi ngốn hết, rồi đi kiếm xếp để lấy thêm việc, ông Ben đùa: *Chậm lại*…Ba tháng làm việc, một hôm ông mời tôi đi ăn trưa cùng với Jim, trong khi chờ nhà hàng mang đồ ăn ra, ông nói: *"Đến hôm nay tôi mới có cơ hội để xin lỗi cậu..."*. Tôi hỏi ông, có gì mà ông xin lỗi tôi như vậy thì ông nói, lúc ông mướn tôi vào cũng cùng lúc ông mướn một người khác, nhưng vì tôi là người ngoại quốc, ông đã trả tôi rẻ hơn vì nghỉ rằng anh kia người Mỹ chắc sẽ không có vấn đề gì về vấn đề giao tiếp (communications), dù *resumé* của tôi ngon lành hơn, và ông đã thấy sai sau 3 tháng làm việc, nên ông sẽ tăng lương cho tôi hơn anh kia. Tôi tưởng như vậy là xong, họ biết lỗi và sửa ngay, chứng tỏ họ là người tốt. Ba tháng sau ông từ chức, tôi hỏi ông đi đâu thì ông bảo đi ra lập hãng mới với một ông xếp cũ, ông sẽ đi với anh bạn Jim Bo của tôi. Tôi ở lại, vẫn làm việc với một ông xếp mới, ông nầy lầm lì ít nói, không thân thiện nên tôi cũng tránh tiếp xúc nhiều.

Khoảng tháng sau, tôi nhận được điện thoại của Ben mời đi ăn trưa, đến nơi, tôi đùa: *chắc ông lại tăng lương cho tôi dù làm hãng khác*, ông nói: *chỉ đúng một nửa*…tôi muốn mướn cậu làm cho hãng mới, tôi hỏi lương tiền ông đã biết tôi làm bao nhiêu, bây giờ ông trả bao nhiêu cho công việc mới? ông phán một câu mà tôi vẫn còn nhớ đời: *Tôi trả cậu gấp đôi* (Your salary will be "*double*"). Tiếng Anh dễ hiểu, tôi trả lời đồng ý *"Ditto"*. Đúng là *Thánh nhân đãi kẻ khù khờ*. Tôi trở về sở, đưa giấy từ chức, cho hai tuần cuối, ông xếp hỏi đi đâu, tôi khai thật làm cho ông Ben, hắn nói: "*Ben trả bao nhiêu, tôi trả cậu bấy nhiêu, cậu ở lại đây"*. Tôi biết ông ta (Tinsbloom) chỉ vì ganh ghét Ben nên làm như vậy, và tôi cũng không tin tưởng để làm việc với hắn, nghỉ vậy, không tiết lộ số lương Ben trả mà nói rằng, tôi sẽ học hỏi nhiều với Ben, chức vụ ở hãng mới cao, nhiều trách nhiệm hơn nên tôi không ở lại dù ông trả bằng lương. Đến đây, ngạc nhiên nhất là y nói: *"Vậy cậu không cần làm hai tuần cuối, cậu có thể ra về ngay bây giờ"*. Đúng là có người biết tài năng của mình thì cũng có người không biết, điều quan trọng là sự tin tưởng nhau khi nhận và làm việc.

Tôi đi làm hãng mới sớm hơn hai tuần, sướng vì lương mới cao gấp đôi. Lúc đến hãng mới có tên KML, tôi ngạc nhiên thấy văn phòng chưa có gì cả, thế là phải cắt mấy miếng plywood làm bàn vẽ tạm vì cái đồ án Heritage Harbour thuộc Annapolis, vùng ngoại ô D.C. có trung tâm huấn luyện sĩ quan Hải Quân nổi tiếng của Mỹ. Miếng đất rộng hơn 825 mẫu tây và gần 2 ngàn căn nhà của US Home quận Anne Arundel County dành cho người trên 55 tuổi. Con đường tôi đặt tên Tự Do cũng ở đây, lúc đầu họ tưởng tôi dùng Tudor Ct., họ thêm R vào nhưng tôi phải nói họ lấy chữ R ra mới đúng ý của nó.

Muốn đặt tên đường, lúc đó computer chưa thông dụng, tên phải không được trùng và không được quá đặc biệt nên các tên tôi đề ra trong danh sách đều không được chấp thuận dù tôi đã lấy các dấu ra như VietNam, Sài Gòn, Dalat, Da Nang, Hue…chỉ có hai cái tên hơi lai lọt sổ là TuDo Court và Lanna Way (Lanna là biệt danh của Lan Anh, tên của cô cháu mà hồi nhỏ gia đình hay gọi). Đối với tôi, con đường Tự Do ở Sài Gòn đã mất tên sau khi đổi chủ nhưng con đường Tự Do nhỏ và ngắn tôi đặt tên là một biểu tượng tinh thần tại sao tôi và một số người Việt đến đây để tìm nó và cũng mong một ngày nào đó, một con đường mang cùng tên sẽ có mặt lại tại Việt Nam để mang đến nguồn sinh khí mới cho người dân được hưởng [64].

Google Map: Tự Do Court, Annapolis, Anne Arundel County, Maryland 21401

[64] *Chính quyền mới đổi tên các con đường cũ tại Sài Gòn sau tháng 4 năm 75, trong đó hai con đường một chiều nổi tiếng, người ta đã đặt hai câu thơ, cả hai nghĩa đen và bóng:*
"Nam Kỳ Khởi Nghĩa tiêu Công Lý,
Đồng Khởi vùng lên mất *Tự Do".*
Hai con đường khác cũng bị mất tên là Thống Nhất và Cộng Hòa, phải chăng cả bốn thứ căn bản nầy không còn sau khi Sài Gòn đổi chủ!

1982: ĐI THĂM HỘI CHỢ THẾ GIỚI

(Viết lại theo Nhật Ký sau khi đã lấy ra những phần suy nghĩ riêng tư về cá nhân).

THE 1982 WORLD'S FAIR™ 40TH ANNIVERSARY CELEBRATION
KNOXVILLE, TENNESSEE, U.S.A.

2022 - Quả cầu kỷ niệm 40 năm sau triển lãm – Photo courtesy of City of Knoxville.

Hội chợ thế giới năm nay tổ chức tại Knoxville, tiểu bang Tennessee và được Tổng thống Reagan khai mạc ngày 1 tháng 5, 1982, lần đầu tiên tổ chức tại phía Nam nước Mỹ, có 22 quốc gia tham dự, được xem là thành công tuy thành phố sau 25 năm, đến năm 2007 mới trả hết $46 triệu tiền nợ vay trước để tổ chức. Hội chợ chấm dứt vào ngày 31 tháng 10 năm 1982.

Trong thời gian nầy, vì mới mua nhà nên tôi đang đi chiếc xe VW *cà rịch cà tàng*, chưa chắc đã chạy ra khỏi được tiểu bang chứ đừng nói đi xuyên bang nên tôi mướn xe cho chắc, một chiếc Dodge mầu đỏ. Hành trình bắt đầu từ nhà tôi ở Maryland, ghé Virginia để đón anh K., lái thẳng đến Charlotte, North Carolina để đón cô em KM. cùng đi cũng là bạn học cũ của tôi ở UF.

Trên đường đi, chúng tôi ghé thăm ngọn núi nhỏ có tên là Chimney Rock. Địa điểm nằm gần thành phố Ashville thuộc tiểu bang N.C. Muốn đến đỉnh núi phải đi dọc theo con đường nhỏ. Cột cờ là đỉnh cao nhất có tất cả 499 bậc thang. Chúng tôi đã leo đến đỉnh và ở đây là độ cao 2,280 bộ trên mặt nước biển, tuy riêng ngọn núi chỉ cao 315 bộ (feet).

Chimney Rock Mountain-Photo Courtesy of Chimney Rock State Park Media Room

Rời ngọn núi nhỏ, chúng tôi đến Knoxville thêm hai tiếng rưỡi đồng hồ lái xe, nơi đây đã có hai vợ chồng, đàn em gia đình Phật tử của anh K. đón và đưa đi chơi, anh chị Tâm/Mỹ rất nhiệt tình đón chúng tôi và đưa đi chơi quanh thành phố. Ngày hôm sau, bệnh cũ anh K. tái phát, chúng tôi phải đưa anh ra phi trường về lại Northern Virginia ngay, chỉ còn lại tôi và cô bạn lái về North Carolina.

Từ Knoxville về Charlotte, con đường dài khoảng 250 miles và là đồi núi, ngoằn ngoèo không lái nhanh được, nhất là ban đêm. Khá khuya, ngừng ở cây xăng, sau khi đổ đầy bình, tôi có linh tính hơi lạ khi đi vào phòng vệ sinh, thấy một đám đàn ông Mỹ trắng tụ tập gần đó, tuy họ không nhìn đến tôi nhưng *giác quan thứ sáu* cho biết có nhiều người đang để ý đến mình, tôi trở lại xe, dặn kỹ người bạn gái trên xe hãy để anh vào xem trước, an toàn hay không rồi hãy đi vệ sinh sau, khóa xe lại chờ bên trong xe, đừng mở cho bất cứ ai. Lúc bước ngang hành lang, thấy có nhiều người đứng thành vòng như chờ tôi bước vào. Quyết định rất nhanh, tôi đổi ý, đi *(chạy)* hướng ngược lại và ra xe, rồ máy, lái thẳng một mạch đến Charlotte không dám ngừng ở đâu nữa. Chuyện nầy tôi không kể lại cho ai (trừ nhật ký) vì thật sự ban đêm lái xe, đến chỗ xa lạ nhất là những vùng xa vắng, rất dễ bị cướp hay hành hung, nhất là có phái nữ đi theo và lại là người Á Châu. Tôi không sợ cái đám đông đó làm gì tôi nhưng biết chắc mình không thể bảo vệ an toàn cho người bạn của mình đang chờ ngoài xe, lúc đó chưa có *cell phone* như bây giờ để gọi ai cầu cứu và tôi cũng chưa có giấy phép mang súng.

Hôm sau, lái xe về Maryland một mình, buồn tê tái sau những ngày vui, không có ai đồng hành và tâm sự trên con đường xa lộ dài thăm thẳm như lúc khởi hành, chỉ có một mình để suy nghĩ nhiều về chính cuộc đời của mình. Nhìn lại trong bộ sưu tập tem thư của tôi, lúc đó mỗi bức thư gởi chỉ tốn 20 xu và có 7 người hôm đó cùng đi thăm đã ký tặng cho bộ sưu tập tem thêm phong phú. Một kỷ niệm nhớ đời, khó quên dù đã sau hơn 40 năm.

Ngày phát hành đầu tiên tem thư kỷ niệm Hội chợ Thế giới năm 1982.

1985: Một hãng lớn trong vùng Greenbelt, Maryland mà mấy người bạn tôi làm bắt đầu xử dụng *Computer mainframe Intergraph* cho việc vẽ Công chánh và Kiến trúc. Hãng có nhiều chi nhánh trên nước Mỹ và tương lai sẽ mở văn phòng tại Atlanta và Florida nên kêu tôi qua bên đó làm. Ông xếp mới Brandon Smith là một người rất hiền nên tôi làm cho ông đến khi hãng mở chi nhánh tại Tampa thì tôi tình nguyện về đó giúp cho văn phòng mới năm 1986 với xếp mới Don D. Kreider tại Tampa (mất năm 2014).

1988 CHUYẾN ĐI VIỆT NAM VỀ THĂM LẠI QUÊ HƯƠNG

Tháng 10 năm 1988, tôi quyết định đi Việt Nam, lý do là chúng tôi làm giấy tờ bảo lãnh cho Mạ và gia đình chị tôi, nhưng bà cụ lúc đó sợ qua Mỹ định cư sẽ phải ở luôn nên nói phải có một đứa về thăm, sau đó mới tiếp tục bổ túc hồ sơ. Anh đầu tôi đang làm cho Bộ Quốc Phòng Mỹ mà lúc nầy dưới thời Tổng Thống Reagan vẫn đang còn cấm vận, lại sợ mất "Security Clearance", đã phục vụ trong Không quân VNCH, các bạn anh vẫn còn ở tù vì mang nhãn "giặc lái", sợ bị giữ lại nên chưa dám đi, anh kế thì các cháu còn nhỏ, chỉ có tôi là độc thân tại chỗ, đủ điều kiện đi VN.

Năm trước, anh Hiếu, đội phó của tôi đã về VN và đi Huế thăm gia đình, anh kể lại không gặp khó khăn gì nhưng phải đi qua diện du lịch theo phái đoàn ở Canada. Tôi liên lạc, mua vé và khởi hành bằng chuyến bay của hãng Philippine Airlines đến Manila sau đó đổi chuyến bay về Sài Gòn. Chuyến bay xuất phát từ phi trường Los Angeles mà phần đông là người Việt, tôi cũng chưa thấy hãng máy bay nào tệ hơn hãng nầy, từ chiêu đãi viên đến nhân viên tại quầy. Lúc đó vì Mỹ chưa có giao thương với VN nên mọi người phải làm một bản sao sổ thông hành để họ đóng dấu khi đến VN, tránh đóng trên bản chính sợ gặp trở ngại sau nầy khi về Mỹ. Khi máy bay đến không phận VN, không hiểu sao lòng tôi bồi hồi, không có cái bình tĩnh như thường ngày. Trước khi đi tôi đã làm hết các bản sao đưa cho ông Don, xếp của tôi dặn rằng, nếu vì lý do gì bị giữ lại, ông cứ liên lạc tòa báo sở tại, cho đăng lên thì họa chăng tôi có cơ trở lại Mỹ. Lúc đó mình không hoàn toàn biết được khi đến một nước CS như VN, họ có thể dùng bất cứ lý do gì để giữ mình lại, chưa có bang giao, đâu có thể trình báo cho tòa lãnh sự hay đại sứ như những xứ khác.

Chiếc máy bay đáp xuống phi trường quen thuộc mà tôi đã ra đi 13 năm trước bằng chuyến bay quân sự cuối cùng. Nhìn ra phi đạo, thấy không có gì khác biệt dù đã 13 năm, có phần cũ và tệ hơn xưa vì chắc chính phủ mới cũng không đoái hoài gì đến miền Nam. Hành khách bước xuống được dàn chào bởi hai hàng công an sắc phục, không biết để họ chào mừng hay dọa dẫm tinh thần? Khi vào trong mới thấy chỗ xét hành lý và giấy tờ họ làm cái bục cao, mình đứng dưới nhìn lên như một bị cáo nhìn quan tòa. Không thấy mà cũng không biết họ làm gì cả dù trên máy bay trước đó, nhiều người đã về VN dặn bỏ tờ đô la xếp trong sổ thông hành để tránh bị làm khó dễ. Một tuần trước khi tôi về là lễ bế mạc Thế vận hội Điền Kinh Olympic 1988 ở Seoul, Korea, nhiều người nhìn tôi lầm tưởng là lực sĩ VN về từ Thế vận hội. Tất cả tiền mang vào đều được đếm vì họ sẽ xét lại khi ra, xem thử mình làm gì, phải khai báo hết, mọi thứ phải có biên lai mua bán.

Ra khỏi trạm hành lý, thấy đông người chờ đón thân nhân, tôi kéo theo hành lý, về tạm nhà người quen ở Nguyễn Huỳnh Đức. Từ đây, tôi thuê chiếc xe minivan mà phía sau có chứa thêm một thùng phuy xăng và hai miếng ván để lót đường đi, tài xế là công an đi theo để về làm báo cáo. Chuyến đi đầy thử thách mà tôi mang theo các số tiền để đưa dùm cho người quen. Nhìn thấy quê hương sau 13 năm đổi chủ, còn nghèo hơn trước khi tôi đi đã làm tôi rất buồn. Khi đi đưa tiền mà nhờ Shou, em bạn tôi chở đi bằng xe Honda mới thấy cái công của mình không uổng, ai cũng mừng, vì đang nghèo khó, cái gì cũng quý cả. Tôi đến từ một đất nước giàu nhất nhì thế giới, xài phí đủ thứ trong lúc đất nước tôi, nghèo đói, lạc hậu thấy ngay trước mắt mình.

Từ đi tìm nhà để giao tiền, chị Hiếu, anh Hồng, gia đình anh Trinh, chị Thanh…mà tìm nhà ở Sài Gòn không dễ nhất là những người ở tạm cư, Shou chở tôi đi tìm cái giếng nước công cộng gần nhà cô Hạnh làm giáo viên, đã vào trong ngỏ hẽm chỗ ngã tư nào cũng có cái giếng nước, biết đâu mà mò? Thế mà vẫn kiếm ra được, mấy người dân trong hẽm nhìn thấy tôi có dáng Việt Kiều, biết đi tìm người quen nên họ tận tình chỉ dẫn, dân tình lúc đó sao dễ thương chi lạ.

Xe đi hơn 14 người từ Sài Gòn, đến Nha Trang là tối, đường sá xấu và nhiều ổ gà, dân chúng phơi ngũ cốc sát bên đường nên xe không chạy nhanh. Nghỉ đêm tại Khách sạn Hải Yến và hôm sau chạy nguyên ngày thì đến Huế vào buổi tối. Tôi không thể nhận ra ở đâu cả dù chỉ xa quê hương có 13 năm, mọi thứ đã đổi khác và tôi chỉ nhìn những khuôn mặt hốc hác của người dân cũng đủ đoán họ nghèo và xuống tinh thần như thế nào so với đời sống 13 năm trước đó.

Đến Huế vào mùa lụt, trời mưa đã làm chuyến đi về Sài Gòn bị đình hoãn và chuyến bay qua Manila cũng bị trễ một tuần vì bão. Mạ và chị tôi đã vui thấy rõ và bà không có trở ngại gì để bổ túc hồ sơ đi định cư tại Mỹ. Anh Quý, anh rể tôi cũng hiểu khi tôi giải thích đi vì tương lai của con cháu, người lớn tuổi sẽ buồn và cực hơn không như trên quê hương của mình, nhưng hai chữ tự do thì khó kiếm đâu ra bằng ở xứ Mỹ.

Về lại Mỹ mà bây giờ lòng tôi rối bời, nhìn thấy đất nước của mình mà bất lực, không làm gì được trong khả năng lại càng buồn hơn.

CHUYỆN TÌNH BUỒN... TAN VỠ VÌ KHÁC BIỆT TÔN GIÁO

Đang ở Maryland, trong một buổi họp mặt bạn bè cuối tuần của nhóm Xác Định nhà anh K. ở Virginia, tôi tình cờ gặp lại cô bạn gái ĐK, biết ở Huế khi nàng còn ở nhà số 16 Lý Thường Kiệt. Nàng đang "đi trốn người chồng hờ", cô kể: anh ta thuộc loại người vô học, vũ phu, dọa nếu quen bất cứ người bạn trai nào trừ hắn ra, thì sẽ đi tìm *giết cả hai*. Cái khó nữa là cả hai đã làm hôn thú giả để đưa cô từ Canada qua Mỹ định cư sau khi vượt biển và được chính phủ Canada nhận. Tuy đã ra tòa, luật sư điền đơn ly dị tại tòa án Virginia chờ FDD (Final Divorce Decree) sau khi qua Mỹ nhưng hắn không chịu, nhất định làm khó dễ nên tình trạng cứ kéo dài, lại gặp ông luật sư Huy (c) người Việt không giỏi nên đến 1986 mới giải quyết xong. Không biết bằng cách nào mà hắn tìm ra được địa chỉ của tôi, gởi nhiều thư hăm dọa, thư đến hầu như hằng ngày từ Marina del Rey, California. Tôi báo cho cảnh sát địa phương và họ biệt phái một nữ nhân viên (detective) làm cho vụ nầy. Tôi phải dịch mấy cái thư từ tiếng Việt sang tiếng Anh để họ hiểu, hắn dùng toàn những lời lẽ bẩn thỉu, hạ cấp (*tôi đã đi làm dàn khoan nên loại chữ nầy không thiếu*), cảnh sát chỉ bảo chúng tôi phải cẩn thận, chứ họ cũng không làm gì được, cho đến khi hắn ta đến tìm cô nầy đang đi học tại trường U of M để hành hung, có chứng thương, cảnh sát phải làm biên bản PFA (Restraining/Protective Order). Thấy tình trạng không tốt cho cả hai, tránh người điên chả xấu mặt nào, tôi rủ nàng dọn về Florida để có cơ hội đi học lại lúc hãng mở chi nhánh.

Một hôm cả hai đang lái xe trên đường, một con chim đâm ngay vào kính trước xe, không làm bể kính và tuy không tin dị đoan, tôi linh cảm có chuyện không hay sẽ xảy ra cho chúng tôi, trước đó, lúc mang đồ đạc từ Canada qua gởi ở nhà tôi, cô đã để quên cái khăn tang cho bà nội mất trước đó trong thùng hành lý quên lấy ra.

Là dân "*valedictorian*" của ĐK và đã xong Cử nhân Kinh Tế ở Sài Gòn nên việc đi học lại của PC không mấy khó khăn, chỉ mấy năm là xong BS/MSEE của USF. Tuy nhiên, chuyện tình cảm giữa chúng tôi thì ngày càng rắc rối vì cái thành kiến khác biệt tôn giáo. Thấy không hòa giải được bất đồng nầy và cả hai còn trẻ chưa con nên *"đường ai nấy đi"*. Có *duyên* mà không *nợ*, kéo dài chỉ làm khổ cả hai. Tôi tin là vợ chồng, ngoài tình cảm, phải có duyên nợ mới ở được với nhau.

Đây có lẽ là thời gian *tình cảm* của tôi xuống thấp nhất trong cuộc đời, nhưng nghĩ mình đã làm chuyện tốt thì chắc sẽ gặp hên sau nầy.

Lúc đó, anh bạn thân tôi ở Maryland, "*Jim Bo*" (tên tôi gọi hắn), trước khi mua nhà riêng, tôi là *roommate* của Jim, Jim và tôi cùng làm với các hãng về Planner-Engineer-Surveyor như JMT, KML, G&O tại vùng ngoại ô Maryland, Jim ra trường Kiến Trúc tại Catholic University ở Washington, D.C., tuy nhỏ hơn tôi một tuổi nhưng vì không bị gián đoạn học vấn vì chiến tranh nên ra trường trước. Lúc đi làm đầu tiên, Jim là người huấn luyện tôi về các họa đồ, nhất là về đường sá, các bản vẽ gọi là *"street grades"*, phải vẽ mặt bằng và thiết đồ (profiles), để tính độ dốc của con đường, lúc đó phải tính bằng tay theo phương pháp Pythagore/Tam giác vuông đòi hỏi hiểu biết về toán học. Là dân ban Toán B ở VN và đã qua các lớp Calculus ở Đại học Mỹ nên tôi khoái nhất làm mấy thứ nầy. Sau nầy thì bỏ vào máy vi tính nên quá dễ chứ hồi tính bằng tay, tuy mất thì giờ nhưng rất vui với các độ dốc và khúc quanh của các con đường, phải theo các quy tắc an toàn và tốc độ. Tiểu bang Maryland đường sá có các độ cao và dốc đến 10% chứ ở Florida sau nầy, các con đường nhỏ trong các khu nhà có khi dưới cả 1%. Hắn mua cái townhome có ba tầng nên lúc tôi dọn về đây, tôi thuê ở một phòng mà xem như cả nhà vì nhà rộng, có khi đi cùng xe đến sở, hắn có thói quen phải ăn sáng, nên trên đường đi phải ghé McDonald mua cái gì đó, tôi thì buổi sáng không ăn cho đến trưa. Vào sở, anh chàng hay dùng phone nói chuyện to nhỏ với ai đó, trên bàn là tờ báo Wall Street Journal, sau nầy tôi mới biết là lo về mua bán chứng khoán thị trường.

Jim gọi tâm sự: cô bồ, hai người chung sống với nhau 8 năm không có chuyện gì, quyết định làm đám cưới…Cả nhà Jim thân với tôi nên lúc nhận thiệp từ nhà gái (theo phong tục Mỹ, *nhà gái* lo tất cả chi phí về đám cưới), họ tưởng nhà gái quên dán con tem trong *thư hồi báo* (thiệp nhỏ để cho biết người được mời có tham dự hay không), nhưng khi biết tôi cũng không có con tem dán sẵn thì cả hai bên *"chuyện ít xít thành lớn"*. Vốn đã có xung đột về tôn giáo trước đó, cả hai gia đình đều ngoan đạo (Jim theo TCG, cô vợ TL), chuyện hai gia đình đã làm đổ vỡ cặp vợ chồng nầy. Chuyện mà nếu là hai đứa trẻ mồ côi, chắc đã không xảy ra. Sau nầy Jim dọn về Connecticut, có vợ lại và có hai con gái, gia đình rất hạnh phúc. Cô đầu có chồng ở Charlotte, North Carolina, cô út thì ra trường ngành PA làm ở Boston. Hai vợ chồng Jim cai quản tiệm Dairy Queen do cha mẹ để lại, vừa làm vừa về hưu.

MỸ HAY NHẬT, CÁI XE NÀO TỐT HƠN

Trước khi mua căn nhà nhỏ ở Maryland, tôi có chiếc xe Chevrolet Monza mới, chạy chưa được 18 ngàn miles, xe run rẩy như bà già, đem vô dealer, họ nói không thấy gì. Ông xếp Jack thấy chiếc xe màu xanh bạc của tôi, muốn mua cho cô con gái nhân sinh nhật 18 tuổi, tôi cho ông biết nó *run*...ông bảo không sao, để ông đưa cho thợ quen xem sao, họ khám phá bị hai con ốc gọi là "*engine mounts*" nên nó *run*, ông mua lại nên tôi phải đi mua chiếc xe cũ Volkswagen Bug. Xe chạy ngon lành nhưng khi mùa Đông tới, đã biết, nên tôi chọn nhà xoay hướng Nam để đừng bị tuyết đóng, chiếc xe VW Bug thì không có hệ thống sưởi bằng nước "radiator", mà giải nhiệt bằng không khí, máy lại ở sau đuôi. Khi trời lạnh qua đêm đông đá, tôi lấy nước sôi dội trên kiếng trước, nghĩ rằng làm tan đi lớp đá mỏng, nhưng sau đó, nước nóng trở thành lớp băng dầy hơn mà xe thì phải chạy lâu, sau một thời gian máy mới nóng lên. Tôi chỉ chùi đủ một khoanh tròn phía trước, cẩn thận chạy chầm chậm chờ máy xe nóng lên, trông như lái xe tăng. Tài chánh ổn định, tôi quyết định đi đổi xe mới. Ra trường, sau những năm học ở Mỹ, không biết những bạn tôi nghĩ sao, chứ tôi chỉ muốn mua xe Mỹ, để ủng hộ nền kinh tế trong nước (sau nầy thì xe Mỹ cũng làm ở ngoại quốc gởi về). Đến hãng Pontiac-GM gần nhà, tôi mua chiếc Pontiac 2000 tuy chiếc GrandAm tốt nhưng giá cao hơn. Xe chạy cũng không đến nỗi nào, nhưng khi dọn về Tampa, đến gần thành phố, xe nổi chứng không chạy nữa. Kéo về hãng thì mới biết "timing belt" bị đứt tuy chỉ mới 40 ngàn dặm. Sửa khá nhiều tiền mà sau đó xe cứ cà rịch, cà tàng, tôi hết còn dám tin xe Mỹ. Tôi đi mua chiếc Camry LE, lúc đó xe Nhật chưa phổ biến lắm, Camry mới ra, nhưng chiếc tôi mua làm nguyên ở Nhật gởi qua, chạy cả mấy trăm ngàn dặm vẫn tốt. Sau nầy khi mua xe khác, tôi đưa cho chị tôi và chị xử dụng thêm một thời gian dài. Chiếc xe thật tốt, không bao giờ hư bậy bạ nên sau nầy tôi không còn nghĩ tới chạy xe Mỹ nữa.

Một thời gian sau, tôi đổi về làm cho một hãng kiến trúc (Lee & Sakahara) tại Boca Raton. Đây là một hãng có văn phòng chính (*headquarter)* tại Costa Mesa, California mà phần nhiều nhân viên là Kiến trúc sư (KTS) người gốc Nhật và Á Châu đã từng là sinh viên của trường Đại học nổi tiếng Cal-Poly (California State Polytechnic University, Pomona) nên các KTS ở đây toàn là *thứ dữ* [65].

Đến khoảng năm 1989, tình hình kinh tế lại xuống dốc (trong ngành kiến trúc và xây dựng, cứ theo chu kỳ hằng 10 năm thì xuống dốc một lần, lúc đó chỉ có nghe *layoff* hay lãnh tiền thất nghiệp). Chi nhánh Florida chỉ có 5 người mà tôi được ông chủ ở Cali cho một lựa chọn là muốn có việc phải về làm tại Cali. Biết họ giữ tôi là do cái tài *multi-purpose* của mình, vả lại đang buồn vì chuyện tình đổ vỡ trước đó, nên tôi khăn gói chất hết đồ lên chiếc Camry, trực chỉ phía Tây, đi hết xa lộ xuyên bang I-10 từ Đông sang Tây.

---

[65] *Năm 1970, Kiến trúc sư người Ý Paolo Solari (1919-2013), thành lập làng "Arcosanti" hay Cosanti là công ty vô vụ lợi (non-profit) tại Yavapai County, phía Bắc của Phoenix, tiểu bang Arizona. Tiếng Ý hai chữ "cosa" và "anti" ghép lại nghĩa là "against things", "chống lại mọi điều". Nơi đây các sinh viên Kiến trúc đến thăm, học hỏi và tình nguyện giúp làm ra những cái chuông bằng đồng hay sành sứ, tạo nên các tiếng kêu khác nhau, không có cái nào giống cái nào. Họ cho đổ ra trong các cái khuôn bằng đất sét. Làng ít khi có dân số quá 100 người, tất cả mọi người đến tình nguyện và mọi thứ đều "tự chế".*

Hãng Kiến Trúc Lee & Sakahara tôi làm có văn phòng chính tại Nam California có truyền thống tặng nhân viên cái chuông Cosanti vào dịp lễ cuối năm. Sau mỗi năm làm việc, cái chuông được tặng càng lớn. Càng nhiều chuông có nghĩa là ở lâu với hãng và chuông càng lớn, kêu to hơn, càng có giá trị hơn. Đây là một hãng "top ten" ở Quận Cam, mà tụi tôi hay diễu là khó có cái chuông thứ hai nếu không giỏi. Hãng nầy cũng có truyền thống mỗi chiều thứ sáu, nhân viên ngưng làm việc lúc 4 giờ chiều, nhân viên chia ra từng nhóm, thay phiên nhau lo đồ nhậu hàng tuần, hãng lo các thức uống cho giờ giải lao (social hours). Giờ đó gọi là giờ thảo luận những điều ngoài công việc hằng ngày. Nếu có điều gì ưng ý hay không cũng là lúc mang ra bàn thảo.

Mấy cái chuông bằng đồng và sành sứ Arcosanti được tặng hằng năm tại L&S.

CALI ĐI DỄ KHÓ VỀ... THUÊ NHÀ BỊ LỪA.

Đến Cali sau hơn hai ngày rưỡi lái xe liên tục, tôi đi thuê tạm căn phòng, có lối đi riêng, $300 một tháng, cho đến một hôm, gặp lại hai vợ chồng người bạn cũ, có hai gái một trai qua định cư, ở tạm nhà người em trai, và nhà năm người chật chội nên rủ tôi đi thuê nhà chung. Kiếm được cái nhà trong khu Westminster, hai tầng, có hồ bơi, năm phòng ngủ mà chỉ có $1,200 một tháng, chỉ có điều kiện là cho ông chủ nhà ở tạm phòng dưới lầu một tháng trước khi dọn ra, tụi tôi hăm hở ký "lease" cho một năm. Lúc đầu, thấy nhà lớn, rộng rãi đủ phòng cho mọi người, ai cũng mừng, lúc vào nhà, thấy có cái bàn thờ nhỏ dưới đất để bụi bặm, không ai chăm sóc, vợ bạn tôi mang ông Địa đi tắm rửa, lau chùi sạch sẽ, mua hoa, trái cây về cúng. Ở vài bữa, hai vợ chồng bạn tôi hăng hái làm sạch luôn vườn hoa phía trước nhà, đang định đi mua hoa về trồng cho đẹp thì có một người dừng xe, đến hỏi: Ông bà ở căn nhà nầy? Trả lời: *Vâng,* thì họ tiếp: *Thế thì ô/b có biết nhà nầy đang bị ngân hàng "xiết" (foreclosure) không?* Tá hỏa, hỏi thêm thì được biết nhà băng đến để xét tình trạng trước khi mang ra "*bán đấu giá*". Đi tìm ông chủ phòng dưới lầu thì ông chủ đâu mất tiêu mà đồ đạc cũng không còn. Hai người bạn buồn và khóc vì đã trả tiền cọc, tiền thuê tháng trước, tháng cuối, tài sản mới qua Mỹ chưa có bao nhiêu, tôi có mất, cũng chỉ mấy trăm, xem như hao tài nhưng bạn tôi mới VN qua, mấy ngàn đô khá lớn. Tôi gọi ngay cho sở cảnh sát Westminster thông báo tình trạng bị lừa, họ bảo với số tiền thì phải ra tòa "small claim court", may ra lấy lại được một phần, họ gởi một nữ thám tử (detective) lại làm việc. Bà nầy chỉ mấy ngày sau, không biết cách nào, kiếm được ông chủ nhà, đang ở trốn trong một lò bánh mì của người quen. Bà bảo tôi nên kiếm ông ta để giải quyết chuyện nầy, riêng bà và sở cảnh sát cũng không làm được gì vì thuộc dạng dân luật "civil", không phải hình luật "criminal".

Tôi chở hai vợ chồng người bạn đến tìm ông Sinh, hên quá đến nơi thì ông đang đứng trước lò bánh mì, không kịp trốn tụi tôi. Dùng lời lẽ nhã nhặn, tôi nói với ông là đã báo cảnh sát, nhưng mục đích chỉ muốn lấy lại số tiền đã đưa, sẽ không làm khó dễ hay phạt vạ gì cả, vì hai người bạn không có nhiều tiền, họ mới đến Mỹ, ông lừa họ như vậy thật tội nghiệp. Ông nói: *Tôi biết vậy là sai nhưng không có tiền trả, đánh bài thua hết rồi!* Ông nói tiếp, cho tôi một thời gian, ông kể: "*Trước đây tôi giàu lắm, có cả nhà hàng mấy trăm chỗ ngồi, vì mê đỏ đen Bicycle Club, đã tán gia bại sản, mất luôn cả cái nhà, rồi phải đi lừa người ta, tôi cũng xấu hổ lắm*".

Thấy cũng không thể làm gì hơn lúc đó, tụi tôi cho ông thời hạn hai tuần. Tôi nói nếu ông trốn, tụi tôi có thể không kiếm ra nhưng cảnh sát sẽ tìm được và tội sẽ nặng hơn, ra tòa là ông hết làm ăn gì được trong tương lai. Hai tuần sau, theo hẹn, tụi tôi gặp lại ông ở nhà hàng Đông Ba, ông mang theo một người bạn, giới thiệu bà nầy trước đó có làm ăn chung, đã ứng tiền trả dùm cho ông ta để lấy căn nhà lại, thật là một người bạn tốt, bà cũng xác nhận chỉ vì *mê cờ bạc* mà ông ta phải đi lừa người khác dù trước đó làm ăn thành công và khấm khá, thật đúng *"cờ bạc là bác thằng bần"*.

Gia đình bạn tôi mừng quá, ôm số tiền về lại căn nhà cũ, lo dọn dẹp đi nơi khác và vợ chồng người bạn không quên mang theo luôn cái *bàn thờ ông Địa*. Cô nói lúc dọn vào, nhờ tắm rửa, hoa quả cho cái ông Địa (Thổ thần) nầy, nên không mất tiền, khỏi hao tài, mà ông chủ trước có lẽ vì suy sụp đã không còn chăm lo đến. Tôi cũng không biết có phải không, nhưng bị lừa cho thuê nhà với dân cờ bạc mà không mất tiền, lấy lại được hết là một chuyện hiếm có trên thế gian nầy.

Chỉ có 6 tháng, tình hình kinh tế Cali xuống sau Florida, nên hãng cũng không đủ việc, từ hơn 40 nhân viên chỉ còn giữ lại cái sườn 12 người. Thấy trước sau gì cũng khăn gói đi xin tiền trợ cấp thất nghiệp, tôi gọi về lại văn phòng cũ ở Florida và tình trạng đã sáng sủa trở lại, tôi ra ngay phố, mua cái computer đủ mạnh để vẽ CAD, lúc đó software và hardware đang còn thô sơ mà đắt, tôi mua cái máy và màn hình lớn hết 10 ngàn đô.

TRỞ VỀ FLORIDA

1990: Về lại Florida, ông xếp cũ cho tôi làm lợi nhuận chia hai, chỉ có tôi lúc đó có dàn vẽ bằng *computer*. Rồi ông bà còn cho ở tạm một phòng trên lầu không lấy tiền. Ông nấu ăn rất ngon nên mỗi buổi tối sau khi làm việc trở về, ông nấu cho cả nhà, nấu dư ra để mang theo ra sở ăn trưa hôm sau, tôi chỉ lo phụ rửa chén bát, nhà và sở đều ở Boca Raton. Bà vợ có đứa con trai riêng khoảng 11 tuổi lúc đó *quậy* tới bến. Hai ông bà xem tôi như em trong gia đình nên việc làm, chỗ ở xem như ổn định. Tuy thời gian nầy, các hãng KT đều gặp khó khăn nhưng ai cũng biết rồi nó sẽ qua đi như những lần trước. Tôi lại may mắn gặp được *quý nhân* phò trợ.

Nhóm trong sở có đến 5 người đàn ông, tôi là người Việt duy nhất. Lúc tham dự Hội nghị (conference) hàng năm của AIA

(American Institute of Architects) tại Atlanta, ai cũng nghèo nên ông Dale (API) thuê một phòng khách sạn Hilton hai giường, ông vào *check-in* trước, sau đó cả bọn từ từ đi lên sau khi biết số phòng, tụi tôi phải ngủ dưới đất ba đứa. Tình cảm rộng rãi nên tuy thiếu thốn phương tiện, ai cũng vui vì những kỷ niệm nầy, tối còn rủ nhau ra khu *Underground* chơi. Bây giờ Dale Meaux đã ở một thế giới khác (mất năm 2021), mọi người và tôi vẫn nhớ đến ông như một người thầy, một người chủ hay một người anh người Mỹ thật tốt bụng.

MIẾNG ĐẤT ĐỊNH SẴN GIA ĐÌNH VÀ NGÔI NHÀ MỚI

25 tháng 3 năm 1992: Lúc kinh tế lên trở lại, năm 1993 tôi mua 5 mẫu đất ở Rustic Ranches, dọn về Palm Beach phía Bắc Boca Raton, trồng các cây ăn trái, bưởi, xoài, khế… định sẽ xây nhà sau khi lấy vợ lại hay về hưu nhưng thấy các hãng về KT cứ theo chu kỳ lên xuống mỗi 10 năm, làm việc thì vui nhưng chắc mình phải đổi nghề.

16 tháng 1 năm 1995: Tôi đổi làm hãng Sunland chuyên về xây dựng (construction) các văn phòng nhỏ và nhà riêng. Đây là một hãng nhỏ đã có các mẫu nhà cho khách hàng lựa chọn, có thể thay đổi hoặc xây theo ý của khách hàng (Custom Build and Design). Tôi là người lo công việc làm cho khách hàng vui lòng kể cả các khách hàng khó tính hay tin vào Phong Thủy. Có người chỉ muốn cái phòng ngủ rộng hơn hay làm garage thêm để chứa đồ. Nhiều khách hàng người Mỹ kể những chuyện về căn nhà của họ mà họ tin, do đó mới tìm cách đi xây nhà mới, phần nhiều các kiến trúc về nhà riêng của Mỹ có những điểm giống nhau như nhà bếp, nếu có lầu sẽ có các phòng ngủ hay tắm phía trên vì ống nước, trên garage thì có các phòng ngủ, hệ thống ống nước và thoát nước thì vì giản tiện lúc xây đã vi phạm hai yếu tố: *nước và lửa*, phần đông người Mỹ thì không đi vào chi tiết vì họ không biết, chỉ nghe qua hay đọc sách vở, khó hiểu, khi biết tôi hiểu về các nguyên tắc nầy, tôi cố tránh cho họ những điều họ tin mà không phải thay đổi nhiều về bản vẽ để khỏi phải tốn kém chi phí thêm nhiều lúc xây. Riêng có một lần, hai vợ chồng người Việt, lúc gặp tôi lần đầu để xây nhà, cứ tưởng là ngoại quốc nên nói tiếng Anh, khi bà vợ đưa cái tờ giấy phát họa của căn nhà, thấy có cái note bằng tiếng Việt, tôi mới bật miệng: *anh chị là người Việt*? và với cái bản vẽ không giống như những căn nhà đã có sẵn của Mỹ, tôi biết ngay là theo bát quái, ngũ hành. Khi dọn về nhà mới đã không những điều xui xẻo như nhà cũ lại càng làm họ tin hơn. Sau nầy trở thành bạn thân của chúng tôi.

Tôi gặp vợ tôi do một người quen giới thiệu khi tôi hỏi tiệm giặt sấy áo quần ở đâu. Đã ở DC và Cali là xứ lạnh, nên khi dọn về Florida, áo quần toàn đồ len/nỉ không giặt máy được. Nàng là con út, hay ra giúp Mẹ ở tiệm hấp tẩy và sửa quần áo, hay đưa áo quần giặt, tôi gặp người yêu mới, lập gia đình lại năm 1995.

Vợ tôi thì qua Mỹ vào những ngày cuối tháng tư qua giấy bảo lãnh của nghĩa phụ, giấy tờ về trong Tòa Đại sứ Mỹ nhưng hên là có người bạn cầm đưa tay về nhà, nhờ vậy cả hai chị em làm được thủ tục để vào DAO di tản sớm. Một trong những người đến sớm tại Camp Pendleton nên được lên trại 1 là trại ở những *barrack* có máy điều hòa không khí thay vì lều như những người đến sau và cũng vì qua diện đã có người bảo lãnh nên chỉ hôm sau là ra khỏi trại, bay về Florida. Từ khi qua Mỹ chỉ ở một nơi cho đến một ngày mà vì duyên nợ, ra tiệm làm giúp Mẹ và gặp tôi.

Khoảng năm 1996, hãng có miếng đất chia nhỏ để bán và xây nhà cho khách hàng theo ý muốn, tôi hỏi ông chủ Frank Y. có thể bán cho tụi tôi miếng đất để xây nhà được không, tuy tôi đang có 5 mẫu đất nhưng tôi là dân Hướng Đạo, thích thiên nhiên còn bà xã tôi là gái *city* nên một con gián cũng sợ làm sao xây nhà trên đó được. Má vợ lại muốn ở chung nên phải xây đặc biệt và hợp túi tiền. Tụi tôi hỏi ông cho chọn miếng nào, ông nói *trừ mấy miếng ở sát bờ hồ và không có nhà phía trước* (preservation area) là những miếng phải trả thêm "*premium*". Tụi tôi quyết định chọn miếng nhỏ phía sau chỉ thấy được cái hồ chút xíu và trả thêm 3 ngàn.

Ba ngày sau tôi lên sở gặp cô Cheryl là em của ông xếp để làm giấy tờ chuyển nhượng, cũng như làm *survey* để vẽ nhà. Khi tôi chỉ lên bản đồ miếng đất, cô bảo: *Bán rồi!* (sold), tôi hỏi lại: *Bán cho tôi?* Cô nói: *Không, có khách hàng đã ký giấy và mẫu nhà, đang xin giấy phép.* Tôi nói: *Cô ơi, ông chủ đã đồng ý bán miếng đó cho tôi hôm kia rồi mà?* Cô nói: *Tôi không biết gì về chuyện nầy hết…* (*I did not know anything about it?).* Mà quả thật đúng vậy. Nghe tiếng to nhỏ, Frank ở phòng kế bước qua hỏi: *Có chuyện gì vậy Cheryl? What is going on here?* Tôi giải thích Cheryl đã bán miếng đất ông hứa bán (Lot 67) của vợ chồng tôi cho người khác rồi!, ông bảo: *Còn nhiều mà!* Tôi hỏi lại ông: *Nhưng miếng đó hợp với túi tiền của chúng tôi, có thấy chút hồ nước.* Ông nói tiếp: *Thì chọn miếng có hồ nước…* (*Take the waterfront one…*) Không chắc mình nghe nhầm, tưởng ông nói chơi, tôi hỏi ngược lại ông: *The waterfront? No premium?* Ông nhìn Cheryl, nói chắc nịch: *No premium! Không trả thêm tiền!* Không để mất cơ hội, tôi nhìn cô Cheryl đang trợn mắt nhìn anh mình: *Cô xem còn miếng nào cho tôi không?* Cô bảo còn hai miếng lot số 41 và 47. Tôi bảo cô cho tôi ngày mai trả lời để tối nay về hỏi vợ tôi xem cô nàng thích miếng nào. Bước trở ra văn phòng, tôi nói đùa với Cheryl: *Don't sell those to anyone without going thru my dead body! I will move to Frank or your house to stay. (Đừng bán cho ai nếu không bước qua xác chết của tôi, tôi sẽ dọn vô nhà cô hay ông Frank để ở...)* Cô nhoẻn miệng cười trả lời: *Sure, my dear!* [66].

Đúng là người Mỹ, khi họ đã hứa cái gì thì như đinh đóng cột, ông Frank cho tôi chọn miếng đất vì quý nhân viên của mình, xem như mất tiêu *premium*. Như đã nói, tôi thích miếng đất số 47 vì chỉ có 1 láng giềng, phía bên kia là khu rừng không được xây nhà (preservation area) nhưng nhà tôi thì chọn số 41. Nếu không có một người khách hàng lỡ chọn miếng đất chúng tôi đã chọn, hoặc cô Cheryl không bán nó đi và ông chủ không rộng rãi, có lẽ chúng tôi không được miếng đất có cái hồ sau nhà. Đúng là chọn

[66] *Hãng xây dựng Sunland của hai ông chủ tôi được thành lập khá thú vị. Lúc còn nghèo, hai người bạn Frank và Chris, đi làm xây dựng (construction) cho các hãng khác, thấy mỗi ngày, ở trong các thùng rác lớn (dumpsters) cho các công trình đang làm có rất nhiều các vật liệu xây dựng bị bỏ phí, như tấm gỗ plywood, chỉ xài một phần, đinh ốc thì dùng nửa bỏ nửa. Thấy phí phạm, họ gom lại để làm nhà, bán rẻ, sau khi có đủ lợi tức, họ quyết định mở hãng riêng.*

đất đai, xe cộ, nhà cửa hay *vợ chồng* đều có cái *duyên* của nó, cái gì thuộc về mình đã được định sẵn trước.

Đến đầu năm 1997 thì tôi vẽ xong căn nhà trên computer, bắt đầu xin giấy phép để xây nhà, gọi là tôi *xây dựng* nhưng tôi khảo giá và kêu các nhà thầu làm tường, mái… trả thêm tiền để căn nhà chịu được các sức gió mạnh của bão đến *140mph=225kmh* bằng cách cho thêm xi măng và các cây sắt vào trong các chỗ rỗng của viên *táp lô* (concrete block).

Tiểu bang Florida phía Đông nước Mỹ nằm trên trục bão hằng năm bắt đầu từ tháng 5 dương lịch đến cuối tháng 10. Sau tháng 8 năm 1992 với cơn bão Andrew thổi vào và tàn phá phía Nam Florida, luật về xây dựng nhà cửa được thay đổi và nâng cấp để chịu được lực gió cao từ nền móng (foundation) cho đến mái nhà (roof). Họ khám phá ra rằng trước đó, các cây sắt kiên cố đi từ móng lên (xi măng cốt sắt) để giữ lại bức tường mà gió mạnh thì trốc mái, nay thì thêm mái nhà được sự hỗ trợ đến từ nền móng kéo lại các vài nhà sẽ khó làm các lực gió lật khi thổi từ dưới lên mái nhà. Gió và mưa cũng làm hư hại các cửa sổ, cửa nhà xe và khi tốc vào nhà qua các kẽ hở nầy sẽ gây thiệt hại nặng phía trong căn nhà, do đó phải có các tấm ngăn bảo vệ phía ngoài khi xin giấy phép xây nhà. Thấy khó khăn cho mỗi lần trước bão phải gắn lên các tấm sắt bảo vệ (Hurricane Shutters), tôi chế luôn tấm ngăn tự động chạy bằng điện lên xuống. Bây giờ thì kỹ thuật tân tiến đã cho phép làm các tấm kiếng chịu được lực gió cao (Impact Windows) và giá rẻ không cần phải có tấm ngăn bên ngoài như xưa, chứ lúc tôi xây nhà thì giá còn cao. Các kỹ sư về kiến tạo (Structure Engineer) làm việc chung với các KTS, các hãng chế tạo để có được vật liệu, phương pháp xây dựng tốt hơn, hoàn hảo hơn chống lại thiên tai đến hằng năm.

Thời gian nầy, vợ tôi đang có bầu em bé. Cả hai bà Nội và Ngoại của cháu lúc ghé thăm căn nhà đang xây, dặn kỹ rằng "*không được dọn vô nhà mới lúc có bầu*" mà phải chờ sinh xong, sau vài tháng mới được vào nhà mới. Các cụ tin dị đoan hay kinh nghiệm vì đã xảy ra cho họ làm góa phụ để khuyên con cháu khỏi vấp phải lỗi lầm nầy. Cháu sinh cuối tháng sáu thì tụi tôi dọn vô nhà mới sau lễ Tạ ơn năm 1997.

1998: BỎ HÃNG TƯ, LÀM VIỆC CHO CHÍNH PHỦ.

Tình hình kinh tế lúc nầy sau gần 10 năm lại có đà đi xuống, tôi nghĩ chắc làm cho chính quyền thì không bị cái cữ 10 năm chu kỳ, thấy có việc quảng cáo làm cho các đồ án chỉnh trang thành phố Lake Park, tôi nộp *resume* và được gọi đi phỏng vấn.

Trưa thứ sáu, khi tôi đến thì City Hall đang dọn dẹp để chỉnh trang, bà *Town Manager* cho tôi vào tạm phòng ăn để phỏng vấn thay vì phòng họp. Có tất cả 6 người trong ban phỏng vấn: bà Terry Leary [67], Giám đốc về hành chánh, phụ tá giám đốc và lo

[67] *Bà Giám Đốc Hành Chánh Therese (Terry) C. Leary là người đã mướn tôi cho thành phố để làm việc về các đồ án chỉnh trang dự tính mất ba năm, sau đó khi xong thì chuyển qua làm nhân viên thực thụ lo về hệ thống điện toán tương lai cho thành phố mà lúc đó chưa bắt đầu. Những gì bà dự tính cho công việc làm của tôi đã xảy ra đúng như sau nầy tuy tôi chỉ làm cho bà chưa đầy hai năm. Bà mất ngày 4 tháng 11 năm 2018 tại Hilton Head Island, tiểu bang South Carolina sau khi về hưu.*

về Public Works, Brian, một ông KTS cố vấn và ông Lee Collum (PE) lo về Kỹ sư công chánh, bà Giám đốc về nhân viên (Human Resources Director) và cô thư ký của bà Xếp. Họ *vần* tôi đến gần 6 giờ chiều với các câu hỏi sau khi nhìn thấy *Porfolio* tôi đưa ra.

Nhóm phỏng vấn cho biết các công trình chỉnh trang sẽ gồm làm lại con đường chính tên Park Avenue đi ngang khu "*downtown*" thành phố là đồ án đầu tiên. Sau đó xây dựng trạm cứu hỏa mới, khu công viên thành phố, City Hall (Historical Building) ngoài và trong, chỗ đậu tàu Marina…Rất nhiều công việc nhưng chỉ có thời hạn 3 năm và ngân quỹ chỉ có 10 triệu tiền mượn trước thuế của dân *(thành phố sau khi hỏi ý dân, dùng chương trình Bond Project Money, mượn trước tiền để trùng tu rồi sau đó hằng năm trả lại bằng tiền thuế thu vào của dân, khoảng 10 năm thì hết nợ)*. Đây là một chương trình đặc biệt, có lẽ chỉ làm được khi các đồ án không có ngân quỹ và người dân phải chấp thuận qua lá phiếu để mượn nợ. Nếu không nợ thì các khu vực cần chỉnh trang sẽ càng ngày càng xuống cấp trầm trọng.

Bà Giám đốc biết, muốn cho tôi nhận việc thì lương phải lớn hơn hãng tư và phải có bảo đảm lâu dài công việc, nên tuần sau đó bà gọi để trấn an tôi, bà hứa, (bà người gốc Ý và đã giữ lời), là sẽ tăng lương nhưng muốn vậy, phải ra trước hội đồng nghị viên gồm thị trưởng, phó thị trưởng và ba nghị viên khác chứ trong chính phủ Giám Đốc không thể tự tăng lương cho nhân viên như các hãng tư. Việc thứ hai là bà sẽ chuyển tiếp chức vụ khác cho tôi sau khi hết hợp đồng và hết tiền của *Bond Project*, phải chuyển qua ngân quỹ của nhà nước (General Budget) và phải được chuẩn chi hàng năm để trở thành nhân viên thực thụ.

2 tháng 2 năm 1998: Tôi mang nguyên dàn CADD computer [68] của tôi đến sở vì lúc đó thành phố chưa có computer, chỉ có hai

[68] *CADD – Viết tắt của Computer Aided Design and Drafting: Vẽ và thiết kế họa đồ bằng máy điện toán. Khoảng giữa thập niên 1960 có hệ thống vẽ IBM (IBM Design System). Đến thập niên 1970 thì Intergraph, IBM và McDonell Douglas nhưng phải dùng hệ thống mainframe và ứng dụng nhiều cho ngành kỹ sư công nghệ hơn Kiến Trúc. Sau khi máy điện toán thu nhỏ, không cần cả một dàn hệ thống network thì đến thập niên 1990, MicroStation và AutoCAD bắt đầu thông dụng cho các họa đồ thiết kế trong nhiều ngành. Các Đại học cũng thêm ngành nầy để thích ứng với thị trường, chứ lúc tôi đi học, vẽ và viết, tất cả đều bằng tay.*

cái AT dùng *Word Perfect* để đánh máy, vẫn sử dụng máy đánh chữ IBM có thể thay được các loại chữ bằng cái cục tròn hình cầu ở giữa. Ba ngày sau, bà ghé văn phòng (lúc đó vì sửa soạn chỉnh trang, tôi phải làm việc tạm trong văn phòng cũ của một nha sĩ bán cho thành phố ở 849 Park Avenue), nói rằng mua cho thành phố một dàn computer gồm cả nhu liệu (software) chạy được CADD và in ra bản vẽ khuôn khổ lớn C và D (30x42in). Lý do là thành phố tránh dùng đồ của nhân viên, sẽ gây ra nhiều rắc rối sau nầy. Và đó cũng là lý do bà đã kiếm cách cho tôi trong tương lai sẽ giữ dàn máy của cả thành phố vì lúc đó technology còn chậm và đắt, ít người biết sử dụng và phải dùng IBM hay Data General mainframe chứ không như sau nầy.

Mua một dàn điện toán của Gateway 2000, bao nhiêu việc từ Drafting đến Design tôi ôm hết, kể cả chuẩn bị ngân quỹ cho hệ thống *Network* của cả thành phố sau nầy, hệ thống Media trực tiếp truyền hình các buổi họp hàng tháng qua Cable TV (Adelphia) đến từng nhà, họ chạy dây *cable* và cho thêm 40 ngàn đô. Luật định là các cuộc họp của thành phố phải được tổ chức ban đêm sau 6 giờ chiều, dân đã đi làm về để họ có thể tham gia cuộc họp. Chỉ họp kín khi có các vụ kiện và phải có biên bản cho mọi người xem sau khi các vụ kiện đã xong. Dân chủ đến như vậy thì thôi.

Đồ án đầu tiên là Park Avenue có bốn làn xe chạy theo hướng Đông Tây và hay xảy ra tai nạn vì xe chạy quá nhanh, để giảm tốc độ xe cộ thì đồ án cho giảm xuống còn hai làn và thiết kế một tháp chuông hai tầng ngay ngã tư và đó là lý do cho cái "*Clock Tower*",

---

Trước khi bản vẽ bằng máy vi tính được thông dụng, vẽ bằng tay mất nhiều thì giờ, đòi hỏi người vẽ phải có năng khiếu, viết chữ đẹp. Khi bị sai hay thay đổi gì thì phải tẩy đi, vẽ lại, tẩy bút chì dễ hơn mực vì mực "pelican" màu đen dính vào bản vẽ, phải dùng tẩy chạy bằng máy, hơn nữa, nếu vẽ đồ án cao nhiều tầng, như khách sạn chẳng hạn, nhiều tầng gần giống nhau, cầu thang, thang máy... sửa một tờ là phải sửa hết, có khi quên là chuyện thường. CADD thì thuận tiện cho việc sửa đổi vì có thể nhìn xuyên suốt nhiều tầng và nếu có liên hệ với nhau thì chỉ sửa một lần. Bây giờ, các chi tiết ngoài công trường có thể đưa thẳng vào máy để lót dưới cho người vẽ thấy các độ cao, những gì cần giữ lại để không vi phạm lỗi lầm, nếu có thay đổi chỉ cần thay lớp lót đó. Thời trước phải chờ nhóm giám định (surveyor) ra công trường, mang về văn phòng, lập địa đồ (tie-sheet) rồi mới vẽ theo những gì đã có. Ngày nay tất cả vì kỹ thuật, được rút ngắn và nhờ máy định vị (GPS), sự chính xác hoàn toàn hơn. Các không ảnh cũng được dùng cho lớp lót dưới để vẽ lên trên. Các công ty cũng nộp luôn bản vẽ bằng máy cho chính phủ để lưu trữ tài liệu.

lấy ý lầu chuông Chợ Bến Thành, tháp chuông có 4 đồng hồ 4 hướng Đông, Tây, Nam, Bắc và mỗi 15 phút thì báo hiệu giờ, đồng hồ của hãng Verdin cũng có khả năng phát ra nhạc tùy theo mỗi mùa Xuân, Hạ, Thu, Đông *(Xem hình đính kèm trong phần phụ bản)*. Vì thời gian hạn chế nên dự án sau khi được chấp thuận bởi Hội Đồng Thành Phố được đưa ra thẳng công trường, những thay đổi cần thiết sẽ được quyết định để việc giấy tờ không làm đình hoãn công việc. Đoạn đường Park Avenue và tháp chuông được hoàn thành từ bản vẽ sau khi có không ảnh, địa đồ qua hệ thống định vị, chấp thuận và cho đến khánh thành đoạt thời gian kỷ lục sáu tháng. Bắt đầu vẽ và khởi công từ tháng 6 và tháng 12 năm 1998 là hoàn tất, có khi kỹ sư xây dựng của hãng Burkhardt Construction ngồi chờ bản vẽ của tôi in ra, đóng mộc PE của ông Lee Collum, kỹ sư trách nhiệm đồ án là đưa ngay ra công trường trước văn phòng, nhờ thế đồ án làm xong rất nhanh, không đi qua các thủ tục giấy tờ rắc rối nhưng đòi hỏi nhóm làm việc có tinh thần đồng đội cao và tất cả trước khi vào dự án đã được cùng qua một khóa huấn luyện cấp tốc hai ngày để mọi người hiểu được nhiệm vụ của nhau.

1998 - ỨNG DỤNG CADD CHO CĂN NHÀ CỦA ANH - CHỊ DÂU TÔI

Anh và chị dâu tôi mua một miếng đất rộng hơn 50 mẫu, ngoại ô thủ phủ tiểu bang Florida để trồng trái hồng dòn, hồng mềm và hồng trứng chỉ vì thích ăn các loại nầy. Vườn được lấy tên ghép của các con anh chị thứ tự từ cháu nhỏ nhất gọi là HaViNam. Anh chị nhờ tôi vẽ bản thiết kế chi tiết sau khi đã có bản thảo từ Kiến trúc sư Wayne Berenbaum, bạn tôi ra trường từ Virginia Tech University năm 1973, anh nầy chuyên vẽ về các căn nhà riêng, biệt lập được xây theo ý của chủ nhân. Căn nhà và nông trại được vẽ và in hoàn toàn bằng máy điện toán. Anh chị xây khoảng sau khi tôi xây xong căn nhà của tôi và anh chị dọn vào đầu năm 1998 sau khi các cây hồng mềm và dòn đã có trái. Khi đến mùa, vườn được mở để các du khách từ gần hay ở xa đến hái như một vài vườn ở California. Trái cây được tự hái, cân và mua về theo giá bán sỉ nên có khi chỉ một hay hai cuối tuần là hết trái.

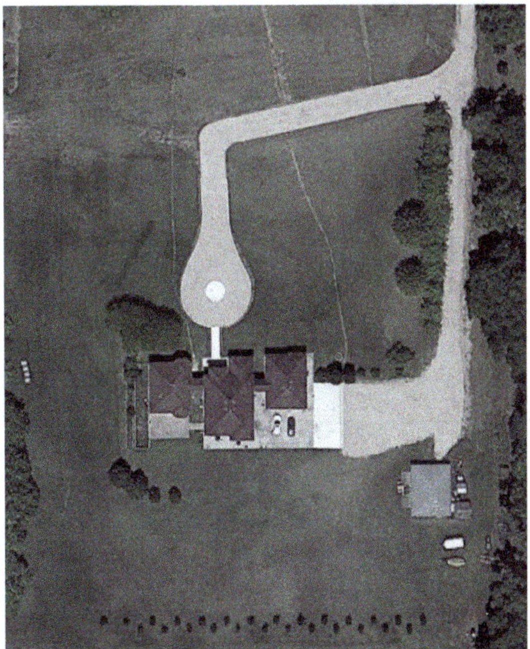

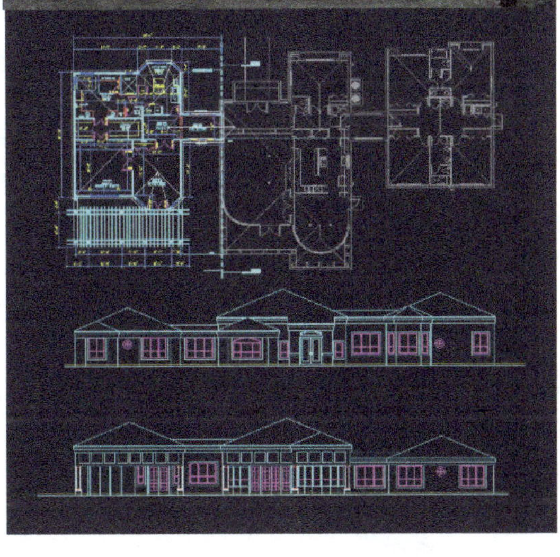

Bản CADD do Hòa vẽ, sau khi đã xây xong phần 1, phần 2 và nhà, Không ảnh Nông trại Vườn Hồng HaViNam của anh chị tôi trên Google Map, *Monticello, Florida.*

CĂN NHÀ CÓ MA TRÊN ĐỒI Ở HỒ LA BÀN

Đây là một thành phố nhỏ thuộc Jackson County, tiểu bang Florida, ít được nhiều người biết đến kể cả những người ở trong tiểu bang dù chỉ cách thành phố nghỉ mát bờ biển nổi tiếng Panama City, thành phố biển được mệnh danh: *"cát biển trắng như đường cát" (Sugar sands)* thuộc vịnh Mễ Tây Cơ chừng 37 dặm về phía Bắc, thành phố Mariana 20 dặm về phía Nam và chỉ cách thủ phủ Tallahassee của tiểu bang 2 tiếng lái xe nhưng vùng nầy vẫn còn xa lạ nếu bạn không là dân địa phương hoặc đã không đến nghỉ hè ở đây mang theo những chiếc xe kéo lưu động gọi là RV *(Recreational Vehicle)*. Hồ rộng 2 cây số vuông (2 km2 hay 582 square acres) tức 582 mẫu vuông của Mỹ (1 mẫu vuông của Mỹ = 48,560 square feet). Hồ có cái hình tròn giống cái la bàn, đường đi chung quanh hồ lên xuống đồi dốc bằng đất sét màu đỏ nên tên gọi chính thức nơi đây là *"Compass Lake in the Hills"* mà tôi tạm dịch là *Hồ La Bàn ở trên ngọn Đồi.*

Vị trí Hồ La Bàn trên Google Map và huy hiệu Jackson County, Florida

Dân số chỉ chừng 1,000 người (2019), hầu như nơi đây chỉ biết đến do dân tại địa phương và các du khách đến nghỉ hè từ các thành phố xa của Florida hay các tiểu bang lân cận như Alabama, Tennessee hay Mississippi. Tính trước cho tương lai, sợ rằng một ngày khi được khám phá, nhiều người đến sẽ có nguy cơ hủy hoại môi trường thiên nhiên, quận Jackson đã có luật phát triển về nhà riêng *(single family)* hay nhà lưu động *(mobile home, trailer)* riêng cho vùng nầy.

Cũng nên nói thêm các vùng phía Đông Nam Hoa kỳ, trước đây đất rộng dân thưa hay làm về nông trại nên vào cuối thế kỷ 19, các tiểu bang Texas, Florida và Georgia, những nông dân người Mỹ da trắng sau những ngày giờ làm việc phơi ngoài nắng trên các cánh đồng, cổ bị rám nắng nên gọi là *"rednecks"*, sau chữ nầy trở thành thuật ngữ để diễn tả các người dân bản xứ tại đây. Lúc ông Jim dẫn vợ chồng tôi đến xem nơi sẽ bán các miếng đất trong vùng, dù ông đã nói trước, lúc vào tôi thấy rất nhiều người địa phương thuộc dạng nầy, không thấy người ngoại quốc, chỉ có vợ chồng tôi là dân Á đông, họ vồn vã hỏi thăm làm sao biết ở đây. Tôi trả lời do ông bà Jim giới thiệu.

Đồi núi phía sau và các cây Cypress mọc bên bờ hồ.

Theo lịch sử, phía Nam của hồ do thiên nhiên tạo thành cho đến vào khoảng đầu những năm 1900, một cối xay lúa mì đã được đưa vào sử dụng nước của hồ, cung cấp nước vào mùa xuân để tạo năng lượng cho cối xay. Nhà máy này đã đắp đập lên hồ và tạo ra phần phía Bắc của hồ.

Tôi được cơ duyên gặp ông Jim và vợ là bà Mona vào khoảng năm 1996. Đang làm việc về kiến trúc cho hãng xây dựng Sunland, tôi được ông ghé thăm văn phòng và tự giới thiệu ông làm cho Palm Beach County, chuyên ngành giám sát về xây dựng *(Building Inspector)*, ông nói thêm là về các công trường và để kiểm tra sự hợp pháp di trú về việc làm của các công nhân người ngoại quốc, nhất là các công nhân lợp mái nhà. Tôi hỏi lại ông: *"Chắc ông muốn hỏi tình trạng di trú của tôi tại Mỹ?"*, ông cười bảo không, *"Tôi đến đây vì chuyện cá nhân, không liên quan gì đến di trú hay chính quyền cả, mà là căn nhà tôi định xây, sẽ nhờ ông vẽ kiểu"*. Ông mời tôi đi ăn trưa ngày hôm sau để dễ nói chuyện riêng tư vì ông chỉ nhờ tôi họa đồ vẽ kiểu để xin giấy phép chứ không phải để công ty tôi đang làm việc xây lên mà chính ông sẽ tự lo công việc xây dựng.

Ông cho biết ông đang làm cho chính phủ và sẽ về hưu, lúc còn trẻ ông bà đã mua một miếng đất khá lớn tại Hồ La Bàn, một miếng thông với cái hồ có căn nhà và miếng kia nằm trên cao hơn dự định sẽ xây chỗ đậu cho chiếc trực thăng mà ông sẽ mua khi về hưu, ông là phi công trực thăng *(helicopter pilot)* thuộc Không Quân Hoa Kỳ (USAF), đã tham dự chiến tranh tại Triều Tiên và đồn trú tại Nam Hàn (South Korea), bị thương mấy lần *(Ông chỉ cho tôi vết sẹo dài trên cánh tay phải do một lần chiếc máy bay trục trặc tắt máy, ông phải làm auto-rotation: Theo lý thuyết, trực thăng lúc thình lình bị tắt máy trên không vẫn còn độ quay của cánh quạt, nếu phi công biết cách, sẽ xoay chiếc máy bay theo vòng xoắn lúc còn lực nâng của cánh quạt do sức gió để đáp an toàn tuy máy bay sẽ rớt xuống nặng hơn bình thường)*. Sau khi giải ngũ quân đội trở về Mỹ, ông làm *"test pilot"* (phi công thử nghiệm) cho hãng Boeing *(hãng đã chế tạo chiếc AH-64 Cobra, trực thăng võ trang cho quân đội Hoa kỳ, loại không được viện trợ cho không quân Việt Nam)* và hãng chế tạo trực thăng nổi tiếng *Sikorsky* có chi nhánh nhiều nơi trên nước Mỹ kể cả Palm Beach County *(các phi công, khi được chọn làm test pilot, thường là những người tài giỏi, không sợ chết vì lái thử nghiệm máy bay, có khi máy bay không nghe theo sự điều khiển của mình, chỉ còn may rủi và tùy vào khả năng "tùy cơ ứng biến" của phi công vì các chiếc được lái thử nghiệm chưa được hoàn hảo và hãng cần ý kiến phản hồi "feedback" do các pilot kinh nghiệm để các chức năng vận hành của máy bay được cải tiến hoàn hảo hơn sau đó)*.

Ông nói tuy bà Mona (vợ ông) không thích ông *"vọc"* mấy chiếc máy bay khi về hưu, nhưng biết chồng mình đã sống cuộc đời trên mấy *"đồ chơi"* đắt tiền nầy nên bà chiều lòng ông. Bà là hiệu trưởng *(principal)* của một trường tiểu học trong vùng nên khi về hưu, không con, cả hai có khá nhiều *"pension"* (tiền về hưu), cuộc sống về tài chánh khá thoải mái, tội gì để hết cho *"từ thiện"* lúc chết đi. Ông và tôi bàn thảo khá nhiều về cái *"hangar"* nầy vì tôi cũng cho ông biết, sống và lớn lên với chiến tranh Việt Nam, có bố trong quân đội và anh là phi công trực thăng, tôi đã có nhiều cơ hội *"đi chùa"* các loại máy bay, gần gũi với các phi trường quân sự nên cũng hay tò mò biết ít nhiều, đủ khả năng để *"design"* một bãi đáp trên khoảng đất trống, máy bay sẽ được bỏ trên một hệ thống bằng phẳng *"platform"* điều khiển bằng hệ thống thủy điều *(hydraulic)* có bánh xe bên dưới đi theo đường rầy để đưa vào chỗ đậu bên trong *(hangar)*, căn nhà cũng phải đủ độ cao để chiếc trực thăng được đưa vào, các cầu thang sửa chữa *(service ladder)* có bánh xe bên dưới cũng phải đủ độ cao để lên được bên trên cánh quạt chính. Lúc nầy internet chưa phổ biến, mọi thứ cần khảo cứu tôi phải đi thư viện hay dùng *"Cẩm nang tiêu chuẩn họa đồ kiến trúc" (Architectural Graphic Standards Handbook)* để lấy dữ liệu về kích thước. Về phương pháp xây dựng cũng vậy, tiêu chuẩn cho xi măng để làm bãi đáp cũng phải cao và dầy hơn bình thường vì các sức ép và sức nặng phía trên chứ không làm thường như garage đậu xe được.

Về địa điểm của căn nhà cũng như *"gazebo"* xây ngoài hồ thì ông mời tôi phải ghé lên đúng địa điểm để xem có ý kiến và hoạch định chương trình vẽ cũng như xây chứ chỉ xem qua hình ảnh thì chỉ có khái niệm tổng quát. Ông mời tôi đến căn nhà ông bà đang ở tại Tequesta, đây chỉ là căn nhà 3 phòng ngủ bình thường trong khu nhà *"single family"* theo kiểu thường thấy ở Mỹ, ông nói căn nhà nầy không có gì đặc biệt, tuy nhiên hai vợ chồng đã ở với nó khá lâu nên quen thuộc với những gì trong đó. Ông hẹn tôi cuối tuần sẽ mướn máy bay lên miếng đất nhưng sau khi cả hai bà vợ phản đối chuyện đi máy bay mướn, chúng tôi đi bằng xe hơi.

Lái xe đến địa điểm mất chừng hơn 7 tiếng đồng hồ, lúc tôi định bỏ cái vali sau *"trunk"* xe, ông nói nó đã đầy cả rồi, ông cho tôi thấy các bình *nylon* đựng nước đã choán hết chỗ, tôi hỏi: *"Mấy cái thùng nầy ông để làm gì vậy?"* ông bảo để lấy nước uống trên Hồ La Bàn, đây là những cái giếng sâu và nước ở đây, đúng như lời ông nói và tôi xác nhận là nước uống ngon và có vị ngọt như loại nước trong chai đắt tiền từ đảo Fiji đưa vào Mỹ. Mỗi lần ông bà lên thăm, đều lấy một số nước về để uống vì nơi ông bà ở, nước lọc không được ngon và trong sạch như ở Hồ La Bàn. Trên đường đi, ông nói mình sẽ ở khách sạn tại Mariana khi đến vì đã chiều. Tôi hỏi ông sao mình không ở tại căn nhà nhỏ cũ trên miếng đất cho tiện thì ông nói ngày mai khi đến đó sẽ biết. Sáng sớm cả ông và tôi ăn sáng tại khách sạn và khởi hành đến địa điểm. Đoạn đường ngắn nhưng khi quẹo trên đường vào nhà, con đường đất ngoằn nghèo theo dọc bờ hồ, đi dọc mà bên trái là hồ với những hàng cây *cypress* cao mọc dưới nước, đây là loại cây lên chậm, có thể sống cả năm sáu trăm năm, chịu nước nên thân cây nó ít bị mục nát dùng trong việc xây dựng rất tốt, tuy nhiên tại tiểu bang Florida, các cây nầy được bảo vệ vì nó tốt cho môi trường thiên nhiên, các cây gần bờ sông hay nằm trong nước thuộc quyền chính phủ tiểu bang, không được chặt xuống để lấy gỗ.

Miếng đất của ông bà mua được chia ra bởi con đường, miếng nhỏ có hồ và căn nhà *(những miếng đất có nước phía sau như bờ hồ, sông hay biển được tính giá trị trên kích thước chiều dài giáp ranh với nước, càng nhiều giá càng cao)*. Miếng lớn hơn nằm phía trên là nơi sẽ để trống cho máy bay đáp và hangar, trên phía cao hơn ở ngọn đồi bằng phẳng tiện cho trực thăng hạ cánh. Miếng bờ hồ đã có một căn nhà cũ ba phòng ngủ, hai phòng tắm xây cất kiên cố tuy đã lâu nhưng không dùng hệ thống móng chung quanh nhà như các kiến trúc sau nầy mà dùng hệ thống nằm trên cái bục gỗ hỏng chân, tường và mái được xây bằng xi măng kiên cố nên tuy đã lâu, vẫn còn rất tốt so với các vật liệu kiến trúc sau nầy. Trong nhà, các đồ đạc bằng gỗ còn nguyên vẹn, từ các phòng cho đến nhà bếp, phòng ăn, trật tự và ngăn nắp. Thấy tôi đứng nhìn bộ salon cổ xưa trong phòng khách, ông kể: *"Hồi xưa, lúc ông bà mua miếng đất đã có căn nhà còn tốt, người chủ là một góa phụ ra điều kiện chỉ bán nếu cho bà thuê lại ở cho đến lúc bà mất đi. Lúc đó ông bà còn trẻ chỉ muốn để sau nầy về hưu nên đồng ý, bà chủ nhà đã lớn tuổi chỉ ở một mình không bà con họ hàng, con cái hay thân thích, mỗi cuối tuần bà thuê một người địa phương đưa bà ra phố đi chợ mua các loại cần thiết trong tuần và hằng ngày bà đọc sách, ra bờ hồ ngắm cảnh không đi đâu xa cho đến lúc bà mất đi thì ông Jim lấy lại căn nhà và cũng gần về hưu nên không cho ai thuê, cuối tuần khi ông bà lên đây nghỉ mát, họ đều ở lại trong căn nhà và mười đêm như một, nằm mơ thấy căn nhà bỗng sáng rực lên trong đêm, nhạc cổ điển trỗi lên và từng cặp khiêu vũ trong phòng khách. Lúc đầu ông bà hơi ngạc nhiên và sợ nhưng sau dần thì quen vì ông bà nói mấy con ma nầy thuộc loại vui chơi chứ không phải ma nhát, mơ mà thấy vui, tuy nhiên ông không muốn tôi là người lạ có thể chứng kiến nếu ở lại đêm trong căn nhà nên ông đã mướn khách sạn đêm hôm trước cho tôi. Đó cũng là lý do ông không đập phá căn nhà cũ mà biếu cho một người làm về xây dựng trong xóm, sẽ đưa lên cần trục và chuyển đi qua một miếng đất khác gần đó, ông nói đùa: để cho mấy con ma đi theo, có chỗ vui chơi chứ phá đi thì họ mất nơi tựa, ông cũng nói ông không cho người chủ mới căn nhà biết chuyện nầy và sau nầy tôi cũng không hỏi là "mấy con ma có đi theo căn nhà cũ hay không?" nhưng tôi biết, căn nhà mới không có mấy con ma vì khi xây xong, chúng tôi được mời ở lại đây và ông bà cũng như chúng tôi không ai thấy ma hiện ra nhảy đầm cả".*

Đi dạo bằng thuyền pontoon trên hồ (trên) và Sophia tắm, vọc cát trên bờ (dưới).

Sau chuyện chiếc trực thăng là đến căn nhà mới, vị thế nằm trên đồi, miếng đất phía trên cao hơn bên dưới, tôi đề nghị làm hai tầng, tầng trên sẽ là tầng chính, tầng dưới đi ra bờ hồ được xây bằng kiếng. Bản vẽ đưa ra, ai cũng thích nhưng sau khi xét định giá của vật liệu và nhân công vượt quá mức tài khoản ấn định, cuối cùng khi sửa lại, cái bản vẽ mới trở thành gần giống căn nhà hai ông bà đang ở, chỉ một tầng và cái *side garage* rộng để chứa đồ đạc. Bờ hồ có cái nhà để giữ chiếc tàu *pontoon* có mái che, cần trục sẽ đưa chiếc tầu khi vào chỗ đậu, nâng lên khỏi mặt nước. Căn nhà mát bát giác sẽ được làm gần đó với lối đi bộ từ bờ ra được làm bằng gỗ *trex*, không mục nát, mái bằng tôn nhẹ thay vì gạch men.

Tôi xong họa đồ bản vẽ khoảng vào năm 2000 gồm bãi đáp trực thăng, hangar và phòng chứa đồ, hầm chứa xăng JP-4 cho máy bay, phía nhìn ra bờ hồ là căn nhà 4 phòng ngủ 3 phòng tắm, ba chỗ đậu xe trong garage. Dưới bờ hồ là căn nhà cho chiếc *pontoon*, nhà mát bát giác *Gazebo* để ngồi chơi, đọc sách hay ngắm cảnh. Ông tự đi xin giấy phép với chính quyền địa phương, thuê người lo về xây dựng vì đã quen với công việc qua chức vụ giám sát. Công trình mất gần hơn một năm, ông mua chiếc *Gulfstream RV* đậu trên miếng đất trống ở tạm để xem xét công trường mỗi ngày, sau khi căn nhà cũ *"có ma"* được dời đi nơi khác, căn nhà mới được làm theo phương pháp xây dựng để chịu được sức gió của bão tuy nơi đó không đòi hỏi nhưng vì gần biển và vùng vịnh Mễ Tây Cơ nên ông cho làm kiên cố như vùng tôi ở để chịu được vận tốc gió 110mph (177kmh).

Gazebo trên bờ hồ, tôi vẽ, ông Jim xây dựng và lát bằng gỗ Trex.

Năm 2002, đồ án hoàn tất, ông bà rời thành phố Tequesta, dọn về nhà mới, ông bà mời hai vợ chồng tôi và bé Sophia lên căn nhà mới ở lại chơi, đi thuyền pontoon trên hồ, lái jetski bằng chiếc 4 chỗ ngồi và hưởng như những ngày đi nghỉ hè. Nơi đây thật lý tưởng cho những ai yêu thiên nhiên, chung quanh bờ hồ là các triền đồi cao nên gió mát, yên tĩnh vì không có nhiều người chung quanh. Đây cũng là nơi lý tưởng để về hưu hay nghỉ dưỡng cuối tuần sau những ngày dài làm việc ở những thành phố lớn chung quanh đó. Nhiều người đến đây, xây những căn nhà nghỉ mát bên bờ hồ chỉ dành cho gia đình hay bạn bè đến chơi vào cuối tuần, hoặc ở luôn sau khi về hưu. Tôi chắc bà chủ nhà đã có một cuộc đời thú vị lúc sinh tiền và nhất là được hưởng những ngày vui tươi, thoải mái lúc cuối đời trên chính căn nhà của mình được thuê lại, một nơi thật lý tưởng để trở thành *"con ma thích party"* sau khi về Trời. Thời xưa ở Saigon trước năm 1975, nhiều gia đình khá giả có thêm căn nhà nghỉ mát ở Dalat hay Vũng Tàu, đến để thư giãn cuối tuần tránh được cái nóng nực và xô bồ của thủ đô. Thật đúng với hai câu thơ của Trạng Trình Nguyễn Bỉnh Khiêm:

"Ta dại ta tìm nơi vắng vẻ,
Người khôn người đến chốn lao xao."

DỊCH COVID 2019

Đầu năm 2019, nhóm Quốc Học 65-72 chúng tôi họp tại nhà bạn Liêm (Virginia) sau khi hai năm trước đã gặp nhau tại Florida. Mùa Hoa anh đào nở là đặc biệt của vùng thủ đô, cuối tháng ba trời se lạnh. Chúng tôi đã có những ngày vui bên nhau vì đa số bạn bè chúng tôi đã về hưu trừ hai người là Bác sĩ Quý và tôi. Chúng tôi hẹn sẽ cùng về Việt Nam cho cuộc hội ngộ 50 năm ngày rời xa mái trường dự định tổ chức vào tháng 3 năm 2020 tại Huế. Chuẩn bị, hẹn hò mua vé máy bay và *visa* xong xuôi thì cũng đã cuối năm. Đến đầu năm 2020, chúng tôi gọi nhau chuẩn bị hành trang thì cũng lúc đó tin tức không tốt cho du lịch bắt đầu vì dịch Covid-19 đang hoành hành tại thành phố Vũ Hán bên Tàu và vì sự dấu nhẹm của chính quyền TC đã lan rộng trên toàn thế giới. Số người chết phần đông là lớn tuổi làm mọi người lo ngại và để tránh bị lây lan, các quốc gia đã đóng cửa biên giới mà nhất là các phi trường vì chưa có thuốc ngăn ngừa hay trị được bệnh nầy. Tin tức lan truyền về dịch bệnh ngày càng tệ nên chúng tôi bối rối, không biết nên đi hay nên đình hoãn, sợ rằng đi ra rồi, chính phủ Mỹ đóng cửa biên giới thì tứ cố vô thân, ôi thôi lãnh đủ. Ảnh hưởng cả thế giới chứ không phải một quốc gia, nên cuối cùng chúng tôi đành hủy bỏ cuộc hội ngộ, đúng là *"mưu sự tại nhân, thành sự tại thiên"*.

Dịch Covid đưa đến cho mọi người từ ngạc nhiên nầy đến ngạc nhiên khác, các công tư sở phải đóng cửa nếu có nhân viên bệnh vì dịch lan rất nhanh qua hô hấp và con vi trùng sống lâu trên những vật dụng chung đụng như các chốt cửa, nhà vệ sinh… không biết đâu mà mò.

Không biết ai sao chứ vì Covid, tôi bận hơn trước, việc chính là làm sao để đáp ứng nhu cầu, nhân viên không đến sở mà vẫn làm việc được. Công sở thì nếu đóng cửa hết, làm sao phục vụ cho dân trong vùng. Nếu ai có đọc hay coi Tây Du Ký thì biết rằng Như Lai có phép thần thông, thiên lý nhãn và thiên lý nhĩ ngồi một chỗ mà có thể thấy hết và điều khiển nơi xa đã làm cho Tôn hành giả ngất ngư. Bây giờ, vì kỹ thuật tân tiến (technology), ở đâu nhờ kết nối internet cũng thấy và điều khiển được nơi khác một cách dễ dàng. Trong sở tôi trước dịch chỉ có 3 người kể cả tôi là có khả năng làm việc *remote*, tức là ở đâu cũng có thể dùng *laptop* để kết nối vào hệ thống của thành phố. Điều này đòi hỏi phải có *laptop computer*, hệ thống *internet*, và bức tường lửa (*firewalls*) cho phép vào sau khi đã xét xem bạn hay thù vì dạo sau nầy, các *hackers* từ các quốc gia khác đánh phá các hệ thống công hay tư để bắt làm con tin đòi chuộc gọi là Cyberware. Tình trạng nguy hiểm nầy đã làm cho nhiều công ty lớn hay cơ quan chính phủ tạo ra một chức vụ mới trong ngành tin học gọi là Chief Security Officer (CSO) lo về bảo vệ an toàn cho hệ thống của mình.

Chuyện làm "*remote*" không đến sở làm sẽ tạo ra một lổ hổng để các tin tặc nầy đánh phá. Vừa chống *dịch* vừa chống giặc *tin tặc*. Gọi cho các hãng làm laptop: Dell, HP, Lenovo… điều ngạc nhiên kế tiếp vì các văn phòng trên thế giới của họ đóng cửa, họ chỉ có số lượng giới hạn để bán vì ai cũng đang cần để làm việc remote. Tôi dành được 10 cái laptop để riêng cho chương trình chính phủ (Public Sector) dù chưa biết dùng tiền ở đâu để mua. Hai ngày sau, lúc biết mình phải cần thêm 10 cái nữa và sẽ có ngân quỹ riêng cho việc nầy đề các nhân viên làm việc ở nhà tránh gây bệnh, thì họ bảo phải chờ thêm 2 tuần vì đã bán hết. Từ 1% nhân viên làm việc *remote,* chỉ trong vòng nửa tháng, tôi phải tăng lên đến 90% *remote*, nhất là các nhân viên về Tài chánh, không thể ngưng việc lấy hay trả tiền, kể cả lương bổng phát ra và tiền nhận vào.

Chỉ một mình, tôi nghĩ tới hồi mình làm *maids*, mình chơi hệ thống dây chuyền, thế là khi laptop về, tôi mượn cái văn phòng lớn của cô Town Clerk Vivian làm hai cái bàn dài, để hết một lần 10 cái laptops, vào hệ thống của sở và qua firewalls luôn, cùng bỏ nhu liệu vào, cứ chờ cái số 1 là tôi nhảy qua keyboard số 2, và tiếp như thế cho đến khi cái cuối cùng… Tôi cũng không cần ở ngay tại đó và có thể tiếp tục công việc *set up remote*. Cũng xong, cái nào xong là biệt phái cho nhân viên có trong hồ sơ remote, việc nầy dễ thôi vì máy khi remote sẽ bắt buộc hỏi chi tiết qua điện thoại cầm tay, nếu không đúng người sẽ đá ra đi chỗ khác chơi (second authentication). Cách nầy an toàn vì không ai có thể đổi laptop cho người khác và nếu họ dùng internet khác với nhà của họ thì cũng không vào được. Một nhân viên gọi cho tôi bảo không cách gì vào được hệ thống của sở hôm nay mà mấy ngày trước thì OK, tôi thấy firewalls chớp chớp liên tục bèn hỏi cô đang ở nhà? Cô ta bảo hôm nay tôi đến nhà bà con nên mang theo laptop để làm… Mấy phút sau cô làm được và tôi dặn khi về lại nhà làm việc thì phải cho tôi biết để đổi lại, nếu không thì laptop cũng như cục đá mà thôi.

Tôi và nhà tôi bàn luận có nên về hưu lúc nầy, thấy đi làm rắc rối quá vì dịch bệnh đang lây lan, nhất là những người cao tuổi, chưa có thuốc chủng ngừa nhưng sở cần mình, tôi quyết định thông báo cho xếp là tôi sẽ về hưu sau khi dịch Covid ổn định, ông nên tìm người thay thế bây giờ là vừa.

Mất một năm cho việc tìm kiếm, các cuộc phỏng vấn bằng *Zoom* hay *Microsoft Teams* chứ không còn gặp mặt như trước tuy thuốc chủng ngừa đã bắt đầu có và đã tiêm đến mũi thứ ba. Mũi đầu phải đứng chờ sau khi làm hẹn và chỉ dành cho ai trên 65 tuổi, mũi thứ nhì sau đó 4 đến sáu tuần đã thấy số người chờ giảm đi và mũi thứ ba, thứ tư thì khi đến, mấy y tá chích mừng rỡ ra mặt. Đã hết chỗ trên cái miếng giấy nho nhỏ, nếu chích nữa phải dùng cái thứ hai. Hy vọng một ngày cái dịch covid sẽ hết để mọi người vui chơi như ngày xưa lúc không có nó.

Tháng 9 năm 2021 sau khi người thay thế tôi đến, nhường lại đống chìa khóa bí mật có mà bình thường cũng có tôi chính thức về hưu ngày 29 tháng 10, 2022. Ông xếp và nhân viên đã làm một buổi tiệc mời cả gia đình tôi và sau đó là tôi chính thức xếp *keyboard* và *mouse* cho vào ngăn kéo. Từ nay không phải sợ *chuột* không chạy vào mỗi buổi sáng nữa.

CON GÁI TÔI

2015-2022 Sophia vào *Oxbridge Academy* từ 2011 thì ước tính đến hè 2015 xong bậc Trung Học lớp 12. Từ nhỏ Sophia đã thích đan len nên lúc mới 8 tuổi, chị tôi đã dạy những căn bản và Sophia học thêm trên Internet. Sophia đã lên ở lại một tuần vào mùa Hè với cô Gái ở Orlando để học đan. Khi vào Oxbridge, cô giáo về nghệ thuật thấy Sophia có khiếu về điêu khắc nên khuyến khích và dạy con bé về cách làm đồ gốm, chưng bày ở trường, thấy đẹp, các giáo sư cho gởi dự thi về giải nghệ thuật trong vùng gồm các môn nhiếp ảnh, tranh vẽ, đồ án và điêu khắc.

Sau khi đoạt giải thưởng về điêu khắc trong vùng và của tiểu bang Florida, họ xin phép để gởi đi dự thi toàn quốc, tất cả chi phí gởi đều được các hãng chuyên chở lớn như FedEx hay UPS đài thọ miễn phí. Nếu được chọn, tất cả phải về New York để lãnh giải thưởng. Tháng 6 năm 2015, sau khi công bố danh sách giải thưởng, có tên Sophia cho huy chương vàng. Hai cô giáo về nghệ thuật của trường và gia đình lên New York để cùng Sophia và hai học sinh khác lãnh giải. Đây là một vinh dự không những cho cá nhân học sinh được giải mà còn là của trường học sinh đó đang theo học nên hầu như các phụ huynh, thầy cô đều cố gắng về tham dự dù chi phí chuyến đi phải tự túc. Để cho cuộc dự thi được công bình, giám khảo chấm thi tại New York, chỉ được xem sản phẩm nghệ thuật nhưng hoàn toàn không biết tên thí sinh dự thi.

Sau khi đã đi xem các trường cũng như nộp đơn vào Đại Học, tất cả các trường nhận nhưng cô bé quyết định theo học trường Florida State University ở Tallahassee ngành Kế toán (Accounting). Đây là trường thuộc tiểu bang, nổi tiếng về ngành nầy, phần nhiều là phái nữ. Suốt 4 năm học, tuy ở *dormitory* mà nhờ có hai Bác ở cùng thành phố, mỗi khóa tụi tôi có nơi tá túc lúc lên đây và gởi đồ thay vì phải mang về nhà. Đến 2019 thì Sophia xong bậc cử nhân (BS), trường nhận một số sinh viên nhỏ khoảng 86 em để cho học tiếp Cao Học (MS) cùng ngành, đặc biệt chỉ học xong trong vòng một thay vì hai năm như thường lệ.

Rất may, dịch covid chỉ ảnh hưởng đến một phần nhỏ khóa cuối cùng nên Sophia xong Cao Học (Master of Accounting) tháng 5 năm 2020. Dịch covid đang lên cao điểm nên trường trao bằng qua bưu điện, lễ tốt nghiệp phải dời lại khi tình hình cho phép. Sophia được nhận vào làm cho một hãng lớn về Kế toán ở Tampa, cũng vì Covid nên không đến sở, chỉ *remote working*, Sophia dành thì giờ cho việc học thi bằng chuyên môn và đến tháng 6 năm 2022 thì xong bằng chuyên môn và hành nghề của tiểu bang. Con tôi đã giỏi hơn cha nó vì đã có bằng chuyên môn (Certified of Public Accounting) gọi tắt là CPA trước sinh nhật 25 tuổi.

Ngoài việc học và ngành chuyên môn, các thứ vui giải trí của Sophia là đan len, móc crochet và làm đồ gốm, sành sứ. Tuy đã được huấn luyện cao về độc tấu dương cầm nhưng xem bộ cô bé không thích chơi nhạc như ba nó hồi nhỏ.

Mẫu nghệ thuật điêu khắc đoạt huy chương vàng trưng bày trong phòng triển lãm.

Trong Hội trường Carnegie's Hall, New York trước giờ khai mạc.

Cô giáo dẫn ba học sinh đi lãnh thưởng trước Carnegie's Hall, New York.

Hai vợ chồng Koala Bear- Đan len (bên trái) và đồ gốm (bên phải).

Gia đình nhà Thỏ, nghệ thuật đan len của Sophia.

Nghệ thuật đồ gốm sành sứ của Sophia.

Việc phải làm của tôi sau khi về hưu là thâu thập bản thảo, nhật ký, dữ kiện, hình ảnh để hoàn thành cuốn sách, cả phần tiếng Việt lẫn Anh ngữ trước khi những ngày cuối tháng tư trở thành nửa thế kỷ vào năm 2025.

THAY LỜI KẾT

Có lẽ vì những ngày cuối tháng tư mà cuộc đời tôi và một số người Việt đã đổi khác, tôi đã may mắn nhìn thấy chân trời mới, cuộc sống mới, hưởng được những gì mà quê hương thứ hai của tôi có. Một người tị nạn lưu vong điển hình như tôi đến đây và nhờ công lao của các tiền nhân đi trước, chỉ hơn hai trăm năm từ ngày lập quốc, họ đã tạo dựng những gì mà một người như tôi đã ước mơ cũng không thể có được trên chính quê hương thứ nhất của mình dù đã có hơn 4 ngàn năm văn hiến. Họ đã chiến đấu can cường với ngoại bang và tạo dựng được sự độc lập, tự do, dân chủ cho đất nước.

Bản Hiến Pháp và các tu chính án đã làm nền tảng cho sự lớn mạnh về dân chủ tại Hoa Kỳ, bắt đầu bằng ba chữ: *We, the People*… nơi mà trước đó tôi chỉ biết qua sự hạn chế của sách vở và giảng dạy tại trường học. Nghe không bằng thấy và thấy không bằng chính mình thực hành, tất cả cho dân và vì dân.

Cám ơn phong trào Hướng Đạo và những ngày sinh hoạt từ nhỏ đã cho tôi thêm lòng tự tin, tính can đảm để vượt qua nhiều thử thách trong đời sống mà hoài bão của một cá nhân như tôi là lớn lên, ngoài sự giáo dục của gia đình, học đường, sau đó là hành trình phục vụ đất nước, xã hội, đóng góp những gì trong khả năng của mình hầu có được một đời sống vật chất và tinh thần thoải mái. Hay không bằng hên, những may mắn mình có được hơn người khác cũng là những lợi thế trên con đường đời đầy chông gai, thử thách mà mình có thể đóng góp cho xã hội nhiều hơn những người kém may mắn. Nếu bị kẹt lại Sàigòn sau những ngày cuối tháng tư, nếu không bị lao tù vì quá khứ của cha ông để lại thì cũng sẽ giống các bạn tôi, lập gia đình, rồi lo mưu sinh, phải bỏ ra hết bên ngoài những gì chướng tai gai mắt mình chứng kiến hằng ngày để còn sống sót.

Gần nửa thế kỷ, nhìn lại những bạn hữu, thân quyến hay những người chung quanh, một số đã ra đi vĩnh viễn, phần còn lại có một đời sống mới trên quê hương thứ hai sau khi may mắn rời bỏ Sài Gòn vào những giờ phút cuối cùng, định cư và tiếp tục cuộc sống với nghề nghiệp đã có tại Việt Nam trước 1975, một số khác bắt đầu một cuộc sống mới với hai bàn tay trắng, tự tạo dựng cho mình một chỗ đứng trong xã hội sau khi hoàn tất học vấn tại các trường đại học Hoa kỳ mà các thế hệ thứ hai, có cơ hội nhiều hơn, đã và đang thành công trên đất nước mà cha ông đã đến định cư với một trường hợp khá đặc biệt.

Riêng tôi, cũng như một số người may mắn khác, có được quê hương thứ hai cho mình tạm dung trong những ngày dông tố để chờ khi có cơ hội, trở về đóng góp những kinh nghiệm có được cho quê hương nghèo nàn của mình. Tưởng như vậy là một bài toán có đáp số ngay nhưng sự thực phũ phàng, ước muốn và hoài bão nhỏ nhoi của tôi khó có thể thực hiện vì nhiều lý do. Những gì tôi học hỏi được và những gì tôi đóng góp cho nước Mỹ cũng như những người khác lẽ ra tôi cũng phải có phần cho quốc gia Việt Nam của tôi, ở nơi đó cần nhiều đóng góp thực tế và cần thiết hơn, nhưng tiếc thay nơi đó đã thiếu nhiều điều kiện ắt có và đủ để tôi có thể làm được: Tự do, công bằng, độc lập và dân chủ.

Những ước mơ nhỏ của người viết cũng là ước mơ chung của nhiều người Việt xa xứ hay ở ngay trên quê nhà. Hy vọng rằng một ngày gần đây, những ước mơ đó sẽ trở thành hiện thực dù biết rằng với địa thế và vị trí quan trọng của Việt Nam tại Á châu khó có được sự độc lập, chỉ mong có dân chủ và tự do thì các chuyện khác sẽ đến một cách tự nhiên như chúng ta đã chứng kiến tại Hoa Kỳ.

Là một cá nhân sinh và lớn lên trong chiến tranh tại miền Nam, ít nhiều đã cảm thấy có trách nhiệm để mất quê hương tự do của mình cho một chế độ độc tài, đảng trị, chỉ mong những sự thật trong cuốn sách nầy là một phần nói lên được ước vọng Hòa Bình thật sự trên quê hương để các biến cố của lịch sử đất nước từ 1954, 1968, 1972 và 1975 được tưởng niệm thay vì ăn mừng trên chiến thắng như hiện nay.

Khi cuốn sách nầy ra đời thì chỉ còn dưới hai năm, đảng Cộng Sản cầm quyền tại Việt Nam sẽ tổ chức ăn mừng chiến thắng, giải phóng miền Nam được 50 năm, 1975-2025, thống nhất hai miền. Nửa thế kỷ đã qua, tại sao là người Việt, tôi lại không mừng như khi nhìn thấy lịch sử Hoa kỳ lúc trận nội chiến chấm dứt ngày 9 tháng 4 năm 1865, hay hai nước Đông và Tây Đức thống nhất lúc bức tường Bá Linh sụp đổ (Mauerfall) ngày 9 tháng 11 năm 1989 mà không một ai bị thương vong? đưa đến sự sụp đổ của chế độ độc tài các nước Đông Âu kế cận như Ba Lan, Romania, Bulgaria, Tiệp khắc và Hung gia Lợi năm 1990 và Liên bang Xô Viết tan rã năm 1991. Điều đáng buồn ở Việt Nam là sự khác biệt do lòng thù hận của phe thắng cuộc vẫn còn, tham nhũng, ích kỷ, kỳ thị, độc tài đảng trị, tham vọng nắm quyền của một thiểu số đang đưa đến nguy cơ mất gốc và mất nước.

Xin cám ơn những người thân trong gia đình, bạn hữu, đồng nghiệp đã khuyến khích và hỗ trợ về tinh thần để cuốn sách được hoàn thành mỹ mãn, chỉ là một câu chuyện thật tiêu biểu của một hay vài cá nhân may mắn thoát khỏi chế độ độc tài, đảng trị vào giờ phút cuối, không mất xác trên biển Đông hay trong rừng già khi tìm cách vượt thoát, để hưởng được một cuộc sống tự do, công bằng và độc lập, hạnh phúc theo đúng nghĩa của nó.

Phụ bản: "Chuyến bay cuối cùng" Tranh màu nước 11x14

Phụ bản: Thuyền Nhân, tranh màu nước 11 x 14, Hoàng Ngọc Hòa, 2023

Không có con số thống kê về số người Việt vượt biển hay đường bộ qua biên giới đã chết hay mất tích vì nhiều gia đình hay thuyền nhân ra đi không bao giờ đến bến bờ Tự Do, con đường mà trước khi ra đi, họ đã biết sác xuất của cái chết nhiều hơn sự sống. Cái giá phải trả cho sự ra đi tìm Tự Do.

PHỤ BẢN

MỘT VÀI HÌNH ẢNH
VÀI ĐỒ ÁN VÀ CÔNG TRÌNH HOÀN TẤT

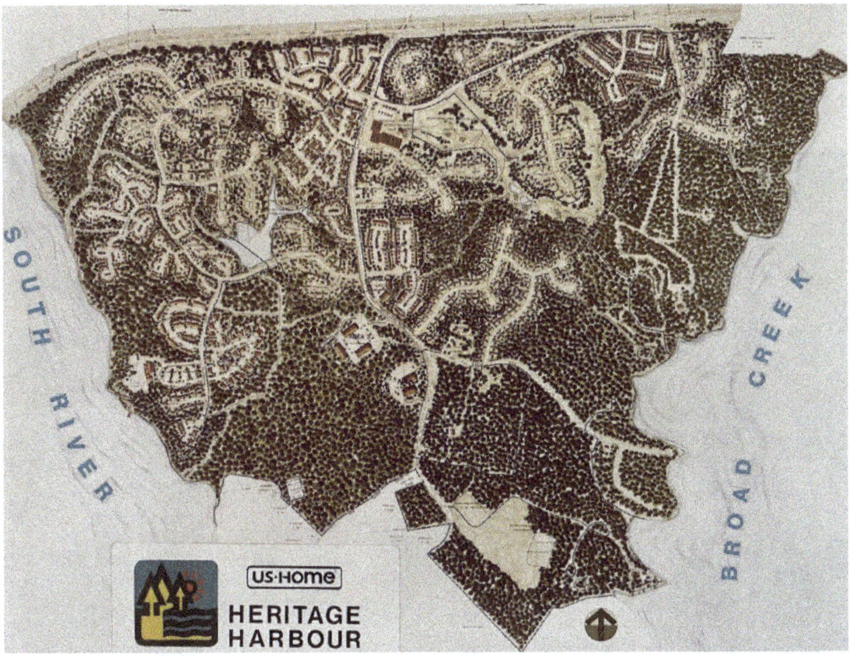

Heritage Harbour Rendering with KML-US-Home, Annapolis, Maryland 1981-1982

Commercial/Shopping Center Elevations – Lee&Sakahara 1989

Bản quảng cáo vẽ bởi Hòa- Thành viên sáng lập-APACAF-2002. Thư pháp của Họa sĩ Vũ Hối.

Hình chụp ban tổ chức, điều hành và gia đình ca sĩ Khánh Hà trong dịp APACAF tổ chức ca nhạc ngày 17 tháng 11 năm 2002 tại Northern Virginia nhằm vinh danh Nghệ sĩ Lữ Liên.
Chương trình gây quỹ Thiện nguyện cho Asian Pacific American Cultural Arts Foundation (APACAF).

2010- 10 năm VIẾT VỀ NƯỚC MỸ- Giải thưởng VIỆT BÁO – CALIFORNIA

Nữ văn sĩ Nhã Ca và Sophia - 2010

Nhóm Việt Báo và Họp mặt Kỷ niệm 10 năm Viết Về Nước Mỹ

MỘT VÀI TÀI LIỆU
ĐỒ ÁN TÁI THIẾT VÀ CHỈNH TRANG THÀNH PHỐ
COMMUNITY REDEVELOPMENT AGENCY
TOWN OF LAKE PARK, FLORIDA
1998-2022

NGÂN QUỸ QUA CÁC CHƯƠNG TRÌNH TÀI TRỢ CỦA THÀNH PHỐ (BOND), COUNTY (GRANTS), TIỂU BANG (STATE) VÀ LIÊN BANG (FEDERAL) GRANTS

the John Scott Dailey
FLORIDA
INSTITUTE OF
GOVERNMENT
at Florida State University

July 21, 2011

Maria Davis
Town Manager
535 Park Ave
Lake Park, FL 33403

Dear Mrs. Davis:

During the Florida Local Government Information Systems Association Summer Conference an exciting event occurred that we were sure you want to share in celebrating. Hoa Ngoc Hoang was honored with the designation of Certified Chief Information Officer (CCIO) in local government from the Florida Institute of Government at Florida State University. Each CCIO received a plaque and a personalized letter of congratulations from Florida State University President Eric J. Barron for their commitment to grow and serve the people of their communities and the state.

Mr. Hoang was part of the Fifth class of Florida's Certified Public Technology Leadership program for Certified Chief Information Officers, a program designed to raise the professional standards for government technology leaders and help prepare individuals to serve effectively within their organizations' leadership teams. Mr. Hoang worked for more than a year to obtain the certification of CCIO. Each participant attended 80 hours of classroom activity, accomplished 80 hours of out-of-class work designed to engage new knowledge, and completed a significant capstone project to concretely apply key and important leadership, planning, management and progressive service principles in a manner directly relevant to your jurisdiction.

Thank you for your support of Mr. Hoang by allowing participation in this program. We know that the knowledge gained from this experience will significantly benefit the Town of Lake Park. To remain timely, this certification requires continuing education to allow Mr. Hoang to continually grow the critical skills needed to provide outstanding technology services in your organization. We ask that the enclosed Certificate be used in recognizing Mr. Hoang within your organization, at an appropriate time, so that everyone can share in the dedication Mr. Hoang has to quality service. Also enclosed is a picture from the ceremony at the FLGISA Conference.

Again, we thank you for your personal support and the endorsement of the Certified Public Technology Leadership program.

Sincerely,

Jeff Hendry
Executive Director

FSU Research Complex • 3200 Commonwealth Blvd • Tallahassee FL 32303
Telephone: (850-487-1870 • FAX: (850)487-0041 • http://iog.fsu.edu • e-mail: info@iog.fsu.edu

Bằng chuyên môn CGCIO sau khi ra trường

Tấm bảng đồng trước Tòa thị chính -Lúc nầy tôi đang giữ chức vụ Gám Đốc thành phố.

Mặt tiền Tòa Thị Chính sau khi chỉnh trang-1998

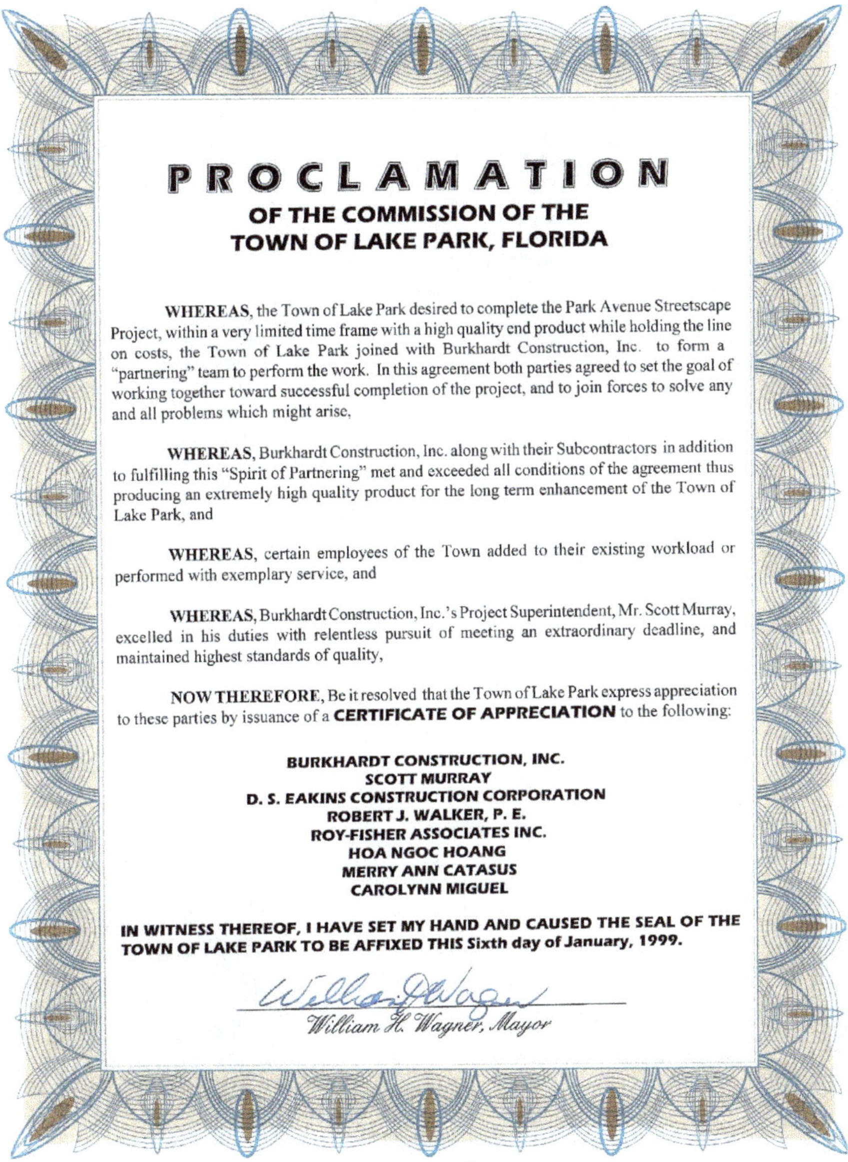

PROCLAMATION

OF THE COMMISSION OF THE TOWN OF LAKE PARK, FLORIDA

WHEREAS, the Town of Lake Park desired to complete the Park Avenue Streetscape Project, within a very limited time frame with a high quality end product while holding the line on costs, the Town of Lake Park joined with Burkhardt Construction, Inc. to form a "partnering" team to perform the work. In this agreement both parties agreed to set the goal of working together toward successful completion of the project, and to join forces to solve any and all problems which might arise,

WHEREAS, Burkhardt Construction, Inc. along with their Subcontractors in addition to fulfilling this "Spirit of Partnering" met and exceeded all conditions of the agreement thus producing an extremely high quality product for the long term enhancement of the Town of Lake Park, and

WHEREAS, certain employees of the Town added to their existing workload or performed with exemplary service, and

WHEREAS, Burkhardt Construction, Inc.'s Project Superintendent, Mr. Scott Murray, excelled in his duties with relentless pursuit of meeting an extraordinary deadline, and maintained highest standards of quality,

NOW THEREFORE, Be it resolved that the Town of Lake Park express appreciation to these parties by issuance of a **CERTIFICATE OF APPRECIATION** to the following:

BURKHARDT CONSTRUCTION, INC.
SCOTT MURRAY
D. S. EAKINS CONSTRUCTION CORPORATION
ROBERT J. WALKER, P. E.
ROY-FISHER ASSOCIATES INC.
HOA NGOC HOANG
MERRY ANN CATASUS
CAROLYNN MIGUEL

IN WITNESS THEREOF, I HAVE SET MY HAND AND CAUSED THE SEAL OF THE TOWN OF LAKE PARK TO BE AFFIXED THIS Sixth day of January, 1999.

William H. Wagner, Mayor

Tuyên dương của thành phố - Tháng giêng 1999.

PROCLAMATION
TOWN OF LAKE PARK, FLORIDA
COMMENDING HOA NGOC HOANG

WHEREAS; Hoa Ngoc Hoang commenced employment with the Town of Lake Park on February 2, 1998 as a Computer Aided Design Drafting System Specialist; and

WHEREAS; in recognition of his performance in that capacity, Hoa Ngoc Hoang was appointed as the Assistant to the Town Manager on March 29, 2001, a position which he continues to hold; and

WHEREAS; Hoa Ngoc Hoang has prepared construction documents and provided field management for successful capital projects of the Town of Lake Park, including the design and redevelopment of Park Avenue and construction of the clock tower; construction of the Lake Park Pavilion and tennis facility; renovation of the Lake Park Post Office Building; and renovation of the historic Lake Park Town Hall; and

WHEREAS; in recognition of his leadership and management capability, Hoa Ngoc Hoang was appointed as Interim Community Development Director on March 29, 2003; and

WHEREAS; in view of his expertise in the area of computer information systems, Hoa Ngoc Hoang, was appointed as Information Technology Manager on April 29, 2003; and

WHEREAS; Hoa Ngoc Hoang was appointed as Interim Town Manager by the Commission of the Town of Lake Park on May 15, 2003 and served in that capacity until July 1, 2003; and

WHEREAS; despite his many responsibilities, Hoa Ngoc Hoang has established an employment record of the highest caliber while at the same time earning the respect of all who have come to know him; and

WHEREAS; the Commission of the Town of Lake Park wishes to publicly recognize and honor Hoa Ngoc Hoang for his contributions to the Town and for his accomplishments;

NOW, THEREFORE, on behalf of the Commission of the Town of Lake Park, I, Paul W. Castro, Mayor of the Town of Lake Park, do hereby publicly commend Hoa Ngoc Hoang and express our gratitude for the services which he has rendered to this community.

***IN WITNESS WHEREOF, I** have hereto set my hand and caused the official Seal of the Town of Lake Park, Florida to be affixed this 23rd day of July, 2003.*

BY: Paul Castro
Mayor Paul Castro

ATTEST:

Carol Simpkins
Carol Simpkins, Town Clerk

Tuyên dương của thành phố - Ngày 23 tháng 7 năm 2003 sau khi tạm nắm giữ chức Giám Đốc về Hành Chánh của thành phố.

PROCLAMATION
TOWN OF LAKE PARK, FLORIDA
IN HONOR OF HOA NGOC HOANG

WHEREAS; Hoa Ngoc Hoang commenced employment with the Town of Lake Park on February 2, 1998 as a Computer Aided Design Drafting System Specialist; and

WHEREAS; in recognition of his performance, ***Hoa Ngoc Hoang*** was appointed as the Assistant to the Town Manager on March 29, 2001; and

WHEREAS; throughout his career with the Town of Lake Park, ***Hoa Ngoc Hoang*** has prepared construction documents and provided field management for successful capital projects of the Town of Lake Park, including the design and redevelopment of Park Avenue and construction of the Clock Tower; construction of the Lake Park Pavilion and tennis facility; renovation of the Lake Park Post Office Building; and, the renovation of the historic Lake Park Town Hall; and

WHEREAS; in addition to lending his vast architectural skill and expertise to the development of important Town projects and facilities, in view of his knowledge in the area of computer information systems ***Hoa Ngoc Hoang*** was appointed as Information Technology Manager on April 24, 2003 and as such he was solely responsible for the establishment and implementation of the Town's internet and email systems, where none previously existed, and for working to ensure the ongoing security of the Town's cyber systems pursuant to best practices; and

WHEREAS; Hoa Ngoc Hoang has served in important Town leadership and management positions consisting of Interim Community Development Director to which he was appointed on March 29, 2003, and as Interim Town Manager to which he was appointed by the Town Commission on May 15, 2003; and

WHEREAS; Hoa Ngoc Hoang was appointed as Chief Information Technology Officer on February 21, 2007, a position in which he has continued to serve with distinction; and

WHEREAS; on June 30, 2011, ***Hoa Ngoc Hoang*** graduated from the 2010-2011 class of the Certified Chief Information Officer Program through Florida State University, a program that required special dedication and perseverance in order to successfully complete such a challenging course of study; and

WHEREAS; on December 21, 2020, ***Hoa Ngoc Hoang*** was elevated to the position of Information Technology Director; and

WHEREAS; throughout his employment with the Town, ***Hoa Ngoc Hoang*** has continuously devoted his time and energy on behalf of the Town of Lake Park and has earned the friendship and respect of all who have come to know him; and

WHEREAS; the Commission of the Town of Lake Park wishes to publicly recognize and honor ***Hoa Ngoc Hoang*** for his contributions to the Town and for his accomplishments.

NOW, THEREFORE, on behalf of the Commission of the Town of Lake Park, I, Michael O'Rourke, Mayor of the Town of Lake Park, do hereby publicly recognize and commend ***Hoa Ngoc Hoang*** and express to him our sincere and enduring gratitude for the service that he has rendered to this community.

***IN WITNESS WHEREOF, I** have hereto set my hand and caused the official Seal of the Town of Lake Park, Florida to be affixed this 20th day of October, 2021.*

By: Mayor Michael O'Rourke

ATTEST: Vivian Mendez, Town Clerk

Tuyên dương của Thành Phố-Tháng 10 năm 2021

Hoa Hoang

Final Evaluation to a 25-year career with

The Town of Lake Park

Evaluator's Comments:

Hoa, the Town of Lake Park as your employer, has the distinction and honor to have you as a twenty-five-year employee. I am honored to serve with you. Your accomplishments over the past twenty-five years are significant. You have upgraded our hardware and software systems at least two times in the past six years in our time together. We plan to upgrade our audio/visual communications in the Mirror Ballroom and the Commission Chamber. We are now live with closed caption, and under your leadership, our municipality has grown in the use of technology. We have streamlined our integration of technology in every aspect of the delivery of services. You have upgraded our servers and protected our municipality from cyberattacks while other communities paid ransom to receive their stolen information back. Your achievements outlined above are only a few of the many accomplishments as a loyal servant of the public trust and interest. The implementation of Fiber Optic infrastructure will permit our town to move forward with Wi-Fi for all public places, provide faster, more reliable transmission of information from departments, buildings, and the general public.

Your vision of a separate IT and Records Retention building will keep our information safe from natural and human hazards. In addition, the building will be state of the art in terms of protecting our data and records. The difference you make is measured in generations rather than years. The improvements you advocate are changes that last a long, long time. Your contributions are numerous and will precede you by generations to come.

When you came to the Town of Lake Park, you inherited the accomplishments and failures of previous boards, commissions, and employees. However, your vision resulted in upgrades to the town's internet capabilities from zero to cutting edge internet capabilities, including Voice over IP phone systems integrated with employee desktop computers. As a result, you had left our town far better off than when you inherited it. You are a faithful public servant who has carried forth the desire to make not only your life better here in America, but you have made our lives better through your work, dedication, and commitment to serving the public.

Thank you, Hoa Hoang, you will be a tough act to follow, but you will always remain in our hearts as a model of public service for others to emulate.

Congratulations on your much-deserved retirement. Your Lake Park Family will miss you.

Education and Training Programs:

Write your book and go fishing!

Goals and Objectives:

Live a long and healthy life (keep breathing).

8-6-2021

(Đây là bài lược dịch từ tiếng Anh bản "đánh giá về công việc" của Mr. John D'Agostino, Giám Đốc Thành phố Lake Park trước khi tác giả về hưu năm 2021).

Hoàng Ngọc Hòa

BẢN ĐÁNH GIÁ CUỐI CÙNG VỀ CÔNG VIỆC 25 NĂM CHO THÀNH PHỐ LAKE PARK

Nhận xét:

Hòa, Thành phố Lake Park là nơi bạn làm việc, được biệt đãi và vinh dự để có được bạn làm việc đã 25 năm qua. Tôi cũng có vinh dự để cùng làm việc với bạn. Thành tích của bạn qua 25 năm làm việc thật đầy ý nghĩa. Bạn đã nâng cấp hệ thống điện toán về phần cứng cũng như phần mềm ít ra hai lần trong vòng 6 năm qua mà chúng ta đã được làm việc với nhau. Chúng ta cũng dự định nâng cấp hệ thống âm thanh và truyền hình ở phòng Khánh Tiết và phòng họp của Hội đồng thành phố. Bây giờ là thời điểm của phụ đề cho truyền hình, và dưới sự lãnh đạo của bạn, thành phố của chúng ta đang vươn lên với nền kỹ thuật tân tiến hiện đại đó. Chúng ta đã dùng kỹ thuật để tăng tiến các dịch vụ về trực tiếp truyền hình các buổi họp cho dân chúng trong vùng. Bạn cũng đã nâng cấp an ninh cho hệ thống điện toán để ngăn ngừa tin tặc tấn công trong lúc các nơi khác đang bị ăn cắp các dữ liệu và phải trả tiền chuộc để lấy lại các hồ sơ của họ. Thành tích của bạn nêu trên chỉ là vài trong số rất nhiều thành tích với tư cách một công chức trung thành được công chúng tin tưởng và quan tâm. Việc thực hiện và hoàn tất hệ thống dây cáp quang điện (fiber-optic) sẽ cho phép thành phố có được *Wi-Fi* cho các nơi công cộng, nhanh và chính xác hơn để chuyển tải tin tức cho các ban, các công sự và cho dân chúng.

Tầm nhìn của bạn về xây dựng văn phòng cho Điện toán và hồ sơ lưu trữ sẽ làm an toàn hơn cho các thiên tai và hiểm họa của con người. Thêm vào đó, tòa nhà mới nầy sẽ là những gì hiện đại nhất để gìn giữ dữ liệu và hồ sơ. Cái khác biệt bạn đã làm được phải so sánh bằng nhiều thế hệ thay vì tính bằng năm. Những cải tiến và thay đổi nầy của bạn sẽ ảnh hưởng rất lâu dài cho thời gian sau nầy. Công lao rất nhiều của bạn đã để lại cho các thế hệ sau.

Khi bạn đến làm việc cho thành phố Lake Park, bạn đã thừa hưởng những thất bại của các chuyên ban của thành phố, các cựu nghị viên và nhân viên cũ. Tuy nhiên, tầm nhìn của bạn đã tạo dựng nên từ con số không hệ thống internet, hệ thống điện thoại qua internet, tạo dựng hệ thống điện toán cho nhân viên. Kết quả, bạn đã để lại cho thành phố tốt hơn những gì bạn đã thừa hưởng nó. Bạn là một công chức trung thành, người đã nuôi dưỡng mong muốn làm cho không chỉ cuộc sống của bạn tốt hơn ở Mỹ, nhưng bạn đã làm cho cuộc sống của chúng tôi tốt đẹp hơn thông qua công việc, sự cống hiến và cam kết phục vụ công chúng của bạn.

Hoàng Hòa, xin cám ơn, sẽ rất khó để làm được như bạn, nhưng bạn sẽ luôn ở trong tâm khảm của chúng tôi như một công chức gương mẫu cho mọi người noi theo.

Chúc mừng bạn đã xứng đáng được về hưu. Gia đình Lake Park sẽ luôn nhớ đến bạn.

Lời khuyên:

Hãy hoàn thành cuốn sách của cậu và đi câu cá.

Sống lâu dài và khỏe mạnh (Tiếp tục thở!)

John D'Agostino

Giám Đốc Hành Chánh đương nhiệm – Thành Phố Lake Park, tiểu bang Florida

6 tháng 8 năm 2021

Hoa,

As we wish you well today, we do so with great sadness. There are very few of us who have known the Town of Lake Park without you in it. You will be missed both personally and professionally by everyone here (or at least most of us, but those are still pretty good odds).

We will also send you off with a tremendous amount of envy and jealousy in our hearts. As we all wake up to the early alarm tomorrow, we will think of you, at home and probably still sleeping, and say @#$%&!!

You may notice at your retirement party that none of us are using our cell phones to take photos of the event. That's because they are all being charged, since there's a good chance the Town's phones and computers are going to crash about a minute and a half after you pull out of the parking lot for the last time. You know this. We know this. It's inevitable.

And we probably won't even be able to use those phones for very long, because you won't be here to remind us to update them.

But while we may joke to hide our sadness, the fact is that Lake Park would not be what it is today without you. You have been directly involved in the renovation of Town Hall and the construction of the Clock Tower, two of the most recognizable parts of the town; you have served as Interim Community Development Director and Interim Town Manager (simultaneously, and while holding down your actual job as Information Technology Manager); and you have literally been the person who single-handedly kept Lake Park functioning first as IT Manager and finally as IT Director. You have engaged and educated us with your stories about the Town's history and, more importantly, your own. You have done all of this while you kept us laughing with your dry sense of humor. We have been privileged to know you and work with you, and although we won't see you every day, you will always be a part of this town.

Unfortunately, now it is time for us to say goodbye. We need to go start installing the docking stations.

With Admiration And Respect,
Your Lake Park Family

Đồng hồ của thành phố - Công trình Kiến trúc theo mô hình Chợ Bến Thành tại Mỹ.

Trùng tu Công viên Lake Shore Park – Đồ án thiết kế Hoàng Ngọc Hòa 2007

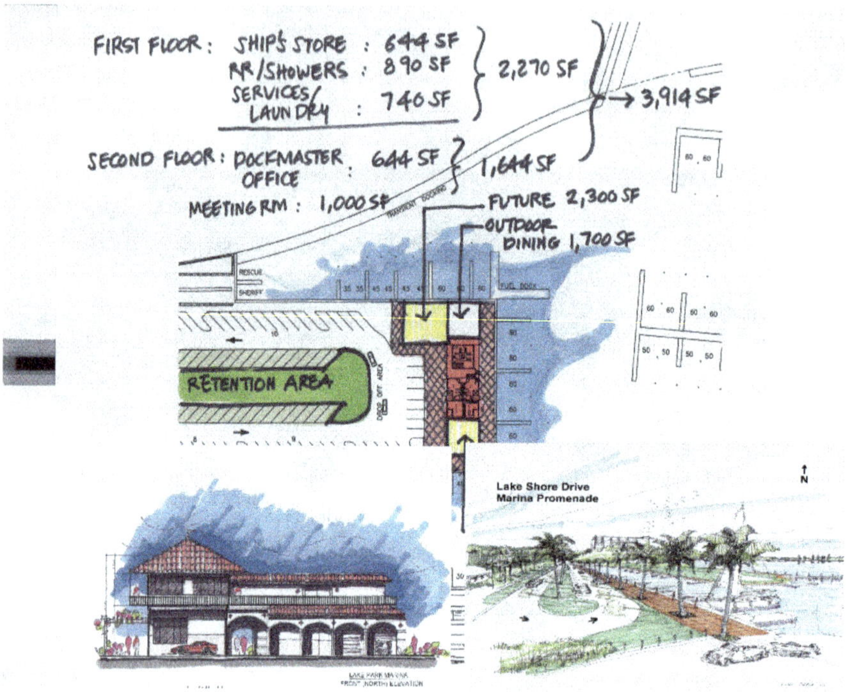

Công trình tái thiết bến tàu.

Dự án - Mặt tiền hướng Đông.

Chỗ đậu thuyền tại Marina Lake Park – Đồ án thiết kế Hoàng Ngọc Hoà

Bến tàu khi hoàn tất - Lễ Khai Trương 29 tháng 4 năm 2006.

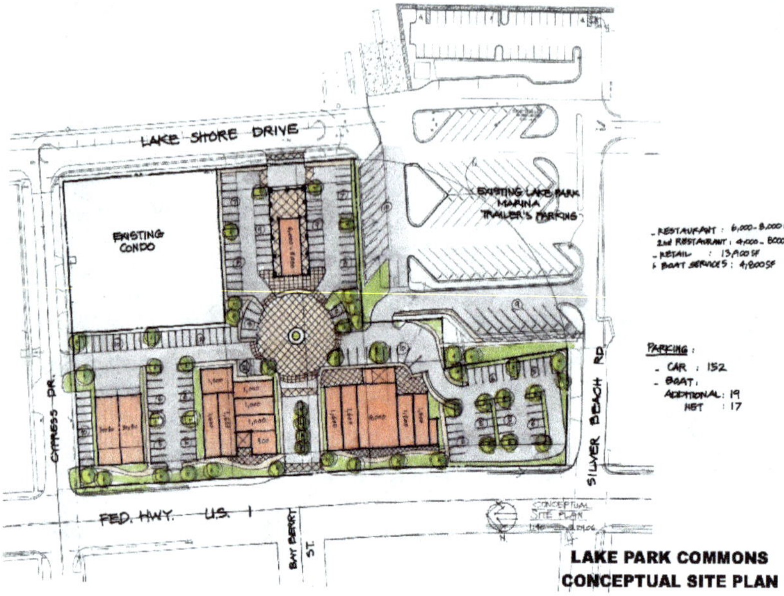

Bảo trợ của thành phố cho dự án của tư nhân lúc đầu tiên – *3/29/2006.*

Bản vẽ dự án hổ trợ công trình của tư nhân 2006. Sau nầy trở thành Nautilus 220.

(Dự án trên miếng đất lúc đầu tôi vẽ (3/29/2006) chỉ là ba tầng lầu gồm condos, nhà hàng và các văn phòng dịch vụ. Để đầu tư của tư nhân có thể thực hiện, 14 năm sau, thành phố đã thay đổi luật để lên cao 24 tầng lầu cao ốc (1,150,017 sf) hầu cung ứng số lượng nhà cũng như các tốn kém về đầu tư có đủ lợi nhuận cho đồ án).

Với sự chấp thuận để nâng cao từ 3 tầng đến 24 tầng năm 2020: Đồ án Nautilus 220 đã vẽ và thực hiện dự định hoàn tất năm 2024. Renderings and design photo courtesy of Nautilus 220/ Forest Development LLC and Town of Lake Park.

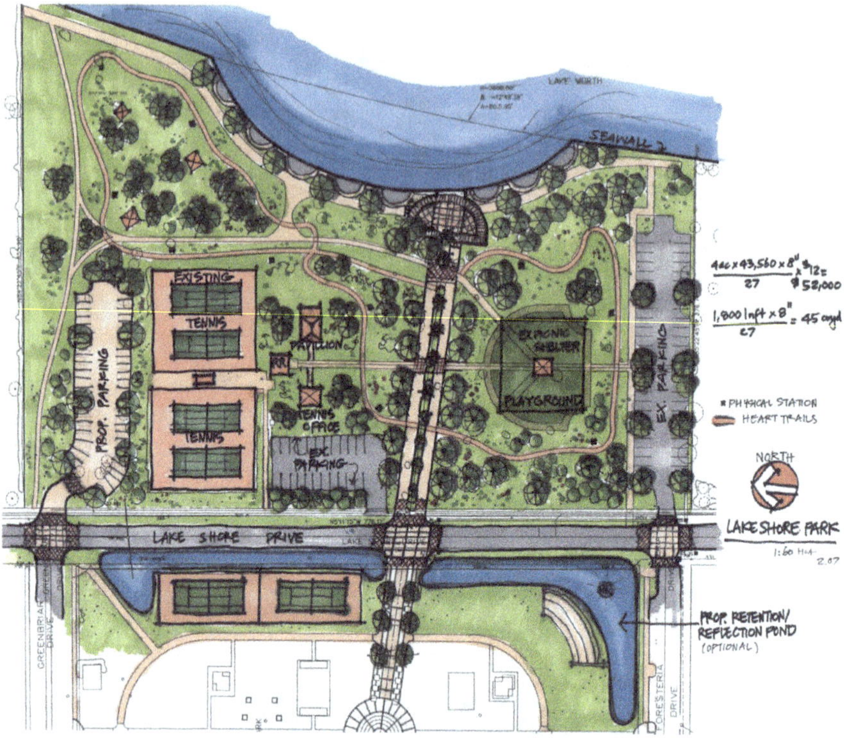

Đồ án trùng tu cho công viên của thành phố-Bản vẽ và không ảnh khi đồ án hoàn tất.

Hoàn tất dự án trùng tu phòng Khánh Tiết của Văn phòng thành phố (City Hall) 2005

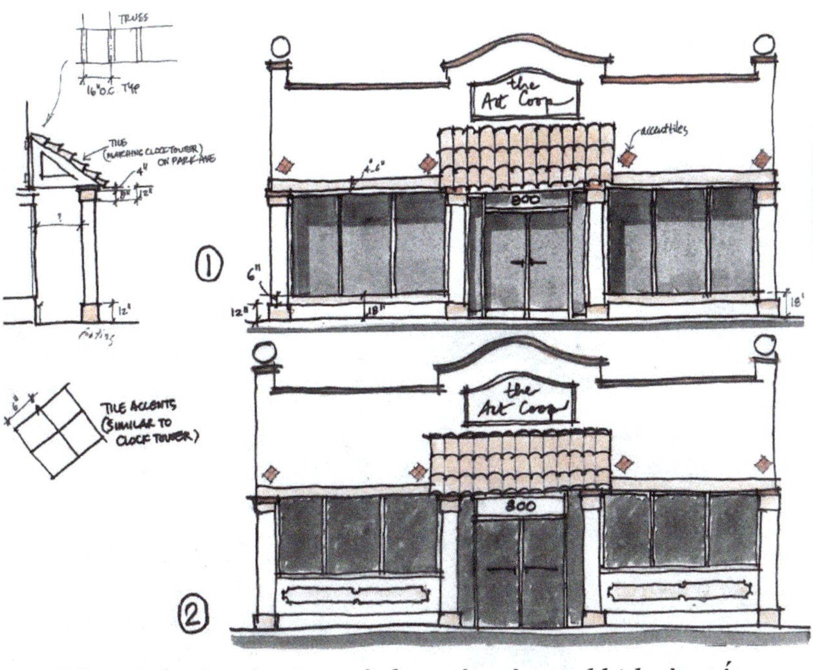

Bản vẽ dự án và công trình trước và sau khi hoàn tất.

Before and After – 800 Park Avenue

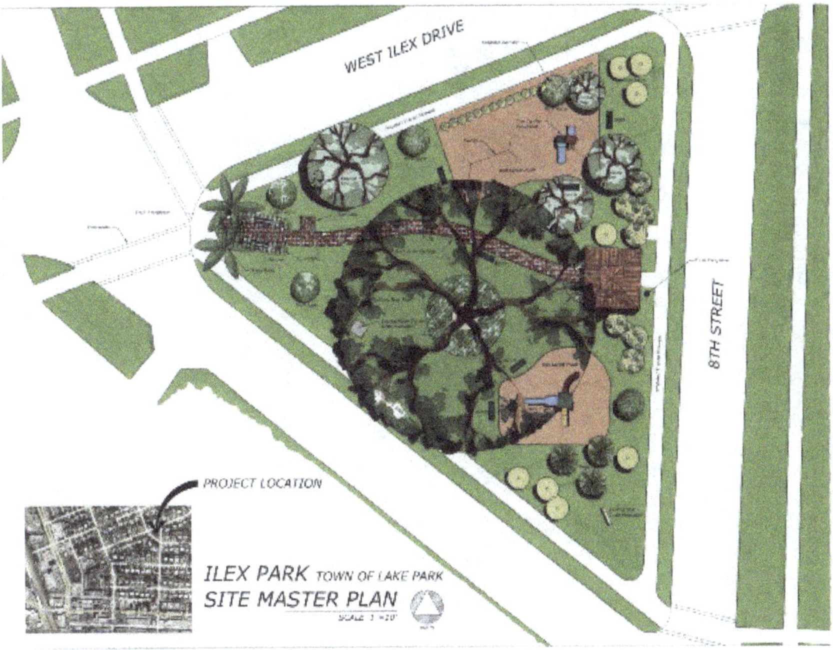

Công viên được trùng tu qua ngân quỹ Community Development Block Grant Programs (CDBG)

Túp lều tranh chống bão 200kmh
Thiết kế và xây dựng: Hoàng Ngọc Hòa – 1997

Bụi tre sau hè và hoa Phượng nở trên hồ, một hình ảnh gợi nhớ quê hương.

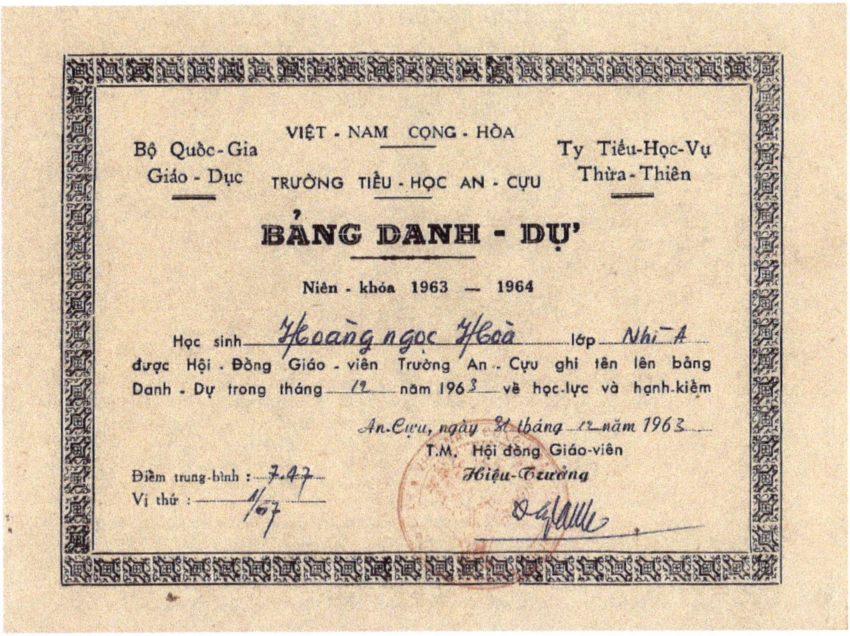

VIỆT - NAM CỘNG - HÒA

Bộ Quốc - Gia
Giáo - Dục

TRƯỜNG TIỂU - HỌC AN - CỰU

Ty Tiểu-Học-Vụ
Thừa - Thiên

BẢNG DANH - DỰ

Niên - khóa 1963 — 1964

Học sinh Hoàng ngọc Hòa lớp Nhì A
được Hội - Đồng Giáo - viên Trường An - Cựu ghi tên lên bảng Danh - Dự trong tháng 12 năm 1963 về học-lực và hạnh-kiểm

An-Cựu, ngày 31 tháng 12 năm 1963
T.M. Hội đồng Giáo-viên
Hiệu-Trưởng

Điểm trung-bình : 7.47
Vị thứ : 1/57

Học trò lớp 4 (Nhì A) với cô giáo Mỹ Kỳ năm 1963

BỘ GIÁO - DỤC
NHA TRUNG-HỌC

VIỆT - NAM CỘNG - HÒA

Niên - Khóa
1970 — 1971

TRƯỜNG QUỐC-HỌC HUẾ

BẢNG TƯỞNG THƯỞNG

Học-sinh Hoàng . ngọc . Hòa
Lớp Mười một B3
Hạng Thủ . hạng

đã được toàn thể Hội-đồng Giáo-sư tưởng thưởng về học-lực và hạnh-kiểm trong niên-khóa 1970 — 1971.

Bằng Tưởng Thưởng nầy được trao trong buổi Lễ phát thưởng tổ chức tại Trường Quốc-Học ngày 1-6-1971.

Huế ngày 31 tháng 5 năm 1971
HIỆU TRƯỞNG

NGUYỄN VĂN LÂU

QUỐC-GIA VIỆT-NAM
-+++++++++ooo+++++++++-

QUÂN LỰC VIỆT NAM
ĐỆ NHỊ QUÂN KHU
TIỂU ĐOÀN 255

Số : X /TĐ255/NTB

TỜ TRÌNH

về sự rủi ro trong vụ chết của Đại-úy HOÀNG NGỌC TÚY Tiểu-đoàn-trưởng Tiểu-đoàn 255

Kính gởi,
Đại-Tá Tư-Lệnh Đệ-nhị quân-khu
(Phòng Hộ-tịch)

KBC. 4.217

Tiểu-đoàn chúng tôi kính tường trình quý Bộ thẩm tường:

Ngày 24.2.1954 lúc 2 giờ 30 chiều đoàn xe của Tiểu-đoàn chúng tôi gồm có 5 chiếc : I JEEP 2 4x4 2 G.M.C. chở rất nhiều vũ-khí, quân-trang và đồ phụ tùng Truyền-tin của Tiểu-đoàn chúng tôi. Đoàn xe khởi hành từ HUẾ r[a] QUẢNG-TRỊ đến đồn AN-LỖ 5 chiếc xe này còn dừng lại đợi nhập với các xe kh[ác] của Tiểu-đoàn 24 và của Bộ-đội Pháp theo hộ tống kết thành một đoàn gồm có II chiếc rời khỏi AN-LỖ lúc 3 giờ 30 chiều.

5 chiếc của Tiểu-đoàn chúng tôi chạy theo 4 chiếc Đồng-thập-tự và thiết-giáp còn 2 chiếc 6/6 của Tiểu-đoàn 24 chạy sau.

Dọc đường vì chiếc xe 4/4 trục trặc và Tài-xế bị cảm sốt nên ph[ải] chạy chậm, Đại-úy HOÀNG NGỌC TÚY thấy tình cảnh như thế sợ e xảy ra tai n[ạn] dọc đường đành dừng xe lại để cho đoàn xe lướt qua và tiếp đuôi nhau đến PHÒ-TRẠCH.

Trong thời gian dừng lại thì đoàn xe đã cách nhau chừng một cây số, Đại-úy HOÀNG NGỌC TÚY liền rời khỏi xe jeep và để tay lái lại cho binh TRƯƠNG TIỂU số 2II.157 tài xế lái còn Đại-úy lên cầm lái chiếc xe 4/4 lúc xe gần đến Phò-trạch độ chừng 700 thước thì bị Đối-phương [...] phục sẵn, bắn vào chiếc xe Jeep một loạt đồng thời hô xung phong bảo dừng lại, trong lúc ấy Hạ-sĩ-phó NGUYỄN VANG số 204.810 theo hộ tống Đại-úy và binh TRƯƠNG TIỂU số 2II.157 tài xế đã bị thương và chiếc xe jeep bị chúng bắn nằm ngan[g] giữa đường còn chiếc xe 4/4 của Đại-úy lái, định dấn hết ga cho băng qua, nh[ưng] nhưng rủi vấp phải gò đất cao xe trược lên hai bánh trước và tự nhiên tắt máy.

Trong xe gồm có Đại-úy HOÀNG NGỌC TÚY Tiểu-đoàn-trưởng Tiểu-đo[àn] 255 bị trọng thương và chạy lui được một đoạn thì ngã xuống chết ngay tại đó cách đường độ chừng 15 thước còn Hạ-sĩ TRẦN QUYỀN số 205.555, Binh TRƯƠNG NHƯ HỒNG số 238.376 nhân viên phụ-trách Truyền-tin và Binh HỒ LỢN số 237.7[..] tài xế đã bị chúng bắt dẫn đi (Hướng Tây nam) còn đồ đạc trên xe jeep cũng bị chúng lấy hết (tư trang)

Đại-úy HOÀNG NGỌC TÚY là một vị sĩ-quan gương-mẫu, đầy kinh ngh[iệm] nghiệm và là một cấp Tiểu-đoàn-trưởng đáng tin cậy, xứng đáng là một cấp ch[ỉ] huy trong Quân-đội.

Hồ-sơ hộ-tịch Tiểu-đoàn chúng tôi sẽ đệ trình sau./.

KBC. 4.070, ngày 2 tháng 3 năm 1954
Trung-úy TRẦN VĂN TUẤN Sĩ-quan Thủ-ba Hộ-tịch
Tiểu-đoàn 255
(Ký tên và đóng dấu)

SAO Y BẢN CHÍNH NGUYỄN-VĂN, Số : 0057 /TVI /TQT/CNVK

VIỆT NAM CỘNG HÒA
QUÂN LỰC VIỆT NAM CỘNG HÒA
BỘ CHỈ HUY I TIẾP VẬN
PHÒNG TỔNG QUẢN TRỊ
CHI NHÁNH I VĂN-KHỐ

KBC. 4.7.83, ngày 21 Th.BA 1966
Thiếu-úy ĐOÀN ĐĂNG KHOA
Trưởng Chi-nhánh I Văn-khố.
(Ký tên và đóng dấu)

Huế ngày ... tháng ... năm ...
Tỉnh Thừa-Thiên
Quận Hương Hữu-Ngạn

THE WHITE HOUSE

April 24, 1984

Hoang Ngoc Hoa
8626 Welbek Way
Gaithersburg, MD 20879

Dear Hoang Ngoc Hoa:

Allow me to take this opportunity to convey my heartfelt gratitude for your recent donation to the Reagan-Bush '84 Committee. Our success in this campaign is greatly enhanced by the enthusiasm and generosity demonstrated by you and other loyal Americans.

As you and I both know, the future of America is approaching a critical juncture. Working together, we can ensure that our nation continues in the right direction. With your assistance we can guarantee a future with peace and happiness.

Again, please accept my personal thanks for your continued support and I pray your commitment will remain strong during this crucial period.

God bless you.

Sincerely,

Ronald Reagan

Ronald Reagan

Paid for by Reagan-Bush '84, Paul Laxalt, Chairman, Angela M. Buchanan Jackson, Treasurer.
Not prepared or mailed at Government expense.

HÌNH BÌA, LỊCH SỬ VÀ Ý NGHĨA

Hình bìa của họa sĩ Vũ Khai Cơ, chuyên về hội họa không gian và đồng thời cũng là tác giả của các bản vẽ A-1 Skyraider, A-37 Dragonfly, Huey UH-1, Choctaw H-34, Cố Đại Uý Nguyễn Hoàng Ân (PĐ 257), cố Thiếu tá Trịnh Đức Tự (PĐ 516), cố Đại úy Phạm Vương Thục (PĐ 213) phụ bản cho các câu chuyện hào hùng của các anh Không quân Việt Nam Cộng Hòa trong cuốn sách này.

Thân phụ là Luật Sư Vũ Đăng Dung, nguyên Cố Vấn và Thủ Lãnh Luật Sư Đoàn Trung Nguyên Trung Phần thuộc Tòa Thượng Thẩm Huế. Sinh trưởng ở Đà Nẵng, học chung với con trai của Đại tá Nguyễn Văn Vượng, nguyên Không đoàn trưởng Không đoàn 41 Chiến thuật SĐ 1 KQ - Đà Nẵng và cũng là người yêu thích không gian nên đã có nhiều khái niệm, tìm hiểu về KLVNCH từ thuở niên thiếu.

Hiện đang định cư tại thành phố Melbourne, Úc Đại Lợi (Australia).

<u>Ý nghĩa của hình bìa trước:</u> Chiếc máy bay vận tải C-130 Hercules cuối cùng của Không Lực Việt Nam Cộng Hòa, thuộc phi đoàn 435/437 KĐ53CT/SĐ5KQ cất cánh bằng taxiway tại phi trường Tân Sơn Nhứt sáng 29 tháng 4 năm 1975 đưa tác giả và một số người Việt đến phi trường quân sự Mỹ U-Tapao, Thái Lan tị nạn trước khi Sài Gòn lọt vào tay Cộng sản Bắc Việt, chấm dứt chính thể VNCH (tượng trưng bằng lá cờ VNCH) rời bỏ quê hương của mình (thành phố Sài Gòn bên dưới), sau đó đến Hoa kỳ qua diện tị nạn chính trị vì chiến tranh (tượng trưng bằng lá cờ Hoa Kỳ), dưới một bầu trời xanh, tượng trưng cho nền dân chủ, tự do, độc lập và một cuộc sống mới đầy thử thách và cũng đầy hy vọng trên quê hương thứ hai.

Tác giả có cơ duyên gặp người họa sĩ, đầu tiên trên canhthep.com vì các bản vẽ phi cơ quân sự của Không quân VNCH, thường hay ký dưới cái tên Cò Hương (Cơ-Hương). Đến năm 2012, tình cờ khi câu chuyện hy sinh của Đại úy Nguyễn Hoàng Ân, phi đoàn Cứu tinh 257 lúc di tản từ Đà Nẵng sáng 29 tháng 3 năm 1975, cần có một bản vẽ cho bài viết và bức tranh cho gia đình kỷ niệm vào ngày giỗ hằng năm thì Vũ Khai Cơ (VKC) không ngần ngại giúp và sau đó thì cũng được biết VKC quen thân với gia đình anh Đại úy Phạm Vương Thục, một pilot gan dạ của phi đoàn võ trang Song Chùy 213 cùng đơn vị với người anh ruột, đồng thời người anh ruột của anh Thục là cố Trung tá Fulro Phạm văn Thặng phi đoàn Thái dương 530, Không đoàn 72CT Pleiku đã hy sinh trong một phi vụ Skyraider ở Kontum hè 1972. Lúc ngỏ ý nhờ vẽ cho hình bìa của cuốn sách nầy, dù bận rộn với công việc hằng ngày Vũ Khai Cơ cũng đã nhận lời. Xin cám ơn người họa sĩ tài ba.

Nhân Ảnh
2023

Liên lạc tác giả:
Email: xuanphuongh@gmail.com

Liên lạc Nhà xuất bản
Nhân Ảnh
E.mail: han.le3359@gmail.com
(408) 722-5626

CPSIA information can be obtained
at www.ICGtesting.com
Printed in the USA
JSHW010611270623
43450JS00001B/2

9 781088 144725